AF080739

ഗ്രീൻ ബുക്സ്

അത്തരം സ്ത്രീകൾക്ക് എന്തു സംഭവിച്ചു?

ഡോ. ശ്രീകല മുല്ലശ്ശേരി

മലപ്പുറം ജില്ലയിലെ തേഞ്ഞിപ്പലത്ത് ജനനം. കാലിക്കറ്റ് യൂണിവേഴ്സിറ്റി ഗവൺമെന്റ് മോഡൽ ഹൈസ്കൂൾ, പി എസ് എം ഒ കോളേജ് തിരൂരങ്ങാടി, കാലിക്കറ്റ് സർവകലാശാല പഠനവകുപ്പ് എന്നിവിടങ്ങളിൽ പഠനം. ആനുകാലികങ്ങളിലും സോഷ്യൽ മീഡിയയിലും ഓൺലൈൻ വെബ്പോർട്ടലിലും നിരന്തരമായി എഴുതുന്നു. ഇപ്പോൾ കാലിക്കറ്റ് സർവകലാശാലയിലെ താരതമ്യസാഹിത്യ പഠനവകുപ്പിൽ അധ്യാപികയായി ജോലി ചെയ്യുന്നു.

പഠനം

അത്തരം സ്ത്രീകൾക്ക് എന്തു സംഭവിച്ചു?

ഡോ. ശ്രീകല മുല്ലശ്ശേരി

ഗ്രീൻ ബുക്സ്

green books private limited
gb building, civil lane road, ayyanthole,
thrissur- 680 003, kerala, ph: +91 487-2381066, 2381039
website: www.greenbooksindia.com
e-mail: info@greenbooksindia.com

malayalam
**atharam sthreekalkku
enthu sambhavichu?**
articles
by
dr. sreekala mullasery

first published september 2019
copyright reserved

cover design : mansoor cheruppa

branches:
thrissur 0487-2422515
palakkad 0491-2546162
thiruvananthapuram 0471-2335301
calicut 0495 4854662
kannur 0497-2763038
ernakulam 8589095007

isbn : 978-93-88830-88-1

no part of this publication may be reproduced,
or transmitted in any form or by any means,
without prior written permission of the publisher.

GBPL/1112/2019

മുഖക്കുറി

കംപേരിറ്റീവ് ലിറ്ററേച്ചർ മലയാളത്തിൽ വികസിക്കേണ്ട ഒരു നിരൂപണ ശാഖയാണ്. ശ്രീകല യുടെ സംഭാവന മികച്ചതാണ്. ഈ തുടക്കത്തെ അഭിനന്ദിക്കുന്നു. എല്ലാവിധ ആശംസകളും.

കൃഷ്ണദാസ്
മാനേജിങ് എഡിറ്റർ

സമർപ്പണം

എന്നെ സ്നേഹിച്ചവർക്കും
എന്നെ നോവിച്ചവർക്കും

ആമുഖം

സമൂഹം തിരസ്ക്കരിക്കപ്പെട്ട വഴിയിലൂടെ അവർ നടക്കുന്നു എന്ന് പറയുവാനുള്ള കാരണവും സ്ത്രീയെ വെറും ശരീരമായി മാത്രം കാണുന്ന ആൺബോധത്തിന്റെ പ്രതിഫലനമാണ്. ചരിത്രത്തിന്റെ കാണാക്കയങ്ങളിൽ അജ്ഞാതരാക്കപ്പെട്ടതും നിശ്ശബ്ദരാക്കപ്പെട്ടതും എന്നും സ്ത്രീജന്മങ്ങളായിരുന്നു. അതിന്റെ കാരണക്കാർ പുരുഷാധിപത്യസമൂഹമാണ്. പാട്രിയാർക്കി നിർമ്മിച്ച ഈ ലോകത്തിനുള്ളിൽ നിയമസംഹിതകൾ സൃഷ്ടിക്കപ്പെട്ടത് സ്ത്രീക്കുവേണ്ടി മാത്രമാണ്. ജൈവികമായ ദുർബലതകൾ ഉണ്ടെന്ന് ചൂണ്ടിക്കാട്ടി സാമൂഹികമായും രാഷ്ട്രീയമായും സ്ത്രീയെ അരികുവൽക്കരിച്ച കാഴ്ചയാണ് ചുറ്റും. അവിടെയും മാനവികതാവാദങ്ങൾ അണിനിരത്തി കഥയിലൂടെയും നോവലിലൂടെയും കവിതയിലൂടെയും വായനാസമൂഹത്തിനോട് സംവദിച്ച എഴുത്തുകാരെപ്പോലും ചൂഴ്ന്നുനിൽക്കുന്ന കപടസദാചാരമെന്ന മുഖംമൂടിയെ പിച്ചിചീന്തിയവർ അവരുടെതന്നെ സ്ത്രീകഥാപാത്രങ്ങളായിരുന്നു. അത്തരത്തിൽ അവർ അവഗണിക്കപ്പെടാനുള്ള കാരണം സമൂഹം നിഷ്കർഷിച്ചു വെച്ചിട്ടുള്ള പാതയിലൂടെ അല്ല അവർ സഞ്ചരിച്ചത് എന്നുകൊണ്ടാണ്. സമൂഹം തിരസ്ക്കരിക്കപ്പെട്ട വഴിയിലൂടെ നടക്കാനുള്ള കാരണവും സ്ത്രീയെ വെറും ശരീരമായി മാത്രം കാണുന്ന ആൺബോധത്തിന്റെ പ്രതിഫലനമാണ്. അതുകൊണ്ടുതന്നെയാണ് നിന്ദിക്കപ്പെട്ടവരും പീഡിപ്പിക്കപ്പെട്ടവരും അവഗണിക്കപ്പെട്ടവരും അവഹേളിക്കപ്പെട്ടതുമായ സ്ത്രീജനതയുടെ ഭാഗത്തുനിന്ന് സാഹിത്യത്തെയും സമൂഹത്തെയും സംസ്കാരത്തെയും രാഷ്ട്രീയ സംഭവവികാസങ്ങളെയും കാണുന്നത് രാഷ്ട്രീയപരമായി ശരിയാവുന്നത്.

ഓരോരോ രാഷ്ട്രീയ സാമൂഹിക സംവാദങ്ങളുടെ പശ്ചാത്തലത്തിൽ ആനുകാലികങ്ങളിൽ പ്രസിദ്ധീകരിക്കപ്പെട്ട ലേഖനങ്ങളാണിവ. പക്ഷേ ഇവയെ ബന്ധിപ്പിക്കുന്ന പൊതുവായ

ഘടകം ഒരു സ്ത്രീ എന്ന നിലയിൽ സ്ത്രീപക്ഷ ചിന്തകളാണ് ഞാൻ പറയാൻ ശ്രമിച്ചിട്ടുള്ളത്. പുസ്തകമെന്ന സ്വപ്നം യാഥാർത്ഥ്യമാകുന്ന ഈ അവസരത്തിൽ വിശദമായ അഭിപ്രായങ്ങൾ തന്ന് എന്നെ ചേർത്തുനിർത്തിയവരെ പരാമർശിക്കാതെ ഈ പുസ്തകം പൂർണമാവില്ല. എഴുത്തിന്റെ ലോകത്ത് സ്നേഹത്തിന്റെ നേർത്ത സ്പന്ദനംപോലെ കടന്നുവന്ന പ്രിയ കഥാകാരനായ ടി. പദ്മനാഭൻ, സദാ ഊർജ്ജവും പ്രചോദനവും നൽകി എഴുത്തുപ്രക്രിയ ഒരുത്സവമാക്കിയ പ്രിയ അധ്യാപകൻ ആർസു മാഷ്, എന്റെ എഴുത്തിനെ ആസ്വദിച്ചും വിമർശിച്ചും എന്നെ തിരുത്തിയ പ്രിയ സുഹൃത്തും എഴുത്തുകാരനുമായ ജീവൻ ജോബ് തോമസ്, പച്ചക്കുതിര മാസികയുടെ എഡിറ്റർ ജയദേവ് എന്നിവരോടുള്ള സ്നേഹം വാക്കുകൾക്കതീതമാണ്. നിരന്തരമായ പ്രോത്സാഹനം കൊണ്ട് എഴുത്തിൽ ആവേശം നിറച്ച എന്റെ പ്രിയ സുഹൃത്തുക്കൾ ഇന്ദുമേനോൻ, ഷൈബിൻ, ജിംലി, ഷാജി, വർഷ, ജിജി എന്നിവരോടും നിറഞ്ഞ സ്നേഹം. അതിനപ്പുറം എന്നെയും എന്റെ എഴുത്തിനെയും ഹൃദയത്തോട് ചേർത്തുവെച്ച ഉറ്റവരോടും ഉടയവരോടുമുള്ള കടപ്പാട് നന്ദി എന്ന രണ്ടക്ഷരംകൊണ്ട് പകരം വെയ്ക്കുന്നില്ല.

ഡോ. ശ്രീകല മുല്ലശ്ശേരി

ഉള്ളടക്കം

അത്തരം സ്ത്രീകൾക്ക് എന്തു സംഭവിച്ചു? 13
നോട്ടത്തിലേക്ക് ചില എത്തിനോട്ടങ്ങൾ 26
സ്വെറ്റ്‌ലേന കൂടംകുളത്തെ തൊട്ടുണർത്തുന്നു 36
മുൻപേ പറക്കുന്ന കാഴ്ചകൾ 48
രണ്ട് ജന്മങ്ങളിലെ രണ്ട് ഹാംലെറ്റ്മാർ 61
ഫാസിസം അഥവാ മരണത്തിന്റെ പ്രച്ഛന്നമുഖം 71
അരികുവൽക്കരിക്കപ്പെട്ടവരുടെ
ക്യാമറക്കണ്ണുകൾ 77
പ്രകാശം പരത്തുന്ന പെണ്ണുങ്ങൾ 83
ഇടിമുഴക്കത്തിന് ശേഷമുള്ള
നക്സൽ ജീവിതങ്ങൾ 91
ബിനാലെ - ഒരു ജീവിതാനുഭവം 99
വിചിത്ര ഭാവനയുടെ കപ്പൽച്ചാലുകൾ 115
പ്രിയപ്പെട്ട ലിയോ...
കാലം വരച്ചിട്ട നോവിന്റെ നഖപടം 122
വാഴ്ത്തപ്പെട്ട ജീവിതങ്ങൾക്കിടയിൽ
വീണുപോയ സോഫിയ 130
അമ്മയും കഥയും തേനീച്ചറാണിയും 138

അത്തരം സ്ത്രീകൾക്ക് എന്തു സംഭവിച്ചു?

"ഒരു നാൾ രാത്രി പത്തുമണിയോടെ ഗ്രാമത്തിൽ നിന്ന് ഞാൻ തിരികെ വീട്ടിലേക്കു പോവുകയായിരുന്നു. എന്റെ കൂടെ സാധാരണ വരാറുണ്ടായിരുന്ന സഹപ്രവർത്തകന് അന്നു വരാൻ കഴിഞ്ഞില്ല. ദിവസവും പോയി വരാറുള്ള ഗ്രാമം. പേടിക്കേണ്ട കാര്യമൊന്നുമില്ല. പാടം കടന്ന് പോകുമ്പോൾ കുറച്ചാളുകൾ എന്റെ സമീപത്തേക്കു വന്നു. അവർ എട്ടു പേരുണ്ടായിരുന്നു. ഇരുട്ടത്ത് ആരുടെയും മുഖം വ്യക്തമായിരുന്നില്ല. എട്ടു പേരും ചേർന്ന് എന്നെ മാനഭംഗപ്പെടുത്തി. ബോധരഹിതയായി കിടന്ന എന്നെ നാട്ടുകാരാണ് രക്ഷിച്ചത്. അക്രമത്തിനെതിരെ കേസുകൊടുക്കണമെന്നു ഞാൻ കരുതിയെങ്കിലും ആരെന്നോ എന്തെന്നോ അറിയാതെ കേസ് കൊടുത്തിട്ട് കാര്യമില്ലെന്ന് ഒപ്പമുള്ളവർ പറഞ്ഞു. നടപടിക്രമങ്ങളുടെ ഭാഗമായി പഞ്ചായത്തിൽ പോയി. ഇത്തരം ആൾക്കാർക്ക് ഇതു തന്നെ കിട്ടണമെന്നായിരുന്നു അവർ പറഞ്ഞത്. ഈ പെണ്ണ് ശരിയല്ല. അനാവശ്യ കാര്യങ്ങൾ പഠിപ്പിച്ച് അവൾ കുട്ടികളെ വഷളാക്കുകയാണ്. ഇവൾക്കിത് തന്നെ കിട്ടണം. മേലിൽ ആ ഗ്രാമത്തിലേക്കു ചെല്ലരുതെന്നും അവർ കർശനമായി പറഞ്ഞു. അവരെനിക്ക് വിലക്കും കല്പിച്ചു. ആ രാത്രിയിലെ സംഭവം എന്റെ ജീവിതത്തെയാകെ മാറ്റിമറിച്ചു. അന്നുവരെ മറ്റുള്ളവർക്ക് ഞാനായിരുന്നു ലോകത്തെ ഏറ്റവും നല്ല ആൾ. ഈ സംഭവത്തോടെ ഞാൻ ഏറ്റവും വലിയ ചീത്തപ്പെണ്ണായി. പെട്ടെന്ന് ഞാൻ ഒന്നുമല്ലാതായപോലെ. ആരും എന്നോട് മിണ്ടാതായി. എന്റെ കൂടെ നടക്കില്ല. ക്ലാസിലെ കൂട്ടുകാർ എന്റെ ബഞ്ചിൽ ഇരിക്കില്ല. ലോകത്തിനു മുമ്പിൽ ഞാൻ കുറ്റവാളിയായി. നീ എന്തിന് രാത്രിയിൽ പോയി, നീ എന്തിന് അങ്ങനെ ചെയ്തു... തുടങ്ങി എന്റെ നേർക്ക് ചോദ്യശരങ്ങൾ മാത്രമായിരുന്നു....."

(ഡോ. സുനിത കൃഷ്ണൻ)

ലൈംഗിക തൊഴിലാളിയെ മാത്രമല്ല, മാനഭംഗത്തിന് ഇരയായവളെയും ചീത്തസ്ത്രീയും കുറ്റവാളിയുമായി കാണുന്ന സമൂഹത്തിൽ നിന്നാണ് സുനിത കൃഷ്ണൻ എന്ന പോരാളി ഉയിർകൊണ്ടത്.

ലൈംഗികവൃത്തിയിൽ ഏർപ്പെട്ടവരുടെ കുട്ടികളെ സംരക്ഷിക്കാനും ആകസ്മികമായി വേശ്യാവൃത്തിയിലേക്ക് എടുത്തെറിയപ്പെട്ട പെൺകുട്ടികളെ പുനരധിവസിപ്പിക്കാനും സുനിത മുൻകൈയെടുത്തപ്പോൾ അതിന് പിന്നിൽ, പതിനഞ്ചാം വയസ്സിൽ എട്ടു പുരുഷന്മാരാൽ കൂട്ടബലാത്സംഗം ചെയ്യപ്പെട്ട ഒരു സ്ത്രീമനസ്സിന്റെ ജന്മദുഃഖമുണ്ടായിരുന്നു.

സുനിതയുടെ പ്രജ്വലയെന്ന സംഘടനയാൽ സംരക്ഷിക്കപ്പെട്ട എത്രയോ ലൈംഗിക തൊഴിലാളികൾ ഇന്ന് ജീവിതത്തെ പ്രണയിക്കുന്നു. ലൈംഗികതയ്ക്കപ്പുറത്തെ ജീവിതകാമനകളെ തിരിച്ചറിഞ്ഞ് ആത്മ സൗന്ദര്യം വീണ്ടെടുക്കുന്നു.

1901ലാണ് ലിയോ ടോൾസ്റ്റോയ് 'ഉയിർത്തെഴുന്നേൽപ്പി'ലൂടെ കത്യൂഷ മാസ്ലോവയെ പരിചയപ്പെടുത്തിയത്; വർഷങ്ങൾക്കിപ്പുറം 2003ലാണ് പൗലോ കൊയ്‌ലോയുടെ 'ഇലവൻ മിനുറ്റ്സി'ലൂടെ ബ്രസീലുകാരി മരിയയുടെ രതിജീവിതവും ജീവിതരതിയും ലോകം തൊട്ടറിഞ്ഞത്; പിന്നെയും രണ്ടു വർഷങ്ങൾക്കുശേഷമാണ് നളിനി ജമീല എന്ന ലൈംഗിക തൊഴിലാളി തീക്ഷ്ണാനുഭവങ്ങളുടെ ആത്മഭാഷണം മലയാളിക്ക് മുമ്പിൽ തുറന്നുവെച്ചത്. ഇതിന് മുമ്പും പിമ്പും കഥയിലും ജീവിതത്തിലും ഒരുപാട് പെണ്ണുങ്ങൾ ഉടൽവിറ്റും അടിയറവെച്ചും ഉപജീവിച്ചുപോയി. നമ്മൾ അവരെ 'അത്തരക്കാരി'കളെന്നും 'അത്തരം പെണ്ണുങ്ങ'ളെന്നും ലളിതമായി അഭിസംബോധന ചെയ്തു.

കഥയുടെ ഭാവുകത്വപരിണാമങ്ങളിൽ, പൊതുവേ അവർക്ക് പ്രണയം നിഷിദ്ധമായിരുന്നു; അഥവാ അത്തരക്കാരികളെ പ്രണയിക്കാൻ വിടാൻ പോലും മനക്കട്ടിയില്ലാത്തവരായിരുന്നു പല സ്രഷ്ടാക്കളും. അവർ പ്രണയിച്ചാൽ, അവരെ പ്രണയിച്ചാൽ ആസ്വാദകർ എത്രത്തോളം സ്വീകരിക്കുമെന്ന ആശങ്ക മിക്ക എഴുത്തുകാരിലും അന്തർലീനമായിരുന്നു. അല്ലെങ്കിൽ ഉള്ളിലെങ്ങോ ഉറഞ്ഞുകൂടിയ സദാചാര ബോധത്തിന്റെ ചിട്ടവട്ടങ്ങളിൽ ലൈംഗിക തൊഴിലാളിയായ കഥാപാത്രത്തെ തളച്ചിടാനുള്ള വ്യഗ്രത കാണാമായിരുന്നു. കഥാശേഷം അത്തരം കഥാപാത്രങ്ങൾക്ക് എന്തു സംഭവിച്ചിരിക്കും? അത്തരം പെണ്ണുങ്ങൾ എപ്രകാരമാവും യഥാർത്ഥ ജീവിതത്തിൽ പിടിച്ചു നിന്നിട്ടുണ്ടാവുക?

സമൂഹത്തിന്റെ അടുക്കിലും അഴകിലും ജീവിക്കുന്ന സാധാരണ സ്ത്രീകൾക്കുപോലും അതിജീവനമെന്നത് വെല്ലുവിളിയാണ്. സ്ത്രീയെ ശരീരം മാത്രമായി കാണുന്ന ഒരു സമൂഹത്തിൽ, സ്ത്രീയുടെ സ്വത്വത്തെ അംഗീകരിക്കാത്ത പൊതുബോധത്തിൽ സ്ത്രീ എന്ന നിർവചനം തന്നെ ക്ലേശകരമാണല്ലോ. സ്ത്രീ എന്ന രണ്ടക്ഷരത്തിൽ ഒതുങ്ങിനിൽക്കുന്ന എല്ലാവർക്കുനേരെയും അപമാനവീകരണത്തിന്റെ അമ്പുകളായ് പാഞ്ഞടുക്കുന്നതാണ് പുരുഷന്റെ ലൈംഗികാസക്തി. 'ലൈംഗികത' എന്ന ഒരൊറ്റ ആശയവും പേറി നിൽക്കുന്ന രക്തവും മാംസവുമുള്ള ഒരു പ്രതിനിധിയാണ് അവൾ അപ്പോൾ. കുടുംബത്തിനകത്തു നിൽക്കുന്ന

സ്ത്രീയെയും കുടുംബത്തിന് പുറത്തു നിൽക്കുന്ന സ്ത്രീയെയും രണ്ടു തരം കണ്ണുകളോടെ നോക്കിക്കാണുന്ന പുരുഷാധിപത്യ സമൂഹത്തിനു ലൈംഗികതൊഴിൽ ചെയ്യുന്ന സ്ത്രീ ആരായിരിക്കും? അവന്റെ ലൈംഗിക ആസക്തി തീർക്കുന്ന ശരീരത്തിന് അപ്പുറം അവൾക്ക് ഒരു സ്ഥാനമോ ഒരു മേൽവിലാസമോ ഉണ്ടോ?

ദാമ്പത്യബന്ധത്തിനു പുറത്ത് ലൈംഗിക ഉപഭോക്താവാകുന്ന പുരുഷൻ വിശുദ്ധനും ഉപയോഗിക്കപ്പെട്ട ഇര കുറ്റവാളിയുമായി മുദ്ര കുത്തപ്പെടുന്നു എന്ന വിരോധാഭാസത്തിന് മനുഷ്യസമൂഹത്തോളം പഴക്കമുണ്ട്. ഇരയെന്ന സംജ്ഞയ്ക്ക് ഇവിടെ ഒരവകാശിയേയുള്ളൂ - സ്ത്രീ മാത്രം. പൊതുസമൂഹത്തിനു മുമ്പിൽ കുറ്റവാളി മാത്രമാണ് ലൈംഗിക തൊഴിലാളിയായ സ്ത്രി. പുല്ലിംഗം ഇല്ലാത്ത വാക്കുകളായി ഇന്നും മുഴങ്ങി നിൽക്കുന്നവയാണ് കന്യക, വേശ്യ എന്നിവ. ചാരിത്ര്യശുദ്ധി വിപരീത അനുപാതത്തിൽ പങ്കിട്ടെടുത്ത വാക്കുകൾ മാത്രമാണവ. പാട്രിയാർക്കി കൊണ്ടുവന്ന ഈ നാമങ്ങളെ ഇര(സ്ത്രീ)കൾക്ക് മാത്രമായി ചാർത്തി നൽകി പുരുഷൻ എന്നും സുരക്ഷിതനായി വാഴുന്നു. അന്താരാഷ്ട്ര ലൈംഗിക തൊഴിലാളി അവകാശദിനമുൾപ്പെടെ കൊട്ടിഘോഷിച്ച് ആചരിക്കുമ്പോൾ, ലൈംഗികതൊഴിൽ കുറ്റം മാത്രമായി കാണുന്ന സമൂഹത്തിൽ അവകാശങ്ങൾക്കു വേണ്ടിയുള്ള ഒരു ദിനത്തിന്റെ വിരോധഭാസം എത്ര മാത്രമാണെന്ന് നാം പര്യാലോചന നടത്തണം. ഇന്ത്യയ്ക്ക് പുറത്ത് ഇതൊരു തൊഴിലായി സ്വീകരിക്കുമ്പോഴും 'തൊഴിലാളി'കൾക്ക് നീതി കിട്ടുന്നുണ്ടോ എന്ന ചോദ്യവും പ്രസക്തമാണ്. അവരുടെ സ്വത്വം അംഗീകരിക്കപ്പെടുക എന്നത് ഏറ്റവും ദുർഘടമായ സാമൂഹികാതിശയനം തന്നെയാവും.

സാഹിത്യത്തിലും ജീവിതത്തിലും ലൈംഗികതൊഴിലാളികളുടെ ഇടം എക്കാലവും അടയാളപ്പെടുത്തപ്പെട്ടത് അതിഭാവുകത്വത്തിന്റെ അകമ്പടിയോടെയാണ്. നിറംമങ്ങിയ ജീവിതം നയിച്ചപ്പോഴും നിറംപിടിപ്പിച്ച കഥകളുടെ അവകാശികളായിരുന്നു അവർ. ജീവിതത്തിലെന്നപോലെ, വായനക്കാരന് പഞ്ച് കിട്ടട്ടെ എന്ന രീതിയിൽ ബോധപൂർവ്വം കഥാപാത്രങ്ങളെ ഇറക്കുന്ന രീതികൾ വരെ കാണാം. ലൈംഗിക തൊഴിലിലേക്ക് എത്തപ്പെടുന്നവളുടെ ദിനവൃത്തി എന്നതിൽ ഒതുങ്ങിക്കൂടുന്നു മിക്ക കഥകളും; അപവാദവും കാണാം.

ടോൾസ്റ്റോയ്, ദസ്തയേവ്സ്കി, ഗബ്രിയേൽ ഗാർസിയ മാർക്വേസ്, പൗലോ കൊയ്‌ലോ തുടങ്ങിയ വിശ്വസാഹിത്യകാരന്മാർ ലൈംഗിക തൊഴിലാളികളെ തന്മയത്വത്തോടെ ഫിക്ഷനിൽ ഉപയോഗിച്ചവരാണ്. പക്ഷേ ഇന്ത്യയ്ക്ക് അകത്തെന്നപോലെ പുറത്തും ലൈംഗിക തൊഴിലാളികളോടുള്ള സമീപനത്തിൽ, മാനസികാവസ്ഥയിൽ വലിയ മാറ്റമൊന്നുമില്ലെന്ന് പല കൃതികളും സാക്ഷ്യപ്പെടുത്തുന്നു. ടോൾസ്റ്റോയിയുടെ വിശ്രുത നോവൽ 'Resurrection'-ൽ കത്യൂഷ മാസ്ലോവ എന്ന

കഥാപാത്രം 'അത്തരംപ്പെണ്ണി'ന്റെ പ്രതിനിധിയാണ്. അവൾ വേശ്യാവൃത്തിയിലേക്ക് എടുത്തെറിയപ്പെട്ട സാമൂഹിക സാഹചര്യവും ജീവിതത്തോടുള്ള ചെറുത്തുനില്പും അവസാനം കൊലക്കുറ്റത്തെ തുടർന്നുള്ള യാതനാപൂർണ്ണമായ ജയിൽജീവിതവും നികൃഷ്ടജീവിയെ കാണുന്ന ലാഘവത്തോടെയുള്ള പൊതുസമൂഹത്തിന്റെ സമീപനവും പച്ചയായി അവതരിപ്പിക്കാൻ ടോൾസ്റ്റോയ്ക്ക് കഴിഞ്ഞു. എന്നാൽ ഇവിടെയും ടോൾസ്റ്റോയ് തന്നെ മാസ്ലോവയെ അരികുവത്കരിക്കുന്നത് കാണാമായിരുന്നു. ക്ലാസിക് നോവലായ 'അന്നാകരെനീന'യിൽ ഉപരിവർഗത്തിന്റെ ജീവിതസൗകര്യങ്ങളിൽ രമിച്ചു കഴിയുന്ന അന്നയെ സ്നേഹിച്ചും ലാളിച്ചും അവളുടെ അന്തഃസംഘർഷങ്ങളിൽ വായനക്കാരനെയും പങ്കെടുപ്പിച്ചുമാണ് ടോൾസ്റ്റോയ് മുന്നോട്ടു പോയത്; അന്നയ്ക്ക് അനുകൂലമായി വായനക്കാരന്റെ സഹാനുഭൂതി പിടിച്ചുപറ്റുന്ന അവതരണ രീതി ടോൾസ്റ്റോയ് അവലംബിച്ചിരുന്നു. പക്ഷേ ഇത്തരത്തിലുള്ള സഹാനുഭൂതിയും സ്നേഹവും ലാളനയും മാസ്ലോവയോട് ടോൾസ്റ്റോയിക്ക് ഉണ്ടായിരുന്നില്ല എന്നുവേണം അനുമാനിക്കാൻ. ഏതൊരു പുരുഷന്റെ ഉള്ളിലും കിടന്ന സദാചാരബോധത്തിന്റെ ഉൾത്തുടിപ്പ് ടോൾസ്റ്റോയിയിലും കാണാം; അത് മാത്രമായിരുന്നു അന്നയെ ആത്മഹത്യ ചെയ്യിപ്പിക്കാൻ അല്ലെങ്കിൽ 'കൊല്ലാൻ' ടോൾസ്റ്റോയിയെ നയിച്ച ചേതോവികാരം.

തങ്ങളുടെ കഥകളിൽ അവൾ ആശാസ്യമല്ലാത്ത ഒരു തൊഴിലിലേർപ്പെടുന്നത് സാഹചര്യം കൊണ്ടാണെന്നാണ് എല്ലാ കഥാകാരന്മാരുടെയും വിശദീകരണം. 'ഉയിർത്തെഴുന്നേൽപ്പി'ൽ അവതരിപ്പിച്ച മാസ്ലോവ എന്ന ലൈംഗിക തൊഴിലാളിയുടെ കഥയും വ്യത്യസ്തമല്ല. എന്നാൽ 'അത്തരക്കാരി'യായി മാറിയ പെണ്ണിന്റെ ജീവിതവും രതിയും വായനക്കാരനു മുമ്പിൽ കാഴ്ചവെയ്ക്കുന്നതിലുപരി ഒരു മനുഷ്യജീവി എന്ന നിലയ്ക്ക് അവളുടെ സ്വത്വത്തെ തിരയുന്നതിൽ, ആവിഷ്കരിക്കുന്നതിൽ ടോൾസ്റ്റോയ് കനത്ത പരാജയമാണ്. "രക്ഷിതാക്കളെ ആരെയും കാണാതെ കത്യൂഷ വിശേഷിച്ചും ഞെരുങ്ങിക്കഴിയുന്ന അവസരത്തിലാണ് വേശ്യാലയങ്ങളിലേക്ക് പെൺകുട്ടികളെ കണ്ടുപിടിക്കുന്ന ഒരുത്തിയുടെ കണ്ണിൽപ്പെട്ടത്. അന്നു തൊട്ട് കത്യൂഷ മാസ്ലോവ ദൈവത്തിന്റെയും മനുഷ്യന്റെയും നിയമങ്ങൾക്കെതിരായി നിത്യപാപിഷ്ഠമായ ജീവിതം നയിച്ചുതുടങ്ങി' (ഉയിർത്തെഴുന്നേൽപ്പ്, പേജ് 29). ഈ ഒരൊറ്റ വാചകത്തിൽനിന്നും മനസ്സിലാക്കാം സ്ത്രീയെ മുൻനിർത്തി ടോൾസ്റ്റോയ് എത്രമാത്രം യാഥാസ്ഥിതികൻ ആയിരുന്നെന്ന്. അത്തരം ജീവിതങ്ങളുടെ ദിനചര്യകൾ കുറിക്കുന്നതു പോലും ഒരേ അച്ചുകൂടത്തിലാണ്. "രാത്രിയിലെ മദിരോത്സവങ്ങളെ തുടർന്ന് രാവിലെയും ഉച്ചയ്ക്കും ബോധം കെട്ട് ഉറങ്ങുന്നു. ഉച്ചതിരിഞ്ഞ് മൂന്നുനാല് മണിയാകുമ്പോൾ വൃത്തിഹീനമായ മെത്തയിൽനിന്ന് തളർച്ചയോടെ എണീക്കുന്നു... എന്നിട്ട് മേൽക്കഴുകുന്നു. ദേഹത്തും മുടിയിലും വാസനതൈലം പുരുട്ടുന്നു. മുഖത്ത് ചായം പൂശലും പുരികമെഴുതലും പിന്നീട്

പലതരക്കാരുമായുള്ള ലൈംഗികവേഴ്ച്ചയും. ചെറുപ്പക്കാരും മധ്യവയസ്കരും കൗമാരം കടക്കാത്തവരും പടുവൃദ്ധന്മാരും വിവാഹം ചെയ്യാത്തവരും ചെയ്തവരും കച്ചവടക്കാരും ഉദ്യോഗസ്ഥരും പട്ടാളക്കാരും സിനിമക്കാരും കോളേജ് വിദ്യാർത്ഥികളും സ്കൂൾ വിദ്യാർത്ഥികളും... എന്നിങ്ങനെ. തുടർന്ന് ബോധംകെട്ടുള്ള ഉറക്കം. ആഴ്ചയുടെ അവസാനം സർക്കാർ ഏർപ്പെടുത്തിയ പൊലീസ് സ്റ്റേഷനിൽ ഹാജരാവണം. അവിടെ സർക്കാരിന്റെ ശമ്പളം വാങ്ങുന്ന പുരുഷ ഡോക്ടർമാർ 'അത്തരം സ്ത്രീകളെ' കാര്യമായും കണിശമായും ചിലപ്പോൾ കളിയായും ഉപായത്തിലും പരിശോധിക്കും. മനുഷ്യർക്കെന്നല്ല മൃഗങ്ങൾക്കുപോലും ഒരു രക്ഷാകവചമെന്ന നിലയ്ക്ക് പ്രകൃതി നൽകിയ ലജ്ജാശീലത്തെ അവർ നിശേഷം നശിപ്പിക്കുന്നു." (പേജ് 29, ഉയിർത്തെഴുന്നേൽപ്പ്) ഇവിടെ പുരുഷ കഥാപാത്രത്തിന്റെ മാനസികസംഘർഷങ്ങളും പാപബോധവും സ്വയം ഏറ്റെടുത്ത് ടോൾസ്റ്റോയ് ഉയിർത്തെഴുന്നേൽപ്പിലൂടെ പാപത്തിൽ നിന്നും മോക്ഷം കൊടുക്കുന്നു. മാസ്ലോവ വീണ്ടും ഒരു ജയിൽപ്പുള്ളിയുമായി പ്രണയത്തിലാവുകയും കല്യാണം കഴിച്ച് ജീവിക്കാൻ തീരുമാനിക്കുകയും ചെയ്യുന്നു. സ്ത്രീ എത്ര കുത്തഴിഞ്ഞ് ജീവിച്ചാലും 'കുടുംബത്തിൽ' മാത്രമേ അവൾ സുരക്ഷിതത്വവും സന്തോഷവും സ്നേഹവും സ്വാതന്ത്ര്യവും അനുഭവിക്കുന്നുള്ളൂ എന്ന ബോധമാണ് ഈ കഥാപരിണതിയിലും വിശ്വസാഹിത്യകാരനെ നയിച്ചത്. അതിനാലാവാം ലൈംഗികത്തൊഴിലാളിയായ മാസ്ലോവയെ കുടുംബത്തിൽ പ്രതിഷ്ഠിച്ച് അവളെ സുരക്ഷിതയാക്കുക എന്ന ധർമ്മപ്രവർത്തിയിലേർപ്പെടാൻ ടോൾസ്റ്റോയിയെ പ്രേരിപ്പിച്ചത്.

ഇതിൽനിന്നും വ്യതിരിക്തമായി 'അത്തരം പെണ്ണുങ്ങ'ളുടെ അനുഭവത്തിന് ഭാവതലം പകർന്ന നോവലാണ് പൗലോ കൊയ്ലോയുടെ 'ഇലവൻ മിനുറ്റ്സ്'. സാഹചര്യത്താൽ ലൈംഗിക തൊഴിലാളിയായി മാറ്റപ്പെടുന്നുവെങ്കിലും കേന്ദ്രകഥാപാത്രമായ മരിയയിൽ അവളുടെതായ സ്വത്വത്തെ പ്രതിഷ്ഠിക്കുന്നതിൽ പൗലോ കൊയ്ലോ നീതി പുലർത്തിയിട്ടുണ്ട്. മരിയയുടെ വികാരവിചാരങ്ങളെ, അന്തഃസംഘർഷങ്ങളെ, വ്യക്തിത്വത്തെ കൃതിയിൽ മനോഹരമായി അവതരിപ്പിച്ചു. പൗലോ കൊയ്ലോയുടെ നായിക ലൈംഗികതൊഴിലിൽ ഏർപ്പെട്ടിരുന്നെങ്കിലും അത് വ്യക്തിത്വത്തെ അടിയറവെച്ചുകൊണ്ടായിരുന്നില്ല, വ്യക്തിത്വത്തെ നിലനിർത്തി തന്നെയായിരുന്നു. അത് മരിയയുടെ ഡയറിക്കുറിപ്പിലൂടെ നമുക്ക് വായിച്ചെടുക്കാം.

"ഒരു ദിനം തങ്ങളെ കാമുകിയും പങ്കാളിയും സുഹൃത്തുമൊക്കെയായി മനസ്സിലാക്കുന്ന ഒരാൾ എത്തിച്ചേരുമെന്ന് എല്ലാവരും പ്രതീക്ഷിക്കുന്നുണ്ട്. എന്നാൽ ഓരോ പ്രാവശ്യവും ഒരു പുതിയ പുരുഷനെ നേരിടുമ്പോൾ അത് സംഭവിക്കാൻ പോകുന്നില്ലെന്ന് തിരിച്ചറിയും." (പേജ് 71) ഏതൊരു ലൈംഗികത്തൊഴിലാളിയായ സ്ത്രീയും സാധാരണ സ്ത്രീകളെ പോലെ സ്വപ്നം കാണുകയും പ്രണയത്തെയും ജീവിതത്തെയും

മനസ്സിൽ താലോലിക്കുന്നവളുമാണെന്ന് എടുത്തു പറയുന്നു മരിയയുടെ ഡയറിക്കുറിപ്പിൽ.

ഒരിക്കൽ വൈകാരിക സമ്മർദ്ദത്തിന് വിധേയയായി ചിത്രകാരൻ റാൽഫ് ഹർട്ടിനോട് മരിയ ചോദിച്ച ചോദ്യം ഇതായിരുന്നു: "ഒരു സ്ത്രീക്ക്, അതും ഒരു വേശ്യയ്ക്ക് പ്രണയം സാധ്യമാണെന്ന് നിങ്ങൾക്കു തോന്നിയിട്ടുണ്ടോ?" ഈ ചോദ്യത്തിന്റെ ഉത്തരം പ്രസക്തമാവുന്നത് ഉണ്ട് എന്ന ഉത്തരത്തിൽ മാത്രമായിരിക്കും.

യഥാർത്ഥ ജീവിതത്തിൽ ലൈംഗിക തൊഴിലാളിയായ നളിനി ജമീല ഇപ്രകാരം സാക്ഷ്യപ്പെടുത്തുന്നു: "ഇന്നും ഞാൻ പ്രണയിക്കുന്നുണ്ട്, ശരീരം എന്ന വസ്തുവിനപ്പുറം സ്ത്രീയെ കാണുകയും മനസ്സിലാക്കുകയും അവളുടെ വ്യക്തിത്വത്തെ അംഗീകരിക്കുകയും ചെയ്യുന്നയാൾക്ക് അവൾ പ്രണയിനിയാണ്, അല്ലാത്തവന് കാമം തീർക്കാനുള്ള ശരീരം മാത്രമാണ്."

ഇലവൻ മിനുറ്റ്സിലേക്ക് തിരികെ വന്നാൽ നളിനി ജമീലയുടെ വാക്കുകളുടെ അന്തഃസത്ത, മറ്റൊരു ഭൂഖണ്ഡത്തിലിരുന്ന് എഴുത്തുകാരൻ സമാനമായ രീതിയിൽ കുറിച്ചുവെച്ചത് വീണ്ടും വായിച്ചെടുക്കാം.

"നിനക്കൊപ്പം ഉറങ്ങിയിട്ടുള്ള പരുഷന്മാരുടെ വികാരങ്ങളെയും ചിന്തകളെയും കുറിച്ച് നീ ആലോചിച്ചിട്ടുണ്ടോ?"

–ഉണ്ട്, ആലോചിച്ചിട്ടുണ്ട്. അവരെല്ലാം സുരക്ഷിതത്വബോധമില്ലാത്തവരായിരുന്നു. അവർക്കെല്ലാം ഭയമായിരുന്നു. ഭയത്തെക്കാളേറെ, അവരെല്ലാം ദുർബലരായിരുന്നു; എന്താണ് ചെയ്യുന്നതെന്ന് അവർക്കുതന്നെ അറിയുമായിരുന്നില്ല. സമൂഹവും സ്ത്രീകളും സുഹൃത്തുക്കളും പ്രധാനമെന്ന് അവരോട് പറഞ്ഞിരുന്ന ഒരു കാര്യം മാത്രമേ അവർക്കറിയാമായിരുന്നുള്ളൂ. രതി, രതി, രതി–അതായിരുന്നു ജീവിതത്തിന്റെ അടിസ്ഥാനം. പരസ്യങ്ങൾ അങ്ങനെ നിലവിളിച്ചു, ആളുകളും സിനിമകളും പുസ്തകങ്ങളും എല്ലാം. അവ എന്താണ് പറയുന്നതെന്ന് ആർക്കും മനസ്സിലായില്ല. ചോദനകൾ തങ്ങളെക്കാൾ ശക്തമായതിനാൽ അതുചെയ്യുന്നു എന്നു മാത്രം അവർക്കറിയാമായിരുന്നു. അത്രമാത്രം." (പേജ് 21)

ഇവിടെ പുരുഷസമൂഹത്തെ, അവന്റെ ദുർബലതയെ, ഭീരുത്വത്തെ, ചോദനകളുടെ ഒരു നേർചിത്രത്തെ സമൂഹത്തിനു മുന്നിൽ അടയാളപ്പെടുത്തുന്നു. ഇത് തികച്ചും യാഥാർത്ഥ്യമാണ്.

സമകാലിക അവസ്ഥയിൽ വീണ്ടും വീണ്ടും ചികഞ്ഞു നോക്കിയാൽ മരിയയ്ക്ക് അല്ലെങ്കിൽ ഒരു ലൈംഗികത്തൊഴിലാളിക്ക് മാത്രമാവും ഒരു പാട്രിയാക്കൽ ഹിപ്പോക്രസിയുടെ മൂടുപടം മറനീക്കി കാണിക്കുവാൻ കഴിയുന്നത്.

In the process, she saves her 'soul'; she also saves a useful bank balance. Her rate for 11 minutes (life is not the only thing that moves very fast) is 1,000 Swiss francs. After a year she is able to retire, healthy, wealthy and wise (don't all foreign prostitutes?).

'പതിനൊന്ന് മിനുറ്റുകൾ'- ലോകമാകെ കീഴടക്കും വിധം വെപ്രാളം കാട്ടുന്ന ആ കാര്യസാധ്യത്തിന് എടുക്കുന്ന സമയം-വെറും പതിനൊന്ന് മിനുറ്റുകൾ (മരിയയുടെ ആത്മസാക്ഷ്യമായി ഈ പതിനൊന്ന് മിനുറ്റിനെ കണക്കാക്കാം).

അടിസ്ഥാനപരമായി ജീവിക്കാൻവേണ്ട പണം കണ്ടെത്തണം. ആവശ്യത്തിനുള്ള പണം സമ്പാദിച്ചതിനുശേഷം നല്ലൊരു ജീവിതം സ്വപ്നം കാണുന്നു മരിയ ഉൾപ്പെടെയുള്ള ലൈംഗിക തൊഴിലാളികൾ. അത് ജീവിതത്തിലും ഫിക്ഷനിലും അങ്ങനെതന്നെ. പൗലോ കൊയ്‌ലോയുടെ ഇലവൻ മിനുറ്റ്സ് സംഭവകഥയെ ആസ്പദമാക്കിയായിരുന്നു എന്നതിനാൽ അത് യാഥാർത്ഥ്യത്തോട് ഏറ്റവും അടുത്ത് നിൽക്കുന്നു. ഇനി അതിൽ തന്നെ പറയുന്നു: "വേശ്യാവൃത്തിക്ക് ഒന്നല്ല രണ്ട് ചരിത്രങ്ങളുണ്ട്. താൻ തിരഞ്ഞെടുത്ത കാരണങ്ങളാൽ, ജീവിക്കണമെങ്കിൽ ശരീരം വിറ്റാൽ മാത്രമേ കഴിയുകയുള്ളൂ എന്ന് തീരുമാനിക്കുന്നു. ചിലർ രാജ്യഭരണത്തിൽ വരെ എത്തുന്നു. ഉദാഹരണത്തിന് റോമിന്റെ ചക്രവർത്തിനിയായി മാറിയ മെസാലിന. മറ്റു ചിലർ ഇതിഹാസ വനിതകളാകുന്നു. മറ്റു ചിലർ ദൗർഭാഗ്യങ്ങളുടെയും സാഹസങ്ങളുടെയും പിന്നാലെ ചാരപ്രവർത്തകയെപോലെ, എന്നാൽ അവരിൽ മിക്കപേർക്കും ജീവിതവിജയം ഉണ്ടാകുന്നില്ല. ചിലർ വെല്ലുവിളികളെ നേരിടുകതന്നെ ചെയ്യില്ല. ഉൾനാടൻ പ്രദേശങ്ങളിൽനിന്ന് പണവും പ്രശസ്തിയും ജീവിതപങ്കാളിത്തവും തേടിവരുന്ന പെൺകുട്ടികളാണവർ. പക്ഷേ അവർ മറ്റൊരു യാഥാർത്ഥ്യത്തിലാവും ചെന്നു പെടുന്നത്. അതിലേക്കവർ കൂപ്പുകുത്തും. അതുമായി അവർ പൊരുത്തപ്പെടും. സ്വയം നിയന്ത്രണമുണ്ടെന്ന് അവർ കരുതും. പക്ഷേ അവർക്ക് ഒന്നുംതന്നെ ചെയ്യാനാവില്ല. കലാകാരന്മാർ ചിത്രങ്ങൾ രചിക്കുകയും ശില്പങ്ങളുണ്ടാക്കുകയും പുസ്തകങ്ങൾ എഴുതുകയും ചെയ്യുന്നത് മൂവായിരം വർഷത്തിലധികമായി തുടരുന്നു. അതുപോലെ എല്ലാക്കാലത്തും അധികം മാറ്റമൊന്നുമില്ലാതെ വേശ്യാവൃത്തിയും തുടരുന്നു. (പേജ് 172).

മരിയ വലിയ പുസ്തകപ്രേമിയായിരുന്നു; റാൾഫ് ഹാർട്ട് എന്ന ചിത്രകാരനുമായി വൈവിധ്യപൂർണമായ രതിക്രീഡകളിൽ ഏർപ്പെട്ട് പ്രണയവും രതിയും ആഘോഷിച്ച അവൾ പില്ക്കാലത്ത് സ്വസ്ഥമായി ജീവിച്ചു എന്നു തന്നെവേണം വായനക്കാരൻ അനുമാനിക്കാൻ. ലൈംഗിക തൊഴിലാളിയായ 'അത്തരം പെണ്ണുങ്ങ'ളെ ശരീരം എന്നതിലുപരി അവരുടെ ബോധതലത്തിൽ കൂടിയും ജീവിതവീക്ഷണങ്ങളിലൂടെയും തീക്ഷ്ണമായ വ്യക്തിത്വങ്ങളുടെ ഉടമയാണെന്ന് പൗലോ കൊയ്‌ലോ ഇലവൻ മിനുറ്റ്സിൽ അടയാളപ്പെടുത്തുന്നു.

മനുഷ്യബന്ധങ്ങളിലെ വൈകാരിക തീവ്രത കൊത്തിവെച്ച ദസ്തയേവ്സ്കി 'കുറ്റവും ശിക്ഷയും' എന്ന നോവലിൽ സോഫിയ (Sofya

Semyonovna Marmeladov) എന്ന കഥാപാത്രത്തിലൂടെ ലൈംഗിക തൊഴിലിനെ മതത്തിന്റെ കടുത്ത പാപബോധത്തിൽ പ്രതിഷ്ഠിക്കുകയാണ് ചെയ്തത്. പക്ഷേ സോണിയയ്ക്ക് അവൾ ആവശ്യപ്പെടുന്ന ഒരു വ്യക്തിത്വം നോവലിന്റെ അവസാനം വരെ കാത്തുസൂക്ഷിക്കാൻ ദസ്തയേവ്സ്കിക്ക് കഴിഞ്ഞിരുന്നു. കുറ്റബോധം കൊണ്ടു വേട്ടയാടുന്ന റസ്ക്കോൾനിക്കോവിനെപോലും മാനസികമായി പിടിച്ചുനിർത്തുന്നത് ലൈംഗിക തൊഴിലാളി ആയിരുന്ന സോണിയ അയിരുന്നു.

ഒരിക്കൽ റസ്ക്കോൽ നിക്കോവ് സോണിയയോട് ചോദിച്ചു: "നിങ്ങൾ ചെയ്യുന്നതുപോലുള്ള തൊഴിലിൽ ഏർപ്പെടുന്നവർക്ക് രോഗം പിടിപെടാതിരിക്കില്ല. അമ്മ മരിച്ചാൽ കുട്ടികളുടെ സ്ഥിതി എന്തായിരിക്കും? നിങ്ങൾ പണം വല്ലതും മിച്ചം വെച്ചിട്ടുണ്ടോ?"

സോണിയയുടെ മറുപടി ഇപ്രകാരം ആയിരുന്നു: "പണം ഉണ്ടാവാൻ ശ്രമിക്കാതിരിക്കുന്നില്ല. പക്ഷേ അതിന് കഴിഞ്ഞിരുന്നില്ല."

കണ്ണുകൾ പൊത്തി താൻ പാപിയാണെന്ന് പറഞ്ഞു വിലപിക്കുന്ന സോണിയയെ നോക്കി റസ്കോൾനിക്കോവ് തുടർന്നു: "തീർച്ചയായും നിങ്ങൾക്കു തെറ്റ് പറ്റിയിട്ടുണ്ടാകാം എന്നാൽ അത് നിങ്ങൾക്കുവേണ്ടിയായിരുന്നില്ല. സ്വാർത്ഥോദ്ദേശ്യമില്ലാത്ത ആത്മത്യാഗം അനുഷ്ഠിച്ചതുകൊണ്ടാണ്."

സോണിയ ലൈംഗിക തൊഴിലിലേർപ്പെട്ടെങ്കിലും പിന്നീട് റസ്കോൾനിക്കോവിനെ മാനസികമായി പിന്തുണയ്ക്കുകയും അവസാനം ഒരു സന്ന്യാസിനിയുടെ ചിന്താതലത്തിൽ എത്തിച്ചേരുകയും ചെയ്യുന്നു. അവനെ കുറ്റബോധത്തിൽ നിന്ന് രക്ഷപ്പെടാൻ സഹായിച്ചത് സോണിയയാണ്. നാടുകടത്തപ്പെടുന്ന അവന്റെ കൂടെ സൈബീരിയയിലേക്ക് അവളും പോകുകയാണുണ്ടായത്. സന്ന്യാസിനിയുടെ ഫിലോസഫിക്കൽ വ്യൂ പോയിന്റിലൂടെയാണ് ദസ്തയേവ്സ്കി സോണിയയെ അവസാനഘട്ടത്തിൽ അവതരിപ്പിച്ചത്. മറ്റൊരർത്ഥത്തിൽ ബുദ്ധൻ, ധർമ്മം, സംഘം ഈ മൂന്നിൽ ശരണം പ്രാപിച്ച് തന്റെ പാപത്തിന്റെ ശിക്ഷയ്ക്കു ഭക്തിപൂർവ്വം കീഴടങ്ങിയ വാസവദത്തയെപ്പോലെ അവളും ആത്മീയ മോക്ഷം തേടിയിരിക്കാം. ദസ്തയേവ്സ്കിയെപ്പോലെ കഥാപാത്രത്തെ, ലൈംഗിക തൊഴിൽ ചെയ്യുന്ന 'അത്തരം പെണ്ണുങ്ങ'ളുടെ വ്യക്തിത്വത്തെ അടയാളപ്പെടുത്തുന്നതിൽ എത്ര എഴുത്തുകാർ വിജയിച്ചിട്ടുണ്ടാകും. ഉള്ളിൽ ഉറങ്ങിക്കിടക്കുന്ന സദാചാരബോധവും പാട്രിയാർക്കിയും മൂലം അവരെ പാപത്തിലും വ്യഭിചാരത്തിലും തളച്ചിടാൻ ശ്രമിച്ചവരായിരുന്നല്ലോ നമുക്കറിയാവുന്നവരിൽ ഏറെയും.

തിരികെ വന്നാൽ, സാംസ്കാരിക ബോധത്തിൽ മുന്നിട്ട് നിൽക്കുന്നു എന്ന് സ്വയം അഭിമാനിക്കുന്ന കേരളീയ സമൂഹത്തിൽ വേശ്യകൾ എന്ന് പൊതുവേ വിളിക്കുന്ന അത്തരം പെണ്ണുങ്ങളുടെ അവസ്ഥ അടയാളപ്പെടുത്തുന്ന ഫിക്ഷനുകൾ നിരവധി വന്നുപോയിട്ടുണ്ട്. ലൈംഗിക

തൊഴിലാളികൾ എന്നു പറയുന്ന സ്ത്രീകളുടെ ജീവിതം, ബാലപീഡനങ്ങളുടെ യഥാർത്ഥ ചിത്രം വർഷങ്ങൾക്കു മുമ്പു തന്നെ മാധവിക്കുട്ടി 'രുഗ്മിണിക്കൊരു പാവക്കുട്ടി' എന്ന നോവലിൽ ഒരു നൊമ്പരചിത്രമായി വരച്ചുവെച്ചിരുന്നു.

"വാതിലുകൾ വീണ്ടും അടഞ്ഞു. പൂമുഖത്തുപോയി നാലുപാടും ഒന്ന് നോക്കി. കസവും കിന്നരികളും വെച്ചുപിടിപ്പിച്ചു തിളങ്ങുന്ന പുടവകൾ പെൺകുട്ടികൾ ധരിക്കുകയായിരുന്നു. അവർ മുഖത്ത് ചായം പൂശുകയും തലമുടിയിൽ പൂ ചൂടുകയും ചെയ്യുന്നു. നിലത്ത് ചോക്ക് കഷ്ണം കൊണ്ടുവരച്ച ഒരു വലിയ ചതുരത്തിനകത്തു നിന്ന് രണ്ട് പെൺകുട്ടികൾ ഓട് കഷണം എറിഞ്ഞ് കൊക്കിച്ചാടികളിക്കുന്നു." (പേജ് 18)

ഇവിടെ നിഷ്കളങ്കമായ ശൈശവം പോലും ലൈംഗികതയ്ക്കുവേണ്ടി ഹോമിക്കപ്പെടുന്നു. ഇടപാടുകാരിൽ ഏറെപ്പേരും ഈ കുഞ്ഞുബാല്യങ്ങളിൽ ആണ് അവരുടെ കാമാസക്തി തീർക്കുന്നത്. ചിലർ അവരുടെ അച്ഛന്റെയും അമ്മാവന്റെയും പ്രായമുള്ളവർ ആണെന്നുള്ളതാണ് സത്യം. കളിച്ചു നടക്കേണ്ട പ്രായത്തിൽ വേശ്യാലയത്തിന്റെ അകത്തളങ്ങളിൽ കാമവെറിക്കു പാത്രമാവുന്ന നിസ്സാഹായരായ കുഞ്ഞുബാല്യങ്ങളുടെ നേർചിത്രം. പീഡോഫീലിയ വളരെ വലിയ കുറ്റമായി സമൂഹം ഇന്ന് കൊണ്ടാടുന്നുവെങ്കിലും ഏറ്റവും കൂടുതൽ വിൽപനയ്ക്കായി വേശ്യാലയത്തിൽ കുരുതികൊടുക്കുന്നതും ഈ ബാല്യങ്ങളെ തന്നെയാണ്. മുലപ്പാലിന്റെ മണവും മധുരവും വറ്റാത്ത പിഞ്ചിളം ചുണ്ടിൽ ആണ്ടുപുളയുന്ന ദ്രംഷ്ടകൾ വാർത്തകളല്ലാതാവുന്ന കാലത്ത്, നിഷ്കളങ്കമായ ബാല്യത്തെക്കുറിച്ചുള്ള മാധവിക്കുട്ടിയുടെ എഴുത്ത് ആവർത്തിച്ച് പാരായണം ചെയ്യണം.

മാർക്വേസിന്റെ 'മെമ്മറീസ് ഓഫ് മൈ മെലങ്കളി ഹോർസ്' തൊണ്ണൂറു കഴിഞ്ഞ ആൾക്ക് പന്ത്രണ്ടുകാരിയോട് തോന്നുന്ന ശാരീരിക അഭിനിവേശത്തിൽ നിന്നും സ്നേഹത്തെക്കുറിച്ചുള്ള തിരിച്ചറിവു കൂടിയാണ്. ഇവിടെയും കുടുംബത്തിനുവേണ്ടിയാണ് അവൾ ശരീരം വിറ്റത്. കഥയിൽ പറഞ്ഞതിനപ്പുറം, പിന്നീട് അവൾക്ക് എന്തു സംഭവിച്ചു എന്ന് വായനക്കാരൻ ആകുലപ്പെടുന്നിടത്താണ് ഈ കൃതികൾ നമ്മെ വേട്ടയാടുന്നത്.

പിന്നീട് അത്തരം പെണ്ണുങ്ങൾക്ക് പ്രണയമോ വൈവാഹിക ജീവിതമോ സാധ്യമായോ എന്നത് വായനക്കാരന്റെ ഭാവനയെ അലോസരപ്പെടുത്തുന്നു. പ്രണയം നിഷിദ്ധമായ വികാരമാണെന്ന് ഹരിശ്രീ കുറിക്കുന്ന നാളിൽ തന്നെ അവളെ പഠിപ്പിച്ചിരിക്കുമല്ലോ.

"പുരുഷന്മാരെ പ്രേമിക്കുന്നത് അപകടം പിടിച്ച ഏർപ്പാടാണ്. കൂടെ ഉണ്ടായിരുന്ന രുഗ്മിണിയോടായി അവർ പറഞ്ഞു. കയറുകൊണ്ട് സ്വയം കെട്ടി മുറുക്കുന്നതുപോലെയാണത്. ആരേയും പ്രേമിക്കുന്നില്ലെങ്കിൽ നീ എപ്പോഴും സ്വതന്ത്രയായിരിക്കും. നീ അതോർത്തിരിക്കണം" (രുഗ്മണിക്കൊരു പാവക്കുട്ടി).

അത്തരം സ്ത്രീകൾക്ക് എന്തു സംഭവിച്ചു?

പ്രണയത്തെക്കുറിച്ചുള്ള 'അത്തരക്കാരികളുടെ' വീക്ഷണമാണിത്. പ്രണയം വ്യക്തി സ്വാതന്ത്ര്യത്തെ തന്നെ ഹനിക്കുന്നു എന്ന കാഴ്ച്ചപ്പാടിൽ രേഖപ്പെടുത്തിയ വരികൾ.

പ്രണയത്തെ എല്ലാ വേശ്യാലയവും ഭയപ്പാടോടെയാണ് കണ്ടത്. അത് മരിയയുടെ കോപകാബാന വേശ്യാലയത്തിലും രുഗ്മിണിക്കൊരു പാവക്കുട്ടിയിലെ വേശ്യാലയത്തിലും അങ്ങനെത്തന്നെ; കാമത്തിനു മാത്രമേ പ്രസക്തിയുള്ളൂ. പ്രണയമെന്ന വികാരം 'അത്തരം പെണ്ണുങ്ങ'ളെ ലൈംഗികവൃത്തിയിൽനിന്നും മാറി ചിന്തിപ്പിക്കാൻ കാരണമാകുമോ എന്ന ആശങ്ക, അല്ലെങ്കിൽ ലൈംഗിക തൊഴിലാളികൾ സ്വയം കൊഴിഞ്ഞുപോകുമോ എന്ന ഭയം-ഇവയെല്ലാം പ്രണയത്തെ അവരുടെ ജീവിതത്തിൽ നിന്നും മാറ്റി നിർത്താൻ നടത്തിപ്പുകാരെ പ്രേരിപ്പിക്കുന്നു.

ചുരുക്കത്തിൽ ലൈംഗിക തൊഴിൽ മറ്റെല്ലാ തൊഴിലും പോലെ, പ്രണയമില്ലാത്ത യാന്ത്രികമായ വേഴ്ച മാത്രമാകുന്നു. അധ്യാപകനും ശാസ്ത്രജ്ഞനും തന്നെക്കാൾ ഒട്ടും ഉയർന്നവരല്ലെന്ന് സാക്ഷ്യപ്പെടുത്തുന്നു ലൈംഗിക തൊഴിലാളിയുടെ ജീവിതാനുഭവത്തിൽ നളിനി ജമീല. വൈവിധ്യമുള്ള രതി ആസ്വദിക്കാനുള്ള മനുഷ്യന്റെ ത്വര നിലനിൽക്കുന്നിടത്തോളം കാലം, ലൈംഗികമായ അടിച്ചമർത്തൽ നിലനിൽക്കുന്നിടത്തോളം കാലം ലൈംഗിക തൊഴിൽ തുടരുക ചെയ്യും എന്ന് ഉറക്കെ പ്രഖ്യാപിക്കുകയാണ് നളിനി ജമീല. അതുമാത്രമല്ല മറ്റുള്ള സ്ത്രീകളെക്കാൾ കൂടുതൽ സ്വാതന്ത്ര്യം ലൈംഗിക തൊഴിലാളികൾ അനുഭവിക്കുന്നു എന്നും അവർ അഭിപ്രായപ്പെടുന്നു. തൊഴിൽ നിയമവിധേയമാക്കണം എന്ന് സർക്കാറിനോട് അഭ്യർത്ഥിക്കാനും അവർക്കു നിരവധി കാരണങ്ങളുണ്ട്. കേരളത്തിൽ മാത്രമാണ് ചുവന്ന തെരുവുകൾ ഇല്ലാത്തത് എന്നും അതാണ് വർധിച്ചു വരുന്ന ലൈംഗിക അതിക്രമങ്ങളുടെ കാരണമെന്നും അവർ ആവർത്തിച്ച് പരിതപിക്കുന്നു.

അതേസമയം ലൈംഗികവൃത്തി ഉപജീവന മാർഗമാക്കിയ ചുവന്ന തെരുവുകളുടെയും സോനാഗച്ചിയുടെയും നേർചിത്രം അത്തരം ആവശ്യങ്ങളെ പ്രതിരോധിക്കുന്നതാവും. മാധ്യമപ്രവർത്തകനായ അരുൺ എഴുത്തച്ഛന്റെ 'വിശുദ്ധപാപങ്ങളുടെ ഇന്ത്യ'യിൽ ഇപ്രകാരം അടയാളപ്പെടുത്തുന്നു: "സോനാഗച്ചിക്കകത്തേക്ക് പ്രധാന റോഡിൽ നിന്നുള്ള വഴികളെല്ലാം ഒമ്പതുമണിയാകുമ്പോഴേ പെണ്ണുങ്ങൾ കൈയ്യടക്കി കഴിഞ്ഞിരുന്നു. മെയിൻ റോഡിലൂടെ കടന്നുപോകുന്നവരെയെല്ലാം അവർ നോക്കിയിരിക്കുന്നുണ്ട്. ആരെങ്കിലും ഒരു നോട്ടം തിരിച്ചെറിഞ്ഞാൽ അവർ കണ്ണുകൊണ്ട് അകത്തേക്ക് ക്ഷണിക്കും." (പേജ് 86).

ഇവിടെ എത്തപ്പെടുന്ന ഏറിയ സ്ത്രീകളും ഒരേ സ്വരത്തിൽ പറയുന്നു-പട്ടിണി മാറ്റാൻ, മൂന്ന് നേരത്തെ ഭക്ഷണത്തിനു വേണ്ടി ഈ തൊഴിൽ ചെയ്യാൻ നിർബന്ധിതമാവുന്നു എന്ന്. കടുത്ത ദാരിദ്ര്യം മാത്രമാണ് ലൈംഗിക തൊഴിൽ ചെയ്യാൻ പ്രേരിപ്പിക്കുന്നത്. കർണ്ണാടകയിൽ

ദേവദാസികളായി മാറ്റപ്പെടുന്ന പെൺകുട്ടികൾക്ക് പറയാനുള്ളത് ദാരിദ്ര്യത്തിന്റെ ചരിത്രം തന്നെ. ലൈംഗികമായി ഉപയോഗിക്കാൻ തക്കം പാർത്തു നടക്കുന്ന പുരുഷകേന്ദ്രീകൃത സമൂഹത്തിന് ചൂഷണം ചെയ്യാൻ ഈ ദാരിദ്ര്യം ധാരാളമാണ്. "ഉജ്ജയിനിയിലെ കുംഭമേള നടത്താൻ തീരുമാനിച്ചതാണ് എല്ലാം നശിപ്പിച്ചത്. കുംഭമേളയ്ക്ക് സന്ന്യാസിമാർ വരുമ്പോൾ അവർ ഈ ദേവദാസികളുടെ കുടികളിൽ കയറി വ്യഭിചരിക്കുമെന്ന് ഉമാഭാരതിയുടെ സർക്കാർ ഭയന്നു. അങ്ങനെ ഉണ്ടായാൽ അത് ഹിന്ദുത്വത്തിന് അപമാനമാകും എന്നു കരുതി സർക്കാർ. അതുണ്ടാവാതിരിക്കാൻ കണ്ട പരിഹാരമാർഗം ദേവദാസികളെ ഇവിടെ നിന്ന് ഓടിക്കാമെന്നതായിരുന്നു. പൊലിസിനെ ഉപയോഗിച്ച് അടിച്ചോടിക്കുകയാണ് ചെയ്തത്."

ഇവിടെയും ഇരകളായത് സ്ത്രീകൾ മാത്രം. പുരുഷന്മാരുടെ ബ്രഹ്മചര്യം കാത്തു സംരക്ഷിക്കുക എന്നത് സർക്കാരിന്റെ പോലും ആവശ്യമായിരുന്നു. ഇതിനായി നശിപ്പിച്ചത് ലൈംഗിക തൊഴിലാളികളായ സ്ത്രീകളെ മാത്രമായിരുന്നു. കാമാത്തിപുരത്ത് റാണിയായി വിലസിയിരുന്ന സുനിത ഭ്രാന്തിയായി അലഞ്ഞുതിരിഞ്ഞ് ഓടയിൽനിന്ന് ഭക്ഷണം വാരി തിന്നുന്ന രംഗമുൾപ്പെടെ നളിനി ജമീലമാരുടെ ആവശ്യത്തിനു നേരെ പ്രതിരോധ ചിഹ്നമാകുന്നു.

ചുവന്നതെരുവിലെ കാഴ്ചകളിൽ മിക്കവരും നിത്യരോഗികളായി കാലം അവസാനിപ്പിക്കുന്നു. ആരും തന്നെ സാമ്പത്തികമായി സുരക്ഷിതരാവുന്നില്ല. അത് സോണാഗച്ചിയിലും കാമാത്തിപുരയിലും എന്ന വ്യത്യാസമില്ല.

പശ്ചിമേഷ്യയിലും ഈജിപ്തിലും ഗ്രീസിലും എന്നുവേണ്ട ഇങ്ങ് ദക്ഷിണേന്ത്യയിലെ ക്ഷേത്രമതിൽക്കെട്ടുകൾക്കുള്ളിൽ വരെ ദേവന് അർപ്പിക്കപ്പെടുന്ന സ്ത്രീജന്മങ്ങൾ നിരവധി; ഹൃദയം ദൈവത്തിനും ശരീരം സ്വാധീനമുള്ള മനുഷ്യന്മാർക്കും എന്ന വിധത്തിൽ സമൂഹം തന്നെ പ്രോത്സാഹിപ്പിച്ച ലൈംഗിക തൊഴിലുകളുടെ സാംസ്കാരിക പൈതൃകം പേറുന്നവരാണ് നാം. ദേവദാസി സമ്പ്രദായ കാലം മുതൽ വേശ്യകളായി മുദ്രകുത്തപ്പെട്ട സ്ത്രീകളെ, സമൂഹം കാണുന്നത് ശരീരം മാത്രമായാണ്. ശ്രീകൃഷ്ണന്റെ മരണശേഷം നിരാലംബരായ പതിനാറായിരം ഭാര്യമാർ ദേവദാസികളായി മാറിയെന്നതുൾപ്പെടെ ഭക്തിയുമായി ബന്ധപ്പെട്ട് നിരവധി കഥകൾ ദേവദാസികളെ സംബന്ധിച്ച് നിലനിൽക്കുന്നുണ്ട്. എന്നാൽ അതേ ദൈവങ്ങളെ പ്രതിഷ്ഠിച്ച അമ്പലത്തിലെ പ്രമാണിമാരും തെരുവിൽ കഴുകൻ കണ്ണുമായി കാത്തിരിക്കുന്ന സാമൂഹികദ്രോഹികളുമെല്ലാം ആവശ്യപ്പെടുന്നത് അവളുടെ ശരീരം മാത്രമാണ്. ദേവാസുര യുദ്ധത്തിൽ മരണപ്പെട്ട അസുരന്മാരുടെ ഭാര്യമാർ കൂട്ടമായി ബലാത്സംഗം ചെയ്യപ്പെട്ടപ്പോൾ ഇന്ദ്രൻ അവരുടെ തുണയ്ക്ക് എത്തിയെന്നും രാജാക്കന്മാരുടെ അരമനകളിലോ ദേവാലയങ്ങളിലോ താമസിച്ച് വേശ്യാവൃത്തി നടത്തുവാൻ ഇന്ദ്രൻ അവരെ ഉപദേശിച്ചെന്നും

ഒരു ഐതിഹ്യം പ്രചരിക്കുന്നുണ്ട്. മിത്തുകളും കെട്ടുകഥകളും എന്തു തന്നെയായാലും ലൈംഗികവൃത്തിയെ ഒരു തൊഴിലായി തന്നെ അതി പുരാതന കാലം മുതൽ കണ്ടവരാണ് ഭാരതീയരെന്ന് വ്യക്തം. അതിലു പരി ലൈംഗികവൃത്തിയിൽ ഏർപ്പെടുന്നവളെ മാനിക്കാനോ അവളുടെ ഇഷ്ടാനിഷ്ടങ്ങളെ തിരിക്കാനോ ആരും തയ്യാറായില്ല. അതിനാൽ തന്നെ അവളുടെ സ്വപ്നങ്ങൾക്കോ കാമനകൾക്കോ തുടർച്ചയുണ്ടാവുന്നില്ല. അവളുടെ ആകാശം അവളിലേക്ക് മാത്രം ചുരുങ്ങിപ്പോകുന്നു.

'പാവപ്പെട്ടവരുടെ വേശ്യ'യിൽ വൈക്കം മുഹമ്മദ് ബഷീർ പറയുന്നു: "കുടിലുകൾ, വീടുകൾ, മാളികകൾ, കൊട്ടാരങ്ങൾ. ഈ ലോകത്തിലെ ഓരോ വേശ്യയെയും പറ്റി ഞാൻ ചിന്തിച്ചു. ലോകത്തിലെ എല്ലാ രാജ്യ ങ്ങളിലുമുണ്ടല്ലോ വേശ്യകൾ. വേശ്യകൾ–ഹോട്ടലുകളാണ്. ലൈംഗിക മായ വിശപ്പും ദാഹവും തീർക്കാനുള്ള ഹോട്ടലുകൾ. വാടക സുന്ദരി കൾ...." പക്ഷേ ഇത് കഥാകാരന്റെ ബോധത്തിനപ്പുറം പൊതുബോധ മല്ലെന്ന തിരിച്ചറിവ്, മലയാളിയുടെ സദാചാര സങ്കല്പങ്ങളിന്മേലാണ് കെട്ടിപ്പടുത്തത്. തനിക്കുവേണ്ടി ശരീരം നൽകിയവളെ ആരാധിക്കണ മെന്ന കാല്പനിക ചിന്തയും കഥാകൃത്തിനു മാത്രം ഉണ്ടാകുന്നതാണ്.

"പുഷ്പങ്ങളും സുഗന്ധദ്രവ്യങ്ങളുമായി ഭക്തന്മാർ മലയുടെ മുകളി ലേക്കു പ്രവഹിച്ചുകൊണ്ടിരുന്നു. മാനസാദേവിയുടെ മുമ്പിൽ ചെന്നുനിന്നു തൊഴുതു. "ദേവീ നിനക്കുവേണ്ടി ഞാൻ പുഷ്പങ്ങൾ കൊണ്ടുവന്നി ട്ടില്ല. സുഗന്ധദ്രവ്യങ്ങളുമില്ല എന്റെ വശം. പുഷ്പങ്ങൾക്കും സുഗന്ധ ദ്രവ്യങ്ങൾക്കും പകരം ഞാൻ പുഷ്പത്തേക്കാളും സുഗന്ധദ്രവ്യ ത്തേക്കാളും പരിശുദ്ധിയുള്ള വേശ്യയെ കൊണ്ടുവന്നിരിക്കുന്നു... സ്വീക രിച്ചാലും..." 'വേശ്യകളേ, നിങ്ങൾക്കൊരമ്പലം' കഥയിൽ എം മുകുന്ദന്റെ വിചാര വിപ്ലവം ഏറ്റെടുക്കാൻ സദാചാര ബോധം അനുവദിക്കില്ലല്ലോ.

ഒരിക്കൽ ലൈംഗികതൊഴിലിൽ ഏർപ്പെട്ടാൽ ജീവിതകാലം അതിൽ നിന്നും മോചനമില്ല. പക്ഷേ പ്രായം വലിയ ഒരു ഘടകമാണെന്ന് നളിനി ജമീല ആവർത്തിച്ച് അടിവരയിടുന്നു. പത്തു വർഷം മുമ്പുള്ള നളിനി ജമീലയെ മാത്രമേ മലയാളിക്കറിയൂ. അതിനു ശേഷം അവർ പിറന്ന നാട്ടിൽ നിന്നും ജോലിസ്ഥലത്തു നിന്നും പലായനം ചെയ്യപ്പെട്ടു. ആത്മ കഥയെച്ചൊല്ലി തർക്കം നിലനിന്നിരുന്നു. 2005ൽ ഇറങ്ങിയ ആത്മകഥ തന്റെ കഥയെ, ജീവിത വീക്ഷണങ്ങളെ അവരുടെ കാഴ്ചപ്പാടുകളിൽ വളച്ചൊടിക്കുകയായിരുന്നു. ജീവിതത്തിൽ ആത്മകഥ തിരുത്തിയ ആദ്യത്തെ വ്യക്തി താൻ ആയിരിക്കും എന്ന അഭിമാനബോധവും അവർ ഇപ്പോൾ പങ്കുവെയ്ക്കുന്നു. ആത്മകഥ തിരുത്തിയപ്പോൾ പലർക്കും വിശ്വാസം നഷ്ടപ്പെട്ടു. അതിനു മുമ്പേ പലരും തിരിച്ചറിഞ്ഞു. എന്നെ ഉപയോഗിച്ച ക്ലൈന്റ്സ് എല്ലാം എന്നെ പേടിക്കാൻ തുടങ്ങിയിരിക്കുന്നു. ആത്മകഥയെന്ന 'സ്മാർത്ത വിചാര'ത്തിലൂടെ അവരുടെ പേര് ഞാൻ വിളിച്ചു പറയുമോ എന്നുള്ള ഭയം അവരെ പിന്തുടർന്നു. എന്റെ പുസ്തകം

പൊതുസ്ഥലങ്ങളിൽ വിൽക്കാൻ വെച്ചപ്പോൾ ആളുകൾ എന്നെ ശരിക്കും ഭയപ്പെട്ട് തുടങ്ങിയിരുന്നു. അതോടെ ഇടപാടുകാർ കുറഞ്ഞു. പ്രായം ശരീരത്തിന്റെ സാധ്യതകളെ തളർത്തി". - ഇടറാത്ത ജീവിതാസക്തി യിൽ നളിനി ജമീല അവസാനം തുറന്നു പറയുന്നു: "വാസവദത്തെ യാണ് എന്റെ എക്കാലത്തെയും പ്രിയപ്പെട്ട കഥാപാത്രം. കാരണം, എനിക്കും ഒരു പ്രണയമുണ്ട്, അത് അദ്ദേഹത്തിനും അറിയാം..." പക്ഷേ പ്രണയിക്കപ്പെടുന്ന ആൾ അത് തുറന്ന് സമ്മതിച്ചെന്നു വരില്ല.

എന്നിട്ടും നളിനി ജമീലമാരും പൗലോ കൊയ്ലോയുടെ മറിയമാരും ദസ്തയേവ്സ്കിയുടെ സോണിയമാരും പ്രണയിച്ചുകൊണ്ടേയിരിക്കുന്നു; സ്വത്വബോധത്തിൽ സ്വയം വിമലീകരിക്കുന്നു. സമൂഹവും എഴുത്തു കാരും ഒരുപാട് ഒരുപാട് വളരുമ്പോൾ മാത്രമാവും അതിൽ പല പ്രണ യവും ലോകം തിരിച്ചറിയുന്നതെന്നു മാത്രം.

'അത്തരം സ്ത്രീകളുടെ' സ്വപ്നങ്ങൾ, അടക്കിവെച്ച ജീവിത കാമന കൾ പൂവണിയുന്ന കാലം എത്ര അകലെയാണ്! ■

സഹായഗ്രന്ഥങ്ങൾ

- Resurrection, Leo Tolstoy, Doddmead 1899.
- Crime and Punishment, Penguin, 2003.
- Eleven minutes, Rocco Publisher, 2003.
- മുകുന്ദൻ, വേശികളെ നിങ്ങൾക്കൊരമ്പലം, സമ്പൂർണ്ണ കൃതികൾ, ഡി.സി. ബുക്സ്, 2009.
- മാധവിക്കുട്ടിയുടെ കഥകൾ, രുഗ്മിണിക്കൊരു പാവകുട്ടി, ഡി. സി. ബുക്സ്.

നോട്ടത്തിലേക്ക്
ചില എത്തിനോട്ടങ്ങൾ

"ദൂരെ നിന്ന് യമിതന്നെയാശു ക-
ണ്ടാരതെന്നുമുടനേയറിഞ്ഞവൾ
പാരമിഷ്ടജനരൂപമോരുവാൻ
നാരിമാർക്കു നയനം സുസൂക്ഷ്മമാം"
(നളിനി-കുമാരനാശാൻ)

സ്ത്രീയുടെ നോട്ടം ഇത്രമേൽ ഭാവുകത്വപരവും സൂക്ഷ്മതല സ്പർശിയുമാവാൻ എന്തായിരിക്കും കാരണം? കാവ്യഭംഗി മാത്രമല്ല, ശാസ്ത്രീയവും ജൈവികവുമായ പൊരുത്തം കൂടി അതിന് കൈവരുന്നു. സാധാരണ നിലയിൽ പുരുഷന്റെ നോട്ടം വിശാലമായ തലങ്ങളിലേക്ക് വ്യാപിക്കുമ്പോൾ സ്ത്രീകളുടെ നോട്ടം കേന്ദ്രീകരിക്കപ്പെടുന്നു.

പെൺ നോട്ടത്തിന്റെ കാല്പനിക ചാരുത മാത്രമല്ല, ആശാൻ വിവരിച്ചത്.

"കണ്ണേറുകൊണ്ടു കലുഷക്കടലിൽക്കമഴ്ത്തും
പെണ്ണുങ്ങളും പുഴുക്കളും തിന്നു പൊലിഞ്ഞുപോകും"

എന്ന് 'കാമിനീഗർഹണ'ത്തിൽ ആശാൻ എഴുതിയത് വിസ്മരിക്കുന്നില്ല. ശാപവചസ്സായും തത്ത്വശാസ്ത്രമായും സ്ത്രീക്കുനേരെ തരംപോലെ പ്രയോഗിക്കപ്പെടുന്ന വരികളാണിവ.

"വൈരാഗ്യമേറിയൊരു വൈദികനാട്ടെ, യേറ്റ-
വൈരിക്കു മുൻപുഴറിയോടിയ ഭീരുവാട്ടെ,
നേരേ വിടർന്നു വിലസീടിന നിന്നെ നോക്കി-
യാരാകിലെന്തു, മിഴിയുള്ളവർ നിന്നിരിക്കാം."

എന്ന് ആസ്വാദക കോണിൽ വീണപൂവിൽ പാടിയതും കുമാരനാശാനാണ്.

പറഞ്ഞുവന്നത് നോട്ടത്തെക്കുറിച്ചു തന്നെ. സ്ത്രീകൾക്കെതിരെ ഒരാൾ 14 സെക്കന്റിലധികം നോക്കിയാൽ ആ വ്യക്തിക്കെതിരെ കേസ് എടുക്കാമെന്നും തങ്ങളുടെ സ്വകാര്യതയിലേക്ക് അന്യായമായി കടന്നു

കയറ്റം നടന്നതായി തോന്നിയാൽ പെൺകുട്ടികൾക്ക് അതേക്കുറിച്ച് പൊലീസിൽ പരാതി നൽകാമെന്നും എക്സൈസ് കമ്മിഷണർ ഋഷി രാജ് സിംഗിന്റെ പ്രസംഗത്തിന്റെ അനുരണനങ്ങളാണ് ചൂടുള്ള സംവാദങ്ങളിലേക്ക് നോട്ടത്തെ പറിച്ചുനട്ടത്.

നോട്ടത്തെ സംബന്ധിച്ച് കേസുകളൊന്നും രേഖപ്പെടുത്താത്തതിന് കാരണം സ്ത്രീകൾ പരാതി നൽകാത്തതിനാലാണെന്ന് നിയമവിദഗ്ധർ ചൂണ്ടിക്കാട്ടുന്നു. നോട്ടവും പൊലീസ് സ്റ്റേഷൻ കയറുന്ന കാലത്തെക്കുറിച്ച് വേവലാതി ഉള്ളവർ എത്രയോ; നിയമപരമായ പരിരക്ഷ കിട്ടുമെന്ന തിരിച്ചറിവിൽ സാമൂഹികമാധ്യമങ്ങളിലുൾപ്പെടെ ആവേശത്തോടെ പ്രതികരിച്ചവരും അത്തരം സാധ്യത ആരാഞ്ഞവരും ചെറുതല്ല.

സ്ത്രീകൾക്കെതിരായ് വർധിച്ചുവരുന്ന അതിക്രമങ്ങളുടെ പശ്ചാത്തലത്തിൽ നിയമപരമായ ഓർമ്മപ്പെടുത്തലിനെ സ്വാഗതം ചെയ്യുന്നവരും നോട്ടങ്ങളുടെ കാല്പനിക വസന്തമില്ലാതെ ജീവിതം എത്രമേൽ വിരസമെന്ന് നെടുവീർപ്പ് ഉതിർക്കുന്നവരും ഇക്കാലയളവിൽ സംവാദവേദികളെ സമ്പന്നമാക്കി.

പതിന്നാല് സെക്കന്റ് നോട്ടമെന്നല്ല, സ്ത്രീത്വത്തെ അപമാനിക്കുന്ന ഒരു സെക്കന്റ് നോട്ടംപോലും കുറ്റകരമാണെന്ന് നിയമം അനുശാസിക്കുന്നു. ഒരു വാക്കോ നോക്കോ മതി അവളെ അപമാനിക്കാൻ. 14 സെക്കന്റ് തുറിച്ചുനോട്ടം എന്ന പരാമർശത്തിന് അവലംബം ജസ്റ്റിസ് വർമ്മ കമ്മീഷൻ ശിപാർശകൾ ആണെന്നും നിശ്ചിത സമയം ഒരു പുരുഷൻ തന്നെ തുറിച്ചുനോക്കിയതായി സ്ത്രീ പരാതിപ്പെട്ടാൽ എഫ് ഐ ആർ രജിസ്റ്റർ ചെയ്യണമെന്നാണ് കമ്മീഷൻ റിപ്പോർട്ടിലെ നിർദ്ദേശമാണെന്നും പലരും വൈകിയാണ് മനസ്സിലാക്കിയത്. രാജ്യത്തെ നടുക്കി ഡൽഹിയിൽ മാനഭംഗത്തിന് ഇരയായി പെൺകുട്ടി മരിച്ച സംഭവത്തെ തുടർന്നാണ് ജസ്റ്റിസ് വർമ്മ കമ്മീഷനെ നിയോഗിച്ചത്. ഒളിഞ്ഞുനോട്ടം നടത്തുന്ന പുരുഷൻ ഐ പി സി 354 (സി) പ്രകാരം നമ്മുടെ നാട്ടിൽ ശിക്ഷാർഹനാണ്; 14 സെക്കന്റ് എന്ന സമയപരിധി പോലും ഒളിഞ്ഞു നോട്ടത്തെ സംബന്ധിച്ച് പരിഗണനാവിഷയമല്ല.

ഇവിടെ തുറിച്ചുനോട്ടം തന്നെയാണ് പ്രതി. തുറിക്കാതെ എത്ര വേണമെങ്കിലും നോക്കാമോ എന്ന ചോദ്യം സ്വാഭാവികമായും ഉയരും. ഓരോ നോട്ടത്തിന് പിന്നിലെയും ജൈവികചോദനയിലേക്ക് തിരനോട്ടം നടത്തേണ്ടത് ഈ പശ്ചാത്തലത്തിലാണ്.

സത്യത്തിൽ ആളുകൾ എന്തിനാവും നോട്ടം പിൻവലിക്കാതിരിക്കുന്നത്? സ്നേഹം, അനുരാഗം, ആരാധന, കാമം, കൗതുകം, അനുകമ്പ; അപൂർവം സമയങ്ങളിൽ കോപവും കാരണമാവാം. നോട്ടത്തിന്റെ ജൈവപരവും മനഃശാസ്ത്രപരവുമായ ചില ഓർമ്മപ്പെടുത്തലുകളിലേക്ക് കണ്ണോടിക്കുമ്പോൾ സൗന്ദര്യാത്മകതയ്ക്കു തന്നെയാണ് പ്രാമുഖ്യമെന്ന് വ്യക്തം.

അത്തരം സ്ത്രീകൾക്ക് എന്തു സംഭവിച്ചു?

സാമാന്യനോട്ടത്തെ പിടിച്ചുനിർത്തുന്നതെന്തോ അതാണ് അഴകെന്ന് പ്രകൃതി പഠിപ്പിച്ച പാഠം. അപ്പോൾ സൗന്ദര്യാത്മകമായതിനു നേരെയുള്ള നോട്ടത്തെ ആസ്വാദനം എന്ന സംജ്ഞയിൽ വിശേഷിപ്പിക്കാം. ആഹ്ലാ ദവും സംതൃപ്തിയും ഉൾപ്പെടെയുള്ള അനുഭവങ്ങൾ പകർന്നു നൽകുന്ന ആശയവും സവിശേഷതയുമാണല്ലോ സൗന്ദര്യം. മറ്റു ജീവിവർഗങ്ങളിൽ അവയുടെ വംശവർധനവ് ഉൾപ്പെടെ പ്രകൃതി നിയമങ്ങളെ പരിപാലി ക്കുന്നതിനാണ് സൗന്ദര്യം; മനുഷ്യവർഗത്തിൽ അതിനൊപ്പം അവന്റെ സർഗവ്യാപാരത്തെയും അത് പ്രചോദിപ്പിക്കുന്നു.

സൗന്ദര്യത്തോടുള്ള മനുഷ്യന്റെ ആസക്തിയുള്ളിടത്തോളം കാലം ഈ ലോകം അവന്റെ കണ്ണിൽ സുന്ദരമായിരിക്കും. അടിസ്ഥാനപരമായി ആ സൗന്ദര്യാരാധനയാണ് അനുപമമായ സൃഷ്ടികളിലേക്കും ഭാവന കളിലേക്കുമുള്ള മനുഷ്യന്റെ എത്തിനോട്ടത്തെ പ്രോത്സാഹിപ്പിക്കുന്നത്.

രാഗപൂർണമായ നോട്ടങ്ങൾ ചുംബനംപോലെയാണ്; അവ ലോകത്തെ കീഴ്മേൽ മറിക്കുന്നു. പ്രണയത്തിന്റെ അഗാധ നീലിമ ഒളിപ്പിച്ചുവെച്ച മിഴികളെപ്പറ്റി, കാല്പനിക ചാരുത പകർന്ന അവയുടെ വിഷാദഭാവത്തെ പ്പറ്റി ഇക്കാലമത്രയും പാടിയിട്ടും കവികൾക്ക് മതിയായില്ല. അല്ലാതെ യുള്ള നോട്ടങ്ങളോ? അത് ലിംഗപരമായി ആഴത്തിൽ പഠിക്കേണ്ട വിഷയം കൂടിയാണ്.

ജെൻഡർ എന്ന പദത്തെ മുൻനിർത്തിയുള്ള വിചാരങ്ങളിലേക്ക് നമ്മെ നയിക്കുന്നത് ഈ ദിശാസൂചനകളാണ്. ജെൻഡർ എന്ന വാക്ക് ആൺ ലിംഗത്തെയും പെൺലിംഗത്തെയും പ്രതിനിധാനം ചെയ്യുന്നു. sex chromosomeനെയും അത് പ്രതിനിധാനം ചെയ്യുന്ന അവയവങ്ങളെയും മുൻനിർത്തിയാണ് ഇത്തരമൊരു വകഭേദം നമ്മൾ സൃഷ്ടിച്ചത്. മനുഷ്യ കുലത്തിലും സർവചരാചരങ്ങളിലും പ്രത്യുത്പാദന അവയവങ്ങളെ ആശ്രയിച്ചു തന്നെയാണ് ആൺ-പെൺ ജെൻഡറുകൾ രൂപപ്പെട്ടത്. മുമ്പ് പരാമർശിച്ച സൗന്ദര്യത്തിനും ആകാര സവിശേഷതകൾക്കും പ്രഥമ പരി ഗണന സകല ജീവജാലങ്ങളും നൽകുന്നുണ്ട്. ഈ പരിഗണനകളെല്ലാം പ്രധാനമായും പരസ്പരമായ ആകർഷകത്വത്തെയും അവകാശവാദ ത്തെയും ആസ്പദമാക്കിയാണ്. ഈ വാദങ്ങളെല്ലാം ചേർന്നു നിൽക്കു ന്നത് ഏറെക്കുറെ ചാൾസ് ഡാർവിന്റെ പരിണാമ സിദ്ധാന്തത്തെ ആശ്രയി ച്ചാണ്. കാലാകാലങ്ങളായി നിലനിന്നുപോകുന്ന ഇത്തരം ആശയങ്ങളെ ശാസ്ത്രീയമായി മറികടന്നാണ് മൂന്നാംലിംഗത്തിന്റെ അഥവാ ട്രാൻസ് ജെൻഡറുകളുടെ കടന്നുവരവ്.

പറഞ്ഞുവരുന്നത്, നോട്ടവും വാക്കും സ്പർശവുമുൾപ്പെടെ ലോലവും തീക്ഷ്ണവുമായ വൈകാരിക തലങ്ങൾ സൃഷ്ടിക്കുന്ന എന്തിനെയും സ്ത്രീ, പുരുഷ ലിംഗങ്ങളെ ആസ്പദമാക്കി വിശകലനം ചെയ്യാൻ ഇക്കാലത്ത് സാധിക്കില്ല എന്നാണ്. മൂന്നാം ലിംഗക്കാരും ഇവിടെ കക്ഷിചേരും.

വിഖ്യാത ജന്തുശാസ്ത്രജ്ഞനായ ഡോ. ഡെസ്മണ്ട് മോറിസിന്റെ പ്രശസ്തമായ പുസ്തകം 'The naked Women' പ്രകാശന ചടങ്ങിൽ ഏറ്റുവാങ്ങിയ ഒരു വിശേഷണം ഇങ്ങനെയാണ്: "I wonder how many specimens Desmond Monis inspected before deciding that every woman has a beautiful body". ChnsS Every woman has a beautiful body എന്ന പരാമർശത്തിലൂടെ അടിവരയിടുന്നത് മനുഷ്യകുലത്തിൽ സ്ത്രീ വർഗ ത്തിനാണ് സൗന്ദര്യമായ ശരീരവും ആകാരവും ഉള്ളൂവെന്ന ധാരണ കൾക്കാണ്. പരിണാമ സിദ്ധാന്തത്തെ ആസ്പദമാക്കി അദ്ദേഹം സ്ത്രീ ശരീരത്തെ വിശദീകരിക്കുന്നു. പെണ്ണുടലിലെ കാൽനഖം മുതൽ തല നാരിഴ വരെയുള്ള ഭാഗങ്ങളെ സൗന്ദര്യാത്മകമായും ശാസ്ത്രീയമായും സവിസ്തരം സമീപിച്ച വ്യക്തിയാണല്ലോ അദ്ദേഹം. സ്ത്രീ ശരീരത്തിലെ ഓരോ അവയവത്തിന്റെയും ഘടന വിശകലന വിധേയമാക്കുന്ന മോറിസ് അവളുടെ മനോധർമ്മത്തിലേക്കും വെളിച്ചം വീശുന്നു.

ഇത്തരം അറിവുകളെ മലയാളത്തിലേക്ക് സ്വാംശീകരിച്ച പുസ്തക മാണ്, സമകാലീന ശാസ്ത്രസാഹിത്യത്തിലെ ശ്രദ്ധേയനായ ജീവൻ ജോബ് തോമസിന്റെ 'രതി രഹസ്യം'. പ്രണയം, ലൈംഗികത ഇവ യെല്ലാം നിലനിൽക്കുന്നതു തന്നെ ചെറുതും വലുതുമായ ഒരുപാട് നുണ കളിലൂടെയാണെന്ന് പുസ്തകം സമർത്ഥിക്കുന്നു. "ഓരോ ജീവിയും തന്റെ ഇണയെ കരസ്ഥമാക്കാനുള്ള വ്യത്യസ്തമായ ബുദ്ധികൾ പ്രയോ ഗിക്കും. താൻ വളരെ വിശ്വസ്തയായ പങ്കാളിയായിരിക്കുമെന്ന് സംശയ ത്തിനിടയില്ലാത്തവിധം താൻ ഇഷ്ടപ്പെടുന്നയാളുടെ മുമ്പിൽ സ്ഥാപിച്ചെ ടുക്കുക എന്നതാണ് ഏതൊരു ജീവിയുടെയും ലൈംഗിക ജീവിതത്തിലെ ഏറ്റവും പ്രധാനമായ ഘട്ടം. നീ ഉള്ളിൽ ആഗ്രഹിക്കുന്ന വിധത്തിലുള്ള ഒരു ഇണയായിരിക്കും ഞാനെന്ന് ഓരോ ജീവിയും പരസ്യപ്പെടുത്തൽ നടത്തുന്നുണ്ട്. ഇത്തരം പരസ്യപ്പെടുത്തലുകൾ കൂടുതൽ സൂക്ഷ്മവും പ്രായോഗികവുമാകാൻ ആണിന് പെണ്ണിന്റെയും പെണ്ണിന് ആണിന്റെയും ലോകത്തെക്കുറിച്ച് നല്ല ധാരണ വേണം. താൻ തെരഞ്ഞെടുക്കുന്ന ആളിന്റെ സങ്കല്പത്തിലെ ഇണയാവാൻ ഇങ്ങനെ ഓരോ ആണും പെണ്ണും സ്വയ മറിയാതെയും അറിഞ്ഞുകൊണ്ടും നൂറുനൂറു നുണകൾ നിരന്തരം പറ ഞ്ഞുകൊണ്ടിരിക്കും. പറയുന്നതിനപ്പുറം ശരീര ഭാഷകൊണ്ടും പ്രവർത്തി കൊണ്ടും നുണകൾ പ്രവർത്തിച്ചുകൊണ്ടിരിക്കും." (പേജ് 26)

ഇണയെ തിരഞ്ഞെടുക്കുമ്പോൾ സ്ത്രീകൾ കൂടുതലായും പുരു ഷന്റെ സാമ്പത്തിക ഭദ്രതയ്ക്ക് പ്രാധാന്യം കൊടുക്കാറുണ്ടെന്നും മറിച്ച് പുരുഷൻ പ്രധാനമായും സ്ത്രീയുടെ അഴകിനാണ് പ്രധാന്യം കല്പി ക്കുന്നതെന്നും പഠനങ്ങൾ സമർത്ഥിക്കുന്നു. ഏത് ഭൂഖണ്ഡത്തിലും ഏത് ധ്രുവത്തിലും ഈ രീതി തന്നെയാണ് കാലങ്ങളായി അനുവർത്തിച്ചു പോരുന്നത്. പുരുഷന്മാർ തന്റെ ഇണയായി വരുന്ന സ്ത്രീയുടെ സാമ്പത്തിക ശേഷിയേക്കാൾ അവളുടെ സൗന്ദര്യത്തിനാണ് പ്രാധാന്യം കൊടുക്കുന്നതെന്ന സാമാന്യവത്കരണം അവഗണിക്കാൻ സാധിക്കില്ല.

അത്തരം സ്ത്രീകൾക്ക് എന്തു സംഭവിച്ചു?

ആഗോളതലത്തിൽ മനുഷ്യരുടെ ഇണബന്ധങ്ങളുടെ രീതി പരിശോധിച്ചാൽ അപഗ്രഥിക്കാൻ സാധിക്കുന്നത്, പുരുഷൻ തന്റെ ഇണയ്ക്ക് കൂടുതൽ വിഭവങ്ങൾ ഒരുക്കാൻ തയ്യാറാവുമ്പോൾ സ്ത്രീയിൽനിന്നും ആകർഷകമായ ശാരീരിക പ്രത്യേകതകൾ പ്രതീക്ഷിക്കുന്നു. മറിച്ച് സ്ത്രീകൾ തന്റെ ഇണയായി വരുന്ന പുരുഷന് മുമ്പിൽ ആകർഷണീയമായ സ്ത്രീസൗന്ദര്യത്തെ പരസ്യപ്പെടുത്തുന്നു. ഇതിനോട് ബന്ധപ്പെടുത്തി സ്ത്രീകളുടെ വസ്ത്രധാരണം, ചമയം, ശരീരഭാഷ എന്നിവയൊക്കെ ബോധപൂർവമായ ഒരു ഇടപെടലാണെന്ന് ചൂണ്ടിക്കാണിക്കാം.

ആണായാലും പെണ്ണായാലും ഇത്തരത്തിൽ നടത്തുന്ന ബോധപൂർവമായ ഒരുക്കങ്ങൾ എല്ലാം തന്നെ ആത്യന്തികമായി പരസ്പരാകർഷണം എന്ന പൊതുബോധത്തെ കേന്ദ്രീകരിച്ചാണ്. ആ അർത്ഥത്തിൽ 'നോട്ട'ത്തെ പ്രസ്തുത തലത്തിലും വിശകലന വിധേയമാക്കാവുന്നതാണ്. ആണിന് മുമ്പിൽ പ്രദർശനവിധേയമാകുന്ന സ്ത്രീയിലേക്കുള്ള നോട്ടം പലവിധമുണ്ടെന്ന് സൂചിപ്പിച്ചല്ലോ.

ഡെസ്മണ്ട് മോറിസിന്റെ അഭിപ്രായത്തിൽ, രണ്ട് വ്യക്തികൾ കാണുകയും തമ്മിലുള്ള ബന്ധം അനുഭവപ്പെടുകയും ചെയ്യുമ്പോൾ പൊടുന്നനെ ഒരു സംഘർഷാവസ്ഥയിൽ ചെന്നു വീണതായി അവർക്കു തോന്നും. അവർക്ക് അന്യോന്യം നോക്കണം, എന്നാൽ നോക്കാതിരിക്കുകയും വേണം. ഈ അവസ്ഥയിൽ തങ്ങളുടെ മാന്യത പ്രകടിപ്പിക്കാൻ സ്ത്രീ വളരെ പെട്ടെന്ന് നോട്ടം പിൻവലിച്ച് ദൂരേക്ക് നോക്കും; പുരുഷനും തന്റെ നോട്ടം പിൻവലിക്കും. എന്നാൽ ചില പുരുഷന്മാർ നോട്ടം പിൻവലിക്കില്ല. ഈ തുറിച്ചുനോട്ടമാണ് അവളെ അസ്വസ്ഥയാക്കുന്നതെന്ന് പഠനങ്ങൾ തെളിയിക്കുന്നു.

കാല്പനിക പ്രണയത്തിന്റെ കാലമാണ് ആർദ്രവും കാവ്യാത്മകവുമായ നോട്ടങ്ങളെ പ്രദാനം ചെയ്യുന്നത്. കാല്പനിക പ്രണയത്തിന്റെ ഋതുഭംഗികൾ പെയ്തുണരുന്നത് കലാലോലമായ കടാക്ഷങ്ങളിലൂടെയാണ്. അതിന് കാലവും സമയവും സ്ഥലവും ബാധകല്ല; അത് ആത്മാവിനെ നുള്ളിനോവിക്കുമ്പോൾ തുറിച്ചു നോട്ടം ആത്മാഭിമാനത്തെ കീറി മുറിക്കയാണ് ചെയ്യുന്നത്. കണ്ണിൽ കണ്ണിൽ നോക്കിയിരിക്കാൻ ഉള്ളിൽ സ്നേഹക്കടൽ കാത്തുവെയ്ക്കുന്നവർക്കേ സാധിക്കൂ. കണ്ണിൽ നോക്കി സംസാരിക്കുന്നവരെ മാന്യരും സത്യസന്ധരുമെന്ന് വാഴ്ത്തിയത് നമ്മുടെ ലക്ഷണ ശാസ്ത്ര ഗ്രന്ഥങ്ങളാണ്. പ്രണയത്തിലധിഷ്ഠിതമായ നോട്ടം ബാഹ്യവും ആന്തരികവുമായ സൗന്ദര്യത്തെ വിളംബരം ചെയ്യുക മാത്രമല്ല, പരസ്പര വിശ്വാസത്തെ ഊട്ടിവളർത്തുകയും ചെയ്യുന്നു. രണ്ടു പേർ പരസ്പരം പറയുന്ന സത്യത്തെ സംസ്കരിച്ച് എടുക്കുന്ന പ്രക്രിയയാണല്ലോ പ്രണയം.

പുരുഷ വർഗം തന്റെ മറുപാതിയെ (ബെറ്റർ ഹാഫ്) തിരഞ്ഞുകൊണ്ടിരിക്കുന്നതിന്റെ ഭാഗം കൂടിയാണ് അവൻ സ്ത്രീകൾക്കു നേരെ എയ്യുന്ന

നോട്ടങ്ങളെന്ന് വ്യാഖ്യാനിക്കാം. സമൂഹത്തിലെ സ്വയംനിയന്ത്രിതമായ ചില കള്ളികളിൽ സ്ത്രീ അത്തരം വികാരങ്ങളെ ഒതുക്കിവെയ്ക്കുമ്പോൾ ഏതു പൊതു ഇടത്തും പുരുഷന് അത്തരം വിലക്കുകൾ സാധാരണയായി ഉണ്ടാകാറില്ല. അതിനാൽ അവന്റെ നോട്ടം പൊതു ഇടങ്ങളിൽ സ്വാതന്ത്ര്യ പ്രഖ്യാപനം നടത്തുന്നു. അത് ചിലപ്പോൾ പരിധിയും പരിമിതിയും വിട്ടുപോകുന്നു.

തന്റെ അതിവൈകാരിക പ്രകടനത്തിനൊപ്പം തനിക്ക് ഇഷ്ടമല്ലാത്ത സംഗതികൾക്കു നേരെയും തുറിച്ചുനോട്ടം എയ്തുവിടുന്നത് പൊതുവായ രീതിയാണ്. മൂന്നാം ലിംഗക്കാരെ നോക്കുന്നത് പലപ്പോഴും ഇവ്വിധമാണ്. അത്തരം നോട്ടങ്ങൾ സാംസ്കാരികമായ അപചയത്തിന്റെ ഫലം കൂടിയാണ്.

കലാലയ മുറ്റത്തുപോലും സൗഹൃദങ്ങൾക്കും പ്രണയത്തിനും അപ്പുറം പെൺശരീരത്തിനു നേരെയുള്ള തുറിച്ചുനോട്ടങ്ങൾ പതിവു സംഭവമാണ്. സ്ത്രീയുടെ ശരീരത്തിൽ ഉള്ളതിനേക്കാൾ തീവ്രമായ അളവിൽ സ്വതന്ത്രമായ ടെസ്റ്റോസ്റ്റീറോൺ ആൺശരീരത്തിൽ നിലനിൽക്കുന്നതിനാൽ കൗമാരദശയുടെ കാലത്തു തന്നെ അവൻ അമിതമായ ലൈംഗികാഭിനിവേശത്തിലേക്ക് നയിക്കപ്പെടും. പെൺകുട്ടികൾ ഇക്കാലയളവിൽ ആണിനെ നിരീക്ഷിക്കുന്നതിൽ തത്പരരാവുമ്പോൾ ആണിന്റെ ഭാവന അണപൊട്ടി ഒഴുകുന്ന സമയമാണ്. എന്നാൽ മറ്റു ജീവി വർഗങ്ങളിൽ ടെസ്റ്റോസ്റ്റീറോൺ ഇത്തരത്തിലല്ല പ്രവർത്തിക്കുന്നത്. ഇത് ആന്തരികമായ് നടക്കുന്ന രാസപ്രക്രിയകൾ; ഇനി ബാഹ്യമായ കാര്യങ്ങൾ കൂടി സ്പർശിച്ചു പോകാം.

മനുഷ്യകുലത്തിൽ സ്ത്രീക്കാണ് സൗന്ദര്യം മുദ്രകുത്തപ്പെട്ടതെങ്കിൽ മറ്റു ജീവികളിൽ നേരെ വ്യത്യസ്തമാണ് കാര്യങ്ങൾ. അവിടെ നിറങ്ങൾ കൊണ്ടും ആകാരത്തിലെ വിശിഷ്ടതകളാലും ആൺവർഗം പെൺവർഗത്തെ ആകർഷിക്കാൻ ശ്രമിക്കുന്നു. പൂവൻകോഴിയെയും പിടക്കോഴിയെയും താരതമ്യം ചെയ്താൽ ഇത് വ്യക്തമാകും. കാന്തിയുള്ള പീലി വിടർത്തിയാടുന്ന ആൺ മയിലുകൾ; മനോഹരമായി പാടുന്ന കുയിലിനെപ്പോലുള്ള ആൺപക്ഷിയും അതേവർഗത്തിലെ പാടാത്ത പെൺപക്ഷിയും; ഇവിടെ ശബ്ദത്തിലും ചിറകിലും വാലുകളിലുമെല്ലാമായി അനവധി സവിശേഷതകളും ആകർഷണീയതയും ആണുങ്ങളിൽ മാത്രം ഒതുങ്ങി നിൽക്കുന്നതും കാണാനാവും. പ്രകൃത്യാലുള്ള ഈ വ്യത്യാസത്തെ 'sexual dimorphism' എന്നാണ് പറയുന്നത്. പ്രകൃതി നിയമങ്ങളെ ചോദ്യം ചെയ്തുകൊണ്ട് നിലനിൽക്കുന്ന ഇത്തരം sexual dimorphismമാണ് ചാൾസ് ഡാർവിൻ നേരിട്ട ഏറ്റവും വലിയ പ്രതിസന്ധി എന്ന് ഇതേക്കുറിച്ച് പഠനം നടത്തിയവർ ചൂണ്ടിക്കാട്ടുന്നു.

ചേതോഹരമായ മയിൽപ്പീലികളാണല്ലോ ആൺമയിലുകളുടെ പ്രത്യേകത. എന്നാൽ കാഴ്ചയ്ക്കപ്പുറം രണ്ടുതരത്തിൽ അത് അവയ്ക്ക്

അത്തരം സ്ത്രീകൾക്ക് എന്തു സംഭവിച്ചു?

ഭാരമാണ്. പീലികളുടെ കനം മൂലം ആൺമയിലിന് പറക്കാൻപോലും പ്രയാസം അനുഭവിക്കുന്ന സാഹചര്യമാണ് ഒന്ന്; മറ്റൊന്ന് എളുപ്പം ശത്രുക്കളുടെ കണ്ണിൽപ്പെടാൻ ഈ വലിയ പീലികൾ കാരണമാകുന്നു. പ്രകൃതിനിർധാരണത്തിന്റെ കോണിലൂടെ വീക്ഷിച്ചാൽ തന്റെ ഇണയെ ആകർഷിക്കുന്നതിനു മാത്രം പ്രകൃതി നൽകിയ സവിശേഷ സൗന്ദര്യം ആൺമയിലിന് ഭാരം തന്നെയാണ്. ആൺ, പെൺ വർഗങ്ങൾ തമ്മിൽ ആകാരത്തിന്റെ പ്രത്യേകതകളിൽ നിലനിൽക്കുന്ന ഈ വൈവിധ്യം മനുഷ്യനിൽ നേരെ തിരിച്ചാണ്. മനുഷ്യനിൽ സ്ത്രീക്കാണല്ലോ കൂടുതൽ ആകാര സൗന്ദര്യം.

ഇത്തരത്തിലുള്ള sexual dimorphism മുൻനിർത്തി പരിശോധിക്കുമ്പോൾ ആകർഷണത്തിന് കാരണമായ നോട്ടത്തിന് ശാസ്ത്രീയ വ്യാഖ്യാനം എളുപ്പം കണ്ടെത്താം. മനുഷ്യനിൽ ആൺവർഗത്തെ ആകർഷിക്കാനുള്ള കഴിവ് എതിർലിംഗത്തിനാണെങ്കിൽ മറ്റ് വർഗങ്ങളിൽ ഏറെയും പെണ്ണിനെ ആകർഷിക്കാനുള്ള സൗന്ദര്യാത്മക കഴിവ് ആണിനായിരിക്കും. ആകർഷണം സാധ്യമാകുന്നത് രാഗാർദ്രമായ നോട്ടങ്ങളിലൂടെയാണ്; ഓരോ നോട്ടങ്ങളും ഒരായിരം വൈകാരിക സംവേദനങ്ങളുടെ പ്രസരണ കേന്ദ്രങ്ങളായി മാറുന്നു. മനുഷ്യനിലും ഇതേപോലെ ഹൃദയവികാരത്തിന്റെ തീവ്രത ആദ്യം അടയാളപ്പെടുത്തുന്നത് അവന്റെ രാഗപൂർണമായ കൺകോണുകളിലൂടെയാണ്.

സ്ത്രീ തന്റെ സൗന്ദര്യാത്മകമായ ആകർഷണ വലയം തീർക്കുന്നതിൽ പ്രധാനം അവളുടെ കണ്ണുകൾ തന്നെയാണ്. ഏറെ നൂറ്റാണ്ടുകളായി അവളുടെ കണ്ണുകൾ ശ്രദ്ധാകേന്ദ്രമാണെന്ന് ഡെസ്മണ്ട് മോറിസ് തന്റെ പഠനത്തിൽ വിശദീകരിക്കുന്നു. അതിന് ചില ദൃഷ്ടാന്തങ്ങളും അദ്ദേഹം നിരത്തുന്നു. ആറായിരം വർഷങ്ങളായി കണ്ണുകളുടെ അണിഞ്ഞൊരുങ്ങൽ നടക്കുന്നുണ്ട്. കൺപീലികൾക്ക് കറുപ്പുനിറമേകാൻ പുരാതന ഈജിപ്തിൽ കറുത്ത സൗന്ദര്യവർധകവസ്തുക്കൾ ഉപയോഗിച്ചിരുന്നു. കണ്ണിമകളുടെയും കൺപീലികളുടെയും നിറം, ലോകചരിത്രത്തിലെ ഏതു സംസ്കാരത്തിലും അവയുടെ വ്യത്യസ്തതകൾക്ക് അനുസരിച്ചിരിക്കും. പോയ നൂറ്റാണ്ടുകളിൽ ഇറ്റലിയിലെ കൊട്ടാരത്തിലെ പരിചാരികമാർ സന്ദർശകരെ സ്വീകരിക്കുന്നതിനുമുമ്പ് വിഷത്തക്കാളിയിൽനിന്നെടുക്കുന്ന ഔഷധനീര് ഇമകളിൽ ഒഴിച്ചിരുന്നത്രെ. കൃഷ്ണമണികൾ വികസിക്കുന്നതിനായിരുന്നു ഇത്. തങ്ങളുടെ ആകർഷണീയത സന്ദർശകർക്കു മുമ്പിൽ പ്രകടിപ്പിക്കാനും തങ്ങളുടെ കാഴ്ചയെ വശ്യമാക്കാനും ഇതുവഴി സാധിച്ചിരുന്നു. അത് അവരുടെ സംസ്കാരത്തിന്റെ ഭാഗം കൂടിയായിരുന്നു.

എല്ലാ നോട്ടവും അങ്ങനെയല്ലെന്ന ഭാഗത്താണ് ചർച്ചയുടെ തിരനോട്ടം. നമ്മുടെ നാട്ടിൽ ഗാർഹിക ചുറ്റുപാടു മുതൽ നടുറോഡിൽ വരെ സ്ത്രീകൾ പീഡനത്തിന് ഇരയാവുമ്പോഴാണ് തുറിച്ചുനോട്ടത്തെയും

നോട്ടത്തെയും കുറിച്ചുള്ള ചിന്തകൾ സാമൂഹികാന്തരീക്ഷത്തിൽ വിലയം പ്രാപിച്ചതെന്ന പ്രത്യേകതയുണ്ട്. ഗാർഹികമായ പീഡനത്തിന്റെയും ബലാത്സംഗത്തിന്റെയുമെല്ലാം മൂലകാരണം പലപ്പോഴും സ്ത്രീയും പുരുഷനും തമ്മിലുള്ള അധികാരത്തിന്റെയും ലൈംഗികതയുടെയും പേരിലുള്ള യുദ്ധമാണെന്നാണ് പഠനങ്ങൾ സമർത്ഥിക്കുന്നത്.

മറ്റു ജീവികളിൽ നിന്ന് വ്യത്യസ്തമായി മനുഷ്യവർഗത്തിൽ പുരുഷൻ സ്ത്രീയുടെ രതിനിഷേധത്തെ ചിലപ്പോഴൊക്കെ ബലപ്രയോഗത്തിലൂടെ എതിർത്ത് തോൽപ്പിക്കാൻ ശ്രമിക്കുന്നതിന്റെ തീവ്രതയിലാണ് അത് ബലാത്സംഗവും ക്രൂരമായ പീഡനവുമായി മാറുന്നത്. തുറിച്ചുനോട്ടം അതിലേക്കുള്ള ഉപാധി മാത്രമായേക്കാം.

ആൺ, പെൺ എന്നീ രണ്ട് മനുഷ്യവർഗത്തിന്റെ ലൈംഗിക താത്പര്യങ്ങളും ആസ്വാദന രീതികളും കോടിക്കണക്കായ വിചിത്ര വഴികളിലാണ് നിലനിൽക്കുന്നതെന്ന് ലോകത്തിന് മുമ്പിൽ ആദ്യമായി, ശാസ്ത്രീയമായി അവതരിപ്പിച്ചത് ഇന്ത്യാന സർവകലാശാലയിലെ പ്രൊഫസ്സറായിരുന്ന ആൽഫ്രഡ് കിൻസേയാണ്. അതിനുവേണ്ടി അദ്ദേഹം പതിനായിരത്തിലേറെ പേരെ ഇന്റർവ്യൂ ചെയ്തെന്നാണ് കണക്ക്! ഇരു വർഗത്തിന്റെ രതിതാത്പര്യങ്ങളെ കൂടുതലായി അടുത്തറിയാൻ കിൻസേയുടെ അക്കാലത്തെ പഠനങ്ങൾ കാരണമായിട്ടുണ്ട്.

പുരുഷന്റെയും സ്ത്രീയുടെയും ഉള്ളിൽ തന്റെ ഇണയെ സംബന്ധിച്ച് പടുത്തുയർത്തുന്ന ഭാവനകളും ഇതുപോലെ വ്യത്യസ്തമായിരിക്കും. ആൺവർഗത്തിൽ രതിഭാവന ഒരുപക്ഷേ സ്ത്രീവർഗത്തെ അപേക്ഷിച്ച് കൂടിയിരിക്കാമെന്നും അത് അവന്റെ സ്വഭാവത്തെയും പ്രവർത്തിയെയും തന്നെ സ്വാധീനിക്കാമെന്നും നിരവധി പഠനങ്ങൾ അടിവരയിട്ട സത്യമാണ്. മനുഷ്യന്റെ തലച്ചോറിലെ സെറിബ്രൽ കോർട്ടക്സിൽ രൂപപ്പെടുന്ന ഭാവനകൾ അവന്റെ മാനസിക വ്യവഹാരത്തെയും നോട്ടമുൾപ്പെടെയുള്ള പ്രവർത്തികളെയും ആഴത്തിൽ ബന്ധിപ്പിക്കുമെന്ന കാര്യം നിശ്ചയമാണ്. അപ്പോൾ നോട്ടത്തിലും വാക്കിലും കൂടി ആണുങ്ങൾ പ്രസരണം ചെയ്യുന്നത് അവന്റെ അടിച്ചമർത്തി വെച്ചതും അല്ലാത്തതുമായ വൈകാരികത തന്നെയാവും. ഇവിടെ ഒറ്റയടിക്ക് പെണ്ണിനെ വിശുദ്ധയാക്കുന്നു എന്ന് തെറ്റിദ്ധരിക്കരുത്.

ലൈംഗികത ഉണർത്തുന്ന സമ്മർദ്ദങ്ങളോട് പുരുഷനും സ്ത്രീയും തീർത്തും വ്യത്യസ്തമായിട്ടാവും പ്രതികരിക്കുക. സാമൂഹികവും സാംസ്കാരികവുമായ ഘടകങ്ങൾ മനുഷ്യരതിയെ സ്വാധീനിക്കുന്നതിന്റെ യഥാർത്ഥ ചിത്രം ലഭിക്കാൻ ഇറോട്ടിക് പ്ലാസ്റ്റിസിറ്റി എന്ന ആശയത്തെ കൂട്ടുപിടിക്കാമെന്ന് തോന്നുന്നു. സദാചാര ബോധത്തിനും മറ്റു സാമൂഹികചുറ്റുപാടിനും അനുസൃതമായി വികാരങ്ങളെ മെരുക്കി നിർത്താനുള്ള കഴിവിനെയാണ് ഇറോട്ടിക് പ്ലാസ്റ്റിസിറ്റി എന്ന ആശയത്തിലൂടെ അർത്ഥമാക്കുന്നത്. എന്തുകൊണ്ടാവാം സ്ത്രീകൾക്ക്

പുരുഷന്മാരെ അപേക്ഷിച്ച് കൂടിയ അളവിൽ ഇറോട്ടിക് പ്ലാസ്റ്റിസിറ്റി അനുഭവഭേദ്യമാകുന്നത് എന്ന ചോദ്യത്തിന് മൂന്നു തരത്തിലുള്ള വിശദീകരണം നൽകാനാവും. സാമൂഹികജീവിതത്തിലെ അധികാര ഘടനയിലും ശാരീരിക ശേഷിയിലും പുരുഷനു താഴെ നിൽക്കുന്ന സാഹചര്യവുമായി ബന്ധപ്പെട്ടാണ് സ്ത്രീ കൂടുതലായി ഇറോട്ടിക് പ്ലാസ്റ്റിസിറ്റി പ്രകടിപ്പിക്കുന്നത്. രണ്ടാമത്തെ വിശദീകരണം സ്ത്രീകൾക്ക് താരതമ്യേന പുരുഷനേക്കാൾ ലൈംഗിത താത്പര്യം കുറവാണ് എന്ന തരത്തിലാണ്. പ്രണയാഭ്യർത്ഥന മുതൽ രതി അഭ്യർത്ഥന വരെ കേൾക്കുമ്പോൾ ആദ്യം നോ എന്ന് പറയുന്ന നിഷേധത്തിന്റെ സൂക്ഷ്മ സ്വഭാവത്തെ അവലംബിച്ചാണ് മൂന്നാമത്തെ വിശദീകരണം. ആദ്യം നോ പറയുന്ന അവളെ മെരുക്കി കൊണ്ടുവരാൻ പുരുഷന്റെ ഭാഗത്തു നിന്ന് ശ്രമം നടക്കും.

പ്രണയാഭ്യർത്ഥനയും നോട്ടവും മുതൽ തുറിച്ചുനോട്ടം വരെയുള്ള നമ്മുടെ ചർച്ചാവിഷയങ്ങളെ ഇതുമായി ബന്ധിപ്പിച്ചും വായിക്കാം. മാത്രമല്ല, പുരുഷന്റെ ലൈംഗികാസക്തി വിചിത്രമായ തലത്തിലേക്ക് പടർന്നു കയറുമെന്നാണ് മനഃശാസ്ത്ര പഠനങ്ങൾ പറയുന്നത്. അത് പ്രായമായ സ്ത്രീകളിലേക്കും കൊച്ചുകുട്ടികളിലേക്കും ചിലപ്പോഴൊക്കെ സ്ത്രീയുടെ മൃതദേഹത്തിലേക്കും വരെ കാമക്കണ്ണോടെ കയറി ഇറങ്ങും. എതിർലിംഗത്തെ കീഴടക്കാനുള്ള ഈ ത്വരയുടെ ഏറ്റവും ലളിതമായ രൂപമാണ് സ്ത്രീശരീരത്തിൽ സ്പർശിക്കാതെയുള്ള തുറിച്ചുനോട്ടങ്ങൾ.

സ്വാഭാവികമായും തന്റെ ശരീരത്തിന്റെ നിമ്നോന്നതങ്ങളിൽ മേയുന്ന ആൺനോട്ടങ്ങളെ അരോചകവും അപമാനകരവുമായാണ് പൊതുവേ സ്ത്രീകൾ വീക്ഷിക്കുക. അതിനാൽ അപമാനഭാരം എറിയുന്ന ഒരു സെക്കന്റ് നോട്ടം പോലെ അവളെ സംബന്ധിച്ച് അസഹനീയമാണ്. അതിനാലാണ് സ്തീകൾ പലപ്പോഴും പൊട്ടിത്തെറിച്ചു പോകുന്നത്.

പ്രാകൃതകാലം മുതൽ പുരുഷൻ വേട്ടക്കാരനാണ്; അത് സ്ത്രീശരീരത്തിലേക്ക് കൂടി വ്യാപിച്ചത് അപരിഷ്കൃത സമൂഹത്തിൽനിന്നു തന്നെയാവാം. എന്നാൽ പരിഷ്കൃത കാലത്ത് വേട്ടക്കാരന്റെ മനസ്സോടെ, നോട്ടത്തിലും വാക്കിലും അവളെ ബലാത്കാരം ചെയ്യാമെന്ന ചിന്ത അവനിലുണ്ടെങ്കിൽ തീർച്ചയായും അത് മാരകമായ മാനസിക വ്യാധിയാണ്.

ന്യൂസിലാൻഡിലെ വെല്ലിംഗ്ടൺ സർവകലാശാലയിലെ ഗവേഷകർ അടുത്തിടെ സംഘടിപ്പിച്ച പഠനത്തിൽ, സ്ത്രീകളുടെ മാറിടത്തിലേക്കാണ് പുരുഷന്മാർ കൂടുതലായി നോട്ടമെറിയുന്നതെന്ന് ചൂണ്ടിക്കാട്ടുന്നു. മാറിടം കഴിഞ്ഞാൽ അരക്കെട്ടിലും കൈകളിലും കാലുകളിലുമാണ് പുരുഷന്മാരുടെ നോട്ടം തറച്ചു നിൽക്കുക. കണ്ണിൽ കണ്ണിൽ നോക്കാനും കണ്ണിൽ നോക്കി സംസാരിക്കാനും പാശ്ചാത്യർക്കും പൗരസ്ത്യർക്കും ഒരുപോലെ പറ്റുന്നില്ലെന്നാണ് ഈ പഠനത്തിൽ നിന്ന് വ്യക്തമാകുന്നത്.

ഇരുപത്തിമൂന്ന് ക്രോമോസോമിൽ മറ്റുള്ളവയിൽ നിന്നും വേറിട്ടു നിൽക്കുന്ന ഒരു ജോഡിയാണല്ലോ (സെക്സ് ക്രോമോസോമുകൾ) മനുഷ്യന്റെ ലിംഗസ്വഭാവം നിർണയിക്കുന്നത്. സ്വാഭാവികമായും ശാരീരികമായി നമ്മുടെ കുട്ടികൾ വളർച്ച നേടുമ്പോൾ തന്നെ ലൈംഗികാസ്വാദന രീതിയെയും ലൈംഗിക സ്വഭാവത്തേയും അത് അതിരൂഢമായ് സ്വാധീനിക്കും. ആ സ്വാധീനത്തിന്റേയും ഹോർമോൺ ക്രയവിക്രയങ്ങളുടെയും പരിണാമമാണ് ഓരോ വ്യക്തിയും നോട്ടത്തിലും സ്പർശനത്തിലും കൂടി വിനിമയം ചെയ്യുന്ന വൈകാരികത. അത് ഓരോരുത്തരിലും ഏറിയും കുറഞ്ഞുമിരിക്കും. അതിന്റെ അംശഭാഗം തന്നെയാണ് തുറിച്ചുനോട്ടവുമെന്ന് പറയാം.

തന്റെ മുമ്പിൽ ഉടുത്തൊരുങ്ങി വന്ന സ്ത്രീയെ തുറിച്ചുനോക്കുവാൻ ആണിനെ പ്രേരിപ്പിക്കുന്നത് കേവലം അവന്റെ അടിച്ചമർത്തിവെച്ച വികാരങ്ങളാവും. അതിന് സമൂഹം തന്നെയാണ് കുറ്റവാളി. സ്കൂളുകളിൽ ലൈംഗിക വിദ്യാഭ്യാസം വേണ്ട വിധത്തിൽ പകർന്നു നൽകാൻ നമ്മുടെ അക്കാദമികബോധം തയ്യാറായിരുന്നെങ്കിൽ തുറിച്ചുനോട്ടവും അശ്ലീല പരാമർശവും ഒരു പരിധിവരെയെങ്കിലും ഒഴിവാക്കി നിർത്താൻ പറ്റുമായിരുന്നു. കൂടുതൽ അറിവ് കൂടുതൽ സ്വാതന്ത്ര്യം തരുമെന്ന ബോധത്തിൽ നിന്നുമാണ് ലൈംഗിക വിദ്യാഭ്യാസത്തിന്റെ പ്രസക്തി മനസ്സിലാക്കേണ്ടത്; പഠനം ശരീരത്തിന്റെ അനാട്ടമിയും ഫിസിയോളജിയും മാത്രമായ് ചുരുങ്ങുന്നതാണ് പുതിയ തലമുറ നേരിടുന്ന വലിയ പ്രതിസന്ധികളിലൊന്ന്.

പതിന്നാല് സെക്കന്റ് തുറിച്ചുനോട്ടത്തെപ്പറ്റി ആശങ്കാകുലരാവുന്നതിന് മുമ്പ് നോട്ടങ്ങളുടെ ജനിതക സ്വഭാവത്തെപ്പറ്റിയും അതിലേക്കു നയിക്കുന്ന ജൈവികവും സാമൂഹ്യവുമായ ബോധത്തെപ്പറ്റിയും നാം ഓരോരുത്തരും മനഃപാഠമാക്കേണ്ടതുണ്ട്. നമ്മൾ ഓരോരുത്തരിലേക്കുമുള്ള എത്തിനോട്ടത്തിലൂടെ മാത്രമേ, പൊള്ളുന്ന യാഥാർത്ഥ്യങ്ങളെ തിരിച്ചറിയാനും തിരുത്താനും സാധിക്കുകയുള്ളൂ. ■

സഹായകഗ്രന്ഥങ്ങൾ

- Desmond Morris, The naked woman, vintage UK Random House 2004.
- രതിരഹസ്യം-ജീവൻ ജോബ് തോമസ്, ഡി സി ബുക്സ്, 2009.
- കുമാരനാശാൻ നളിനി ഖണ്ഡകാവ്യം
- ആൽഫ്രഡ് കിൻസെയുടെ പഠനങ്ങൾ.

സെറ്റ്‌ലേന കൂടംകുളത്തെ തൊട്ടുണർത്തുന്നു

ഒരു ദിവസം അവൾ ആശുപത്രിയിലേക്ക് തിരികെ വന്നപ്പോൾ നേഴ്സിനോട് ചോദിച്ചു: "അവന് എങ്ങനെയുണ്ട്?"

അവൻ പതിനഞ്ച് മിനുറ്റ് മുമ്പ് മരിച്ചെന്ന നഴ്സിന്റെ മറുപടി അവളുടെ പ്രജ്ഞയെ തല്ലിത്തകർത്തു.

അവൾ ഒച്ചയും ബഹളവുമുണ്ടാക്കി. ഉച്ചത്തിൽ അലറി വിളിച്ചു. കരഞ്ഞു. അവിടെയുള്ള എല്ലാ കെട്ടിടങ്ങളിലും അവളുടെ നിലവിളിയുടെ പ്രതിധ്വനി മുഴങ്ങി.

അവന്റെ മരണത്തിനു ശേഷം അവൾ മോസ്കോയിലേക്ക് തിരിച്ചുപോന്നു. മൂന്നു മാസം കഴിഞ്ഞപ്പോൾ അവൾ ഒരു പെൺകുഞ്ഞിന് ജന്മം നൽകി. കാഴ്ചയിൽ നല്ല ആരോഗ്യവതിയായ ചോരക്കുഞ്ഞ്. പക്ഷേ കരളിന് സിറോസിസും ഹൃദ്രോഗവും ഉണ്ടായിരുന്നു. പ്രസവിച്ച് നാല് മണിക്കൂറിനു ശേഷം ആ കുഞ്ഞും അവളെ വിട്ടുപോയി.

കരളിൽ 28 റോൺടെജൻ കണ്ടെത്തിയതിനാൽ ഡോക്ടർമാർ തറപ്പിച്ചു പറഞ്ഞു, കുഞ്ഞിന്റെ ശരീരം അവൾക്ക് വിട്ടുതരാൻ കഴിയില്ലെന്ന്.

ഒരു മാതൃഹൃദയത്തിനും താങ്ങാവുന്നതല്ല അത്. സങ്കടവും നിസ്സഹായതയും ഉൾപ്പെടെ സമ്മിശ്ര വികാരങ്ങളുടെ വേലിയേറ്റത്തിൽ പിടഞ്ഞ അവൾ ചോദിച്ചു: "നിങ്ങൾ അവളെ സയൻസിന് കൊടുക്കുവാൻ വേണ്ടിയാണോ എനിക്ക് തരാതിരിക്കുന്നത്? ഞാൻ നിങ്ങളുടെ സയൻസിനെ വെറുക്കുന്നു. ഐ ഹേറ്റ് സയൻസ്! സയൻസാണെന്റെ ജീവിതം നശിപ്പിച്ചത്."

ആ വാക്കുകൾ ശാസ്ത്രത്തിന്റെ ചെവിയിൽ താഡനമായി പതിഞ്ഞു, കാലത്തെ അലട്ടി, മാനവരാശിയുടെ ബോധതലങ്ങളെ അസ്വസ്ഥമാക്കി. അവൾ എന്നന്നേക്കുമായി സയൻസിനെ വെറുത്തു; അവൾ മാത്രമായിരുന്നില്ല; ഒരു ജനത തന്നെ സയൻസിനെ അഗാധമായി വെറുത്തുപോയി.

രക്തപങ്കിലവും അന്ധകാരനിബദ്ധവുമായ ചരിത്ര സന്ധികളുടെ ഏടുകൾ തീവ്രത കുറയാതെ, യഥാവിധം പകർത്തിവെയ്ക്കാൻ സാഹിത്യകാരനും മാധ്യമപ്രവർത്തകനും ഒരുപോലെ പരിശ്രമിച്ചാൽ ആരാവും കൂടുതൽ മികവു കാട്ടുക?

ദുരന്തമുഖത്തിൻെറ നേർചിത്രങ്ങൾ എപ്പോഴും വരച്ചിടാറുള്ളത് മാധ്യമപ്രവർത്തകരാണ്. എന്നാൽ ദുരന്തത്തിന്റെ വ്യാപ്തിയും തീക്ഷ്ണതയും എന്നും ഹൃദയാന്തരാളങ്ങളെ പൊള്ളിക്കുക സർഗസൃഷ്ടികളിലൂടെയാണ്. സാഹിത്യകാരനായ ഒരു മാധ്യമ പ്രവർത്തകനെ സംബന്ധിച്ചിടത്തോളം അതവന്റെ കർമ്മകാണ്ഡത്തെ സർഗാത്മകമായി പ്രചോദിപ്പിക്കുന്നു. അതിലുപരി ഓരോ പാരായണ ആവർത്തിയിലും അവ നമ്മെ ഞെട്ടിച്ചു കൊണ്ടേയിരിക്കും. സാഹിത്യത്തിന് നൊബേൽ പുരസ്കാരം കരസ്ഥമാക്കിയ സ്വെറ്റ്ലാന അലക്സിവിച്ച് എന്ന റഷ്യൻ മാധ്യമ പ്രവർത്തക ഇപ്പോൾ റഷ്യക്കാരേക്കാൾ കാതങ്ങൾക്കിപ്പുറം കൂടങ്കുളത്തുകാരെ അലട്ടിക്കൊണ്ടിരിക്കുന്നതിന്റെ കാരണവും മറ്റൊന്നല്ല.

സ്വെറ്റ്ലാനയുടെ 'വോയ്സസ് ഫ്രം ചെർണോബിൽ' കൂടങ്കുളത്തുകാർ മാത്രമല്ല, അവിടെനിന്ന് 79 ആകാശ മൈൽ ഇപ്പുറമുള്ള തിരുവനന്തപുരത്തുകാരും ആശങ്കയോടെ വായിക്കണം; കേരള അതിർത്തിക്ക് 26 കിലോമീറ്റർ മാത്രം അകലെ മാനവരാശിയെ കാത്തിരിക്കുന്ന കൊടിയ വിപത്തിന്റെ മുന്നൊരുക്കത്തെക്കുറിച്ച് ഓരോ മലയാളിയും ചിന്തിക്കേണ്ട കാലം കൂടിയാണിത്. കാരണം, ആഴ്ചകൾക്ക് മുമ്പ് ഗോവയിൽ നടന്ന ബ്രിക്സ് രാഷ്ട്ര (ബ്രസീൽ, റഷ്യ, ഇന്ത്യ, ചൈന, ദക്ഷിണാഫ്രിക്ക) ഉച്ചകോടിക്കിടെ റഷ്യയുമായി നാം 16 സുപ്രധാന കരാറിൽ ഒപ്പുവെച്ചതിനൊപ്പം കൂടങ്കുളം ആണവപദ്ധതിയുടെ രണ്ടാം യൂണിറ്റ് രാഷ്ട്രത്തിന് സമർപ്പിച്ചു; തീർന്നില്ല, പദ്ധതിയുടെ മൂന്നും നാലും യൂണിറ്റുകളുടെ ശിലാസ്ഥാപനവും നിർവഹിച്ചു. ചുരുക്കത്തിൽ ഇന്ത്യയുടെ മികച്ച പ്രതിരോധായുധ വിതരണക്കാർ എന്ന സ്ഥാനം മോസ്കോ അരക്കിട്ടുറപ്പിക്കുമ്പോഴാണ് സ്വെറ്റ്ലാന അലക്സിവിച്ച് റഷ്യയിലിരുന്ന് നമ്മുടെ ബോധജാലകങ്ങളെ തട്ടിവിളിക്കുന്നത്. ചെർണോബിൽ ദുരന്തത്തിന്റെ പശ്ചാത്തലത്തിൽ അവർ രേഖപ്പെടുത്തിയ യഥാതഥ സാഹിത്യം സമീപ ഭാവിയിൽ നമ്മൾ ഓരോരുത്തരെയും ഇരുത്തി ചിന്തിപ്പിക്കും.

സോഷ്യലിസ്റ്റ് റിയലിസത്തിന്റെ ദേശമാണല്ലോ സോവിയറ്റ് രാജ്യങ്ങൾ; സ്ഥലകാല സത്യം (Spatiotemporal realtiy) സോഷ്യലിസ്റ്റ് റിയലിസത്തെ സംബന്ധിച്ച് വലിയ ഘടകം തന്നെയാണ്. വർത്തമാന റഷ്യൻ സാഹിത്യത്തിൽ നിന്ന് അത്തരം ഘടകങ്ങൾ ചോർന്നെങ്കിലും റഷ്യൻ എഴുത്തുകാർ അടയാളപ്പെടുത്തുന്ന ചരിത്രബോധം കാലാന്തര പ്രസക്തിയുള്ളവയാണെന്ന് കാണാം. ഇവിടെ ചർച്ച ചെയ്യുന്ന വ്യക്തിയാവട്ടെ, റഷ്യൻ ഭരണകൂടത്തിന്റെ പ്രതിച്ഛായയ്ക്കു വലിയ ഗ്ലാനി ഉണ്ടാക്കിയ രചനകളുടെ സൃഷ്ടികർത്താവായ ഒരു ജേണലിസ്റ്റാണ്. റഷ്യൻ

ഭരണകൂടത്തിന് അനിഷ്ടമായ സത്യങ്ങളാണ് സ്വെറ്റ്ലാന എപ്പോഴും വിളിച്ചു പറഞ്ഞത്. സ്വദേശമായ ബലാറസിൽ വലിയ ഭരണകൂട വേട്ടയ്ക്ക് വിധേയയായ ഒരു മാധ്യമപ്രവർത്തകയെ, റഷ്യൻ പ്രസിഡന്റ് തന്നെ അപ്രഖ്യാപിത ശത്രുവായ് കാണുന്ന ഒരു എഴുത്തുകാരിയെ പുതിയ ഉടമ്പടികളുടെ കാലത്ത് നമ്മൾ കേൾക്കുക തന്നെ വേണം; പേർത്തും പേർത്തും വായിക്കണം.

സ്വെറ്റ്ലാന അലക്സിവിച്ചിന്റെ സാഹിത്യജീവിതം ആകസ്മികതകളുടെ ആകത്തുകയായിരുന്നു. 2015ലെ സാഹിത്യത്തിനുള്ള നൊബേൽ സമ്മാനം ഒരു നോൺ ഫിക്ഷൻ എഴുത്തുകാരിയെ തേടിയെത്തിയപ്പോഴാവാം യഥാർത്ഥത്തിൽ ലോകം അവരെ ശ്രദ്ധിച്ചത്. മനുഷ്യസമൂഹത്തിന്റെ, പ്രപഞ്ചത്തിന്റെ, മാറ്റങ്ങളുടെ രേഖപ്പെടുത്തലാണല്ലോ ചരിത്രം. സ്വെറ്റ്ലാന സാധാരണ ജനങ്ങളുടെ അനുഭവങ്ങളെ സാക്ഷിയാക്കി അവരുടെ വൈകാരികതയ്ക്കും ജീവിതത്തിനും പ്രാധാന്യം നൽകി അവതരിപ്പിച്ച സാക്ഷ്യപത്രത്തിൽ കൂടിയാണ് അവരെ ലോകം അറിഞ്ഞത്. മനുഷ്യന്റെ അനുഭവങ്ങളുടെ ചരിത്രം സ്വന്തം നാടിന്റെ സാമൂഹിക, രാഷ്ട്രീയ, സാമ്പത്തിക പശ്ചാത്തലത്തിൽ വൈകാരികതയുടെ അളവുകോലുകൾക്ക് മുൻഗണന നൽകി വായനക്കാരന് മുമ്പിൽ അവതരിപ്പിച്ചതാണ് സ്വെറ്റ്ലാനയുടെ സാഹിത്യ സംഭാവന. റഷ്യൻ ജനതയുടെ കഷ്ടത നിറഞ്ഞ ജീവിതം, സഹനം, ദുരന്തം, യുദ്ധം, അതിജീവനം എന്നിവയെല്ലാം അനുഭവങ്ങളുടെ സാക്ഷ്യപ്പെടുത്തലിലൂടെ അതേ വൈകാരികതയോടെ വായനക്കാരിൽ സന്നിവേശിപ്പിക്കുവാൻ കഴിഞ്ഞു എന്നതാണ് അവരെ നോബൽ സമ്മാനത്തിന് അർഹയാക്കിയത്. മുമ്പ് സൂചിപ്പിച്ച പോലെ ചരിത്രത്തെ ഹൃദയസ്പർശിയായ് വരച്ചിട്ട എഴുത്തുകാരിയാണ് സ്വെറ്റ്ലാന. അവരുടെ കൃതികളിലെല്ലാം നിഴലിച്ചിരുന്നത് യാതനാപൂർണ്ണമായ ഒരു ജനതയുടെ സഹനത്തിന്റെയും അതിജീവനത്തിന്റെയും ചിത്രങ്ങളാണ്.

ബെലാറസുകാരനായ പിതാവിനും ഉക്രേനിയക്കാരിയായ അമ്മയ്ക്കും ജനിച്ച സ്വെറ്റ്ലാന വളർന്നത് ബെലാറസ് സ്റ്റേറ്റിൽ ആയിരുന്നു. സ്കൂൾ ജീവിതത്തിന് ശേഷമാണ് അവർ മാധ്യമ പ്രവർത്തനത്തിലേക്ക് പ്രവേശിച്ചത്. മാധ്യമ പ്രവർത്തന കാലത്ത് തന്നെ അവർ സർഗാത്മകമായി ചിന്തിച്ചു, ദിവ്യവെളിപാടുകളെ അടിസ്ഥാനമാക്കി കഥകൾ എഴുതാനുള്ള പ്രത്യേക നൈപുണ്യം കരസ്ഥമാക്കി. സോവിയറ്റ് യൂണിയന്റെ നാടോടി ചരിതങ്ങൾ നാടകീയമായ സംഭവ വികാസങ്ങളോടെ അവതരിപ്പിച്ചു. രണ്ടാം ലോക മഹായുദ്ധത്തെക്കുറിച്ചും അഫ്ഗാൻ യുദ്ധത്തെക്കുറിച്ചും സോവിയറ്റ് യൂണിയന്റെ തകർച്ചയെക്കുറിച്ചും വൈകാരിക ഭാഷയിൽ ചിത്രീകരിച്ച അവരുടെ എഴുത്ത് ചെർണ്ണോബിൽ ദുരന്തം ആവിഷ്കരിച്ചപ്പോൾ അക്ഷരാർത്ഥത്തിൽ അനുവാചകരെ പൊള്ളിച്ചു.

സ്വെറ്റ്ലാനയുടെ പുസ്തകങ്ങളെല്ലാം തന്നെ സോവിയറ്റ് യൂണിയന്റെയും പോസ്റ്റ് സോവിയറ്റ് യൂണിയനിലെയും ജനജീവിതങ്ങളുടെ വൈകാരികമായ ചരിത്രത്തെ അവലംബിച്ചുള്ളതായിരുന്നു. ഡിമിത്രി ബൈക്കോവ് എന്ന റഷ്യൻ എഴുത്തുകാരന്റെ അഭിപ്രായം ഉദ്ധരിക്കുമ്പോൾ അത് കൂടുതൽ വ്യക്തമാകുന്നു- "ഇരുപതാം നൂറ്റാണ്ടിന്റെ ഭീകരത ഒരു സർഗാത്മക സൃഷ്ടിയിൽ കൂടി വിവരിക്കുമ്പോഴല്ല സാക്ഷ്യപത്രത്തോടു കൂടി സാക്ഷിയെ മുൻനിർത്തി വിവരിക്കുമ്പോഴാണ് യഥാർത്ഥ ചരിത്രം ലഭിക്കുക."

യഥാർത്ഥ സംഭവത്തിന്റെ ഏറ്റവും ഹൃദയഹാരിയും സൂക്ഷ്മതലസ്പർശിയുമായ ചിത്രം ലഭിക്കാൻ അവർ ആയിരക്കണക്കിന് ആളുകളെ അഭിമുഖം നടത്തി. സ്വെറ്റ്ലാന അലക്സിവിച്ച് ഇംഗ്ലീഷ് വായനക്കാരുടെ ഇടയിൽ പരിചിതമായ പേരല്ലാത്ത കാലത്തും, കാബൂളിലും ചെർണോബിലിലും ജീവിക്കുന്നവരുടെ വൈകാരിക ജീവിത്തിന് മേൽ വെളിച്ചം വീഴ്ത്തുകയും യുദ്ധത്തിലും സംഘട്ടനത്തിലും അതിജീവിച്ചവരെയും ഇരകളായവരെയും തന്റെ കൃതികളിലൂടെ വരച്ചു കാട്ടുകയും ചെയ്തു. സ്വെറ്റ്ലാനയുടെ തന്നെ വാക്കുകൾ നോക്കാം: "ഞാൻ പിന്തിരിഞ്ഞ് നോക്കുമ്പോൾ സോവിയറ്റ് ചരിത്രത്തിലും പോസ്റ്റ് സോവിയറ്റ് ചരിത്രത്തിലും കാണാൻ കഴിയുന്നത് പൊതുവായ കുറേ ശവക്കുഴികളും രക്തം ചിന്തിയ വഴികളുമാണ്. അവിടെ ഇന്ന് നിലനിൽക്കുന്ന ഉത്തരമില്ലാത്ത രണ്ട് ചോദ്യങ്ങളാണ്.

what is to be done...?

Who is to blame....?

ചെർണോബിൽ എന്ന പ്രേതഭൂമികയാണ് ഈ ചോദ്യങ്ങളെ കൂടുതൽ സാരബന്ധുരമാക്കിയത്. 1986 ഏപ്രിൽ 26നാണ് ലോകത്തെ നടുക്കിയ ഏറ്റവും വലിയ ആണവ ദുരന്തമായ ചെർണോബിൽ ചരിത്രത്തിന്റെ കറുത്ത അധ്യായത്തിൽ ഇടം നേടിയത്. സോവിയറ്റ് യൂണിയന്റെ ഭാഗമായിരുന്ന ഉക്രെയിൻ ബലാറസ് അതിർത്തിയിൽ സ്ഥിതിചെയ്ത ചെർണോബിൽ ആണവനിലയത്തിലെ പ്ലാന്റിൽ സുരക്ഷാ ടെസ്റ്റ് നടത്തിയപ്പോഴുള്ള പാളിച്ച സൃഷ്ടിച്ച പ്രത്യാഘാതം അവർണനീയമായിരുന്നു. സ്ഫോടനത്തിന്റെ പരിണതഫലമായി മാരകശേഷിയുള്ള റേഡിയോ ആക്ടീവ് വികിരണങ്ങൾ സോവിയറ്റ് റഷ്യയിലെ വിവിധ സ്ഥലങ്ങളിലും പടിഞ്ഞാറൻ യൂറോപ്പിന്റെ അതിരുകളിലേക്കും വ്യാപിച്ചു. രണ്ടാം ലോകമഹായുദ്ധത്തിൽ ഹിരോഷിമ കണ്ടതിനേക്കാൾ നാനൂറ് ഇരട്ടിയിലധികം അണുവികിരണം. പതിനായിരക്കണക്കിന് മരണങ്ങൾ; മാരകമായ രോഗങ്ങൾ; ഉക്രൈനിലെയും ബെലാറസിലെയും റഷ്യയിലെയും അമ്പതു ലക്ഷത്തിലധികം പേർ ആണവവികിരണത്തിന് ഇരയായി; മൃത്യുധൂളികൾ തലമുറകളിലേക്ക് വ്യാപിച്ചു; രാജ്യാതിർത്തികൾ

അത്തരം സ്ത്രീകൾക്ക് എന്തു സംഭവിച്ചു?

ലംഘിച്ച് മരണദൂത് കടൽകടന്നു - മാനവരാശിയെ മുന്നോട്ടുനയിച്ച ശാസ്ത്രം നിസ്സഹായതയോടെ നോക്കി നിന്നു.

മൂന്ന് പതിറ്റാണ്ട് കഴിഞ്ഞിട്ടും ചെർണോബിൽ ഇന്നൊരു ശ്മശാന ഭൂമിയാണ്. പക്ഷേ അതിൽനിന്ന് റഷ്യ ഒന്നും പഠിച്ചിട്ടില്ലെന്ന് കൂടങ്കുള ത്തിനുവേണ്ടിയുള്ള അവരുടെ അമിത താത്പര്യം വിളംബരം ചെയ്യുന്നു. കൂടങ്കുളത്തിന് മുമ്പിൽ സ്വെറ്റ്ലാനയുടെ കൃതികൾ ചോദ്യമുയർത്തു ന്നത് ഈ പശ്ചാത്തലത്തിലാണ്.

സ്വെറ്റ്ലാനയുടെ എഴുത്തിനെ അംഗീകരിച്ച് 2015-ൽ നോബൽ പ്രൈസ് ജൂറി ഇപ്രകാരം വിശേഷിപ്പിച്ചിരുന്നു. "കഴിഞ്ഞ 30-40 വർഷ ക്കാലമായി അവർ സോവിയറ്റ്, പോസ്റ്റ് സോവിയറ്റ് ജീവിതങ്ങളെ വരച്ചു കാട്ടാനുള്ള ശ്രമത്തിലാണ്. അത് ഒരിക്കലും ചരിത്ര സംഭവങ്ങളല്ല. പക്ഷേ അത് ചരിത്രത്തിന്റെ വികാരങ്ങളാണ്. ഈ ചരിത്ര സംഭവങ്ങളെല്ലാം തന്നെ അവർ അവരുടെ കൃതികളിൽ രേഖപ്പെടുത്തിയിട്ടുണ്ട്. അതിനു വേണ്ടി അവർ ആയിരക്കണക്കിന് സ്ത്രീകളുമായി പുരുഷന്മാരുമായും കുട്ടികളുമായി അഭിമുഖങ്ങൾ നടത്തി. അതിൽ അവർ നമ്മൾക്കു വേണ്ടി നമ്മളറിയാത്ത മനുഷ്യരുടെ ചരിത്രം രചിച്ചു."

ഭാവനയ്ക്ക് ഉപരിയായി യാഥാർത്ഥ്യം ആണ് അവരെ കൂടുതൽ ആകർഷിച്ചത്. അത് ഒരു കാന്തം പോലെ അവരെ വലിച്ചടുപ്പിച്ചു. "അത് എന്നെ പിന്തുടരാൻ തുടങ്ങി, അലട്ടുവാൻ തുടങ്ങിയപ്പോൾ എനിക്ക് അത് കടലാസിൽ പകർത്തണമായിരുന്നു. അതിനുവേണ്ടി ഞാൻ യഥാർത്ഥ മനുഷ്യന്റെ ശബ്ദം തേടി. കുമ്പസാരങ്ങൾ തേടി... ഇരകളുടെ തെളിവു കൾ, രേഖകൾ എന്നിവയ്ക്ക് വേണ്ടി അലഞ്ഞു." ഈ ആത്മസാക്ഷ്യം കാണാതെ പോകരുത്. കാരണം, കാല്പനിക ചിന്തകൾക്കും കവിത യ്ക്കും കഥയ്ക്കും പിറകെ പോകാതെ ഒരു സാഹസികയായ മാധ്യമ പ്രവർത്തകയുടെ പ്രസരിപ്പും പ്രതിബദ്ധതയും സിരകളിൽ നിറച്ചതിന്റെ ഫലമാണ് 'വോയ്സസ് ഫ്രം ചെർണോബിൽ' ഉൾപ്പെടെയുള്ള കൃതി കൾ.

സ്വെറ്റ്ലാന രണ്ടാം ലോക മഹായുദ്ധത്തിൽ പങ്കെടുത്ത നൂറു കണ ക്കിന് റഷ്യൻ സ്ത്രീകളെ അഭിമുഖം ചെയ്തിരുന്നു. അവരുടെ വിവിധ ങ്ങളായ റോൾ- ഒരു പട്ടാളക്കാരി എന്ന നിലയിലും ഡോക്ടർ എന്ന നില യിലും നേഴ്സ് എന്ന നിലയിലും ഭാര്യ, അമ്മ, മകൾ, പെങ്ങൾ എന്ന നിലയിലും ഉള്ള അവരുടെ ജീവിതാനുഭവങ്ങൾ വരച്ചുകാട്ടുന്നു. സ്ത്രീ കളെപ്പറ്റി അവർക്ക് അറിയാവുന്നതൊക്കെ കാംപാഷൻ എന്ന വാക്കു കൊണ്ട് വിവരിച്ചു.

"All that we know about Woman is best described by the word compassion . There are other words, too-sister, wife, friend and, the noblest of all, mother. But isn't compassion a part of all these concepts, their very substance, their purpose and their ultimate meaning? A woman is the giver of life, she safeguards life, so 'Woman' and 'life' are synonyms."

ആണവ ദുരന്തത്തിലും സ്ത്രീ തന്നെയാണ് ആത്യന്തികമായി കണ്ണീരുപ്പായി ഘനീഭവിച്ചു നിലകൊണ്ടത്. കാരണം, വികിരണമേറ്റ പ്ലാന്റിലെ ജോലിക്കാർ ഏറെയും പുരുഷന്മാരായിരുന്നു. കലാപമായാലും ദുരന്തമായാലും അതിന്റെ ഏറ്റവും വലിയ തിരിച്ചടി സ്ത്രീ ഏറ്റുവാങ്ങിക്കൊണ്ടിരുന്നു.

സ്റ്റാലിൻ മുതൽ പുടിൻ വരെയുള്ള റഷ്യൻ ഭരണകൂടത്തിന്റെ ചരിത്രങ്ങൾ സ്വെറ്റ്ലാന വരച്ചു വെച്ചു. ആ രാഷ്ട്രീയ ബോധത്തിൽ നിന്നാവും ചെർണോബിൽ ദുരന്തം വരച്ചിട്ടപ്പോൾ അതിൽ റഷ്യയുടെ താത്പര്യത്തേക്കാളുപരി, ദേശീയതയേക്കാൾ മാനവികതയ്ക്ക് ഊന്നൽ നൽകിയത്.

ഒരു നടുക്കത്തോടെ മാത്രം കൈയ്യിലെടുക്കേണ്ട പുസ്തകമാണ് വോയ്സസ് ഫ്രം ചെർണോബിൽ. 2001 സെപ്തംബർ 11ലെ വേൾഡ് ട്രേഡ് സെന്റർ അക്രമണവും 1986 ചെർണോബിൽ പ്ലാന്റ് ദുരന്തവും രണ്ട് തരത്തിലുള്ള പ്രത്യാഘാതമാണ് ലോകത്തിനു നൽകിയത്. ആദ്യത്തേത് പൂർണ്ണമായും ഒരു അക്രമണത്തിന് കീഴടങ്ങിയ ജനങ്ങളും രണ്ടാമത്തേത് മെല്ലെ മെല്ലെ ജനജീവിതം നശിപ്പിക്കുന്ന ദുരന്തവും.

ഇരുപതാം നൂറ്റാണ്ടിലെ സാങ്കേതികവിദ്യയുടെ ഏറ്റവും വലിയ ദൂഷ്യഫലമായിരുന്നു ചെർണോബിൻ ദേശീയ ദുരന്തം. പൊട്ടിത്തെറിക്കുശേഷം സോവിയറ്റ് ചുറ്റുവട്ടത്തെ 30 കി. മീറ്ററിനുള്ളിൽ താമസിക്കുന്ന ജനങ്ങളെ മാറ്റിപ്പാർപ്പിച്ചു. ഒരു രാജ്യത്തിന്റെ ജീവനാഡികളായ ഗ്രാമങ്ങൾക്ക് എന്തു സംഭവിച്ചുവെന്ന് അവർ സവിസ്തരം വിവരിക്കുന്നു. ഹിറ്റ്ലറുടെ നാസി ആക്രമണ കാലത്ത് പ്രകൃതിയും സംസ്കാരവും പൈതൃകവും ഉൾപ്പെടെ ബെലാറസിലെ ഗ്രാമങ്ങൾ നശിപ്പിക്കപ്പെട്ടിരുന്നു. യുദ്ധത്തിന്റെ ഫലമായി ഒരു ദിവസം നാലുപേർ എന്ന കണക്കിലാണ് ബെലാറസുകാർ കൊല്ലപ്പെട്ടത്. ഇന്ന് ഓരോ ബെലാറസുകാരനും താമസിക്കുന്നതും ഈ മലീമസമായ പ്രദേശത്താണ്. അന്ന് യുദ്ധത്തിന്റെ ഭീകരതയാണെങ്കിൽ ഇന്ന് ആണവ ദുരന്തത്തിന്റെ പ്രത്യാഘാതമാണ് ചൂണ്ടിക്കാണിക്കപ്പെടുന്നത്. ഏഴു ലക്ഷം കുട്ടികൾ ഇന്നും ഈ ദുരന്തത്തിന്റെ പ്രത്യാഘാതങ്ങൾ ഏറ്റുവാങ്ങി ജീവിക്കുന്നു. മരണനിരക്ക് ജനന നിരക്കിനേക്കാളും 20 ശതമാനം കൂടുതലാണ്. അപകടത്തിന്റെ ഫലമായി അമ്പത് മില്യൺ റേഡിയോ ന്യൂക്ലിയസ് അന്തരീക്ഷത്തിലേക്ക് വ്യാപിച്ചപ്പോൾ എഴുപത് ശതമാനം ഇത് ബെലാറസിൽ ആയിരുന്നു പരന്നത്. കാടുകളുടെ നാടാണ് ബെലാറസ്. ഇരുപത് ശതമാനം കാടും പുഴകളും അരുവികളും റേഡിയോ ആക്ടീവ് ഫലമായി മലീമസമായി മരണപ്പെട്ടു.

ആണവ വികിരണങ്ങളുടെ സാന്നിധ്യം അവിടെയുള്ള ജനങ്ങളിൽ ക്യാൻസർ, മാനസികരോഗങ്ങൾ, ബുദ്ധിമാന്ദ്യം എന്നിവയ്ക്ക് ഹേതുവായി.

അതുപോലെ ജെനിതക പരിവർത്തനത്തിനു പോലും കാരണമായി. വർഷങ്ങൾ പിന്നിടുന്തോറും അത് വർധിക്കുകയും വ്യാപിക്കുകയും ചെയ്തു.

ചെർണോബിൻ ദുരന്തം ലോക രാജ്യങ്ങളെ ആണവ വികിരണ ങ്ങളുടെ അസാധാരണമായ സാന്നിധ്യംകൊണ്ട് അടിമപ്പെടുത്തി. പോളണ്ട്, ജർമ്മനി, ആസ്ട്രിയ, സ്വിറ്റ്സർലന്റ്, ഇറ്റലിയുടെ വടക്കു പ്രദേശവും ബ്രിട്ടൻ, ഗ്രീസ്, ഇസ്രായേൽ, കുവൈറ്റ്, ടർക്കി എന്നിവയുടെ അന്തരീക്ഷത്തിൽ ന്യൂക്ലിയസ് പാർട്ടിക്കിൾസിന്റെ അംശം കാണപ്പെട്ടു. പിന്നീട് ഇന്ത്യയിലും അമേരിക്കയിലും കാനഡയിലും കണ്ടു. അങ്ങനെ ചെർണോബിൻ ലോക ദുരന്തമായി രൂപാന്തരപ്പെട്ടു.

സ്വെറ്റ്ലാന ചെർണോബിൻ ദുരന്തത്തിന്റെ പശ്ചാത്തലത്തിൽ നിരവധി ആളുകളുടെ ദുസ്സഹമായ ജീവിതത്തെക്കുറിച്ച് തീവ്രമായ വൈകാരികതയോടെ 'വോയ്സസ് ഫ്രം ചെർണോബിൽ' എന്ന കൃതി യിൽ ചിത്രീകരിക്കുന്നു.

'വോയ്സസ് ഫ്രം ചെർണോബിൽ' മുഴുവനും ചെർണോബിൻ ഇര കളുടെയും സാക്ഷികളുടെയും പൊള്ളുന്ന അനുഭവങ്ങളാണ്. സ്വെറ്റ്ലാന ഓരോ ഇരകളുടെയും സാക്ഷികളുടെയും ജീവിതാനുഭവങ്ങളും അവ രുടെ ജീവിത കഥകളും മോണോലോഗ് ആയി ഹൃദയവേദനയോടെ അവതരിപ്പിക്കുന്നു.

1996ൽ കമ്മ്യൂണിസ്റ്റ് വിരുദ്ധത രാഷ്ട്രീയചിത്രത്തിൽ കലർന്ന പോസ്റ്റ് സോവിയറ്റ് കാലഘട്ടത്തിലാണ് സ്വെറ്റ്ലാന എല്ലാ അഭിമുഖ ങ്ങളും നടത്തിയത്. ഈ സാക്ഷ്യപത്രങ്ങളൊക്കെയും ചെർണോബിൻ ദുരന്തത്തിന്റെ തീവ്രത അടയാളപ്പെടുത്തുന്നതിന് സഹായകമായി. "We are air, we are not earth." എന്ന് A solitary human voiceൽ അവർ എഴുതിയത് മനുഷ്യരാശിയുടെ വിലാപമായാണ്.

യുവാക്കളായ വാസ്ലി ഇഗ്നാടെൻകോയുടെയും ലുഡ്മിലയുടെയും ദാമ്പത്യ ജീവിതം പിച്ചിചീന്തിയ ദുരന്തചിത്രം അതീവ ഹൃദയസ്പൃ ക്കായി വിവരിക്കുന്നത് കാണുക. ആണവ റിയാക്ടറിൽ ജോലി ചെയ്യുന്ന ചുറുചുറുക്കാർന്ന യുവാവിന്റെയും യൗവനയുക്തയും രാഗവതിയുമായ ഭാര്യയുടെയും അനുഭവകഥ, വലിയൊരു മുന്നറിയിപ്പ് കൂടിയാണ്. അവി ശ്വസനീയമായ മുഹൂർത്തങ്ങൾ ധാരാളം കടന്നുവരുന്ന ജീവിതകഥ ഒരു നൊമ്പരത്തോടെയല്ലാതെ വായിച്ചു തീർക്കാൻ സാധിക്കില്ല. പ്രാണേശ്വ രന്റെ ദുരന്തം ലുഡ്മിലയുടെ വാക്കുകളിലൂടെ സ്വെറ്റ്ലാന ചിത്രീകരി ക്കുന്നു.

"ആ രാത്രിയിൽ ഞാൻ ജനലഴികളിൽ കൂടി പുറത്തേക്ക് നോക്കിയ പ്പോൾ എന്നെ കണ്ടപ്പോൾ അയാൾ വിളിച്ചു പറഞ്ഞു. ജനൽ അടക്കൂ എന്നിട്ട് ഉറങ്ങിക്കോളൂ, ആണവ റിയാക്ടറിൽ തീപിടിച്ചു. ഞാൻ പെട്ടെന്ന് തിരിച്ചുവരാമെന്നു വിളിച്ചു പറഞ്ഞു അവൻ.

പക്ഷേ ഞാൻ പൊട്ടിത്തെറി കണ്ടില്ല. കുറച്ച് ജ്വാലകൾ മാത്രം. എവിടെയും വെളിച്ചമാണ്. വലിയ വലിയ തീ നാളങ്ങൾ എങ്ങും. ആകാശം മുഴുവനും പുകപടലങ്ങൾ. ചുറ്റും തീ പോലെ പൊള്ളുന്ന ചൂട്. പക്ഷേ അവൻ ഇത്ര നേരമായും തിരിച്ചെത്തിയില്ല. നാല്, അഞ്ച്, ആറ് മണിക്കൂറുകൾ കടന്നുപോയി. ആറ് മണിക്ക് അവന്റെ വീട്ടിൽ പോകണമെന്ന് പറഞ്ഞിരുന്നു. അവിടെ അവന്റെ അച്ഛനും അമ്മയും കാത്തിരിപ്പുണ്ടാകും.

അവനെ കാത്തിരുന്നപ്പോൾ, ചിലപ്പോൾ ഞാൻ അവന്റെ ശബ്ദം കേട്ടു. ഒരു സ്വപ്നത്തിൽ പോലും അവൻ എന്നെ വിളിച്ചില്ല. ഞാൻ മാത്രമെ അവനെ വിളിച്ചുള്ളൂ. ഏഴു മണിയായപ്പോൾ ആരോ പറഞ്ഞതു കേട്ടു അവൻ ആശുപത്രിയിലാണെന്ന്. ഞാൻ അവിടേക്ക് ഓടി. പക്ഷേ പൊലീസ് എന്നെ വളഞ്ഞു പിടിച്ചു. ആരെയും അകത്തേക്കു കടത്തി വിടുന്നില്ല. ആംബുലൻസ് അല്ലാതെ.

പൊലീസുകാരൻ എന്നോട് ഒച്ചവെച്ചു. ആംബുലൻസ് മുഴുവനും റേഡിയോ ആക്ടീവ് നിറഞ്ഞ ശരീരങ്ങളാണ്. അവിടെ നിന്ന് മാറൂ എന്ന് പൊലീസുകാരൻ ആക്രോശിച്ചു. പക്ഷേ ഞാൻ മാത്രമായിരുന്നില്ല അവിടെ ഉണ്ടായിരുന്നത്. അന്ന് രാത്രി ആണവ റിയാക്ടറിൽ ജോലി ചെയ്തിരുന്നവരുടെ ഭാര്യമാർ എല്ലാവരും ഏങ്ങലടിച്ചു നിലവിളിക്കുന്നുണ്ടായിരുന്നു.

ഞാൻ എന്റെ സുഹൃത്തായ ഡോക്ടറോട് കേണപേക്ഷിച്ചു. എന്നെ എങ്ങനെയെങ്കിലും ഉള്ളിലേക്കു കൊണ്ടുപോകണമെന്ന്. ഡോക്ടറുടെ കാലുപിടിച്ചു. അയാളുടെ കോട്ടു പിടിച്ചുവലിച്ചു. ഒരു നോക്ക് കാണണമെന്ന് വാശി പിടിച്ചു കേണു. എന്റെ നിർബന്ധത്തിന് വഴങ്ങി പതിനഞ്ച് മിനിറ്റ് കാണാൻ അനുവദിച്ചു.

ഞാൻ അവനെ കണ്ടു. മേലാസകലം പൊള്ളിയ നിലയിൽ, പൊള്ളൽ കെട്ടിയിരിക്കുന്നു. അവ്യക്തമായി കണ്ണുകൾ മാത്രം കണ്ടു.

അവൻ എന്നോട് ഇറങ്ങിപ്പോകാൻ പറഞ്ഞു. നിന്റെ വയറ്റിൽ വളരുന്ന നമ്മുടെ കുഞ്ഞിനെ ഓർത്തെങ്കിലും നീ പോയേ പറ്റൂ എന്ന് അവൻ വിളിച്ചു പറഞ്ഞു. നമ്മുടെ കുഞ്ഞിനെ എങ്ങനെയെങ്കിലും രക്ഷിക്കണം എന്ന്.

അതിനിടയിൽ ആയിരക്കണക്കിന് റേഡിയോ ആക്ടീവ് നിറഞ്ഞ ശവശരീരങ്ങൾ കുഴിച്ചിടുന്നതിനും ശുശ്രൂഷകൾക്കുമായി ആശുപത്രി കയറി ഇറങ്ങി. വിഷവാതകങ്ങൾ ശ്വസിച്ച് മരണത്തോടെ മല്ലിടുന്നവർ. എങ്ങും ബന്ധുക്കളുടെ നിലവിളികൾ മാത്രം. ദുസ്സഹമായ കാഴ്ചകൾക്കിടയിലും ഞാൻ അവൻ കിടക്കുന്ന മുറിയുടെ ജനവാതിൽക്കൽ കരഞ്ഞു കരഞ്ഞ് തളർന്നിരിക്കുകയാണ്. ആ സമയമാണ് രോഗികളെ വിദഗ്ധ ചികിത്സയ്ക്കായി മോസ്കോയിലേക്കു കൊണ്ടുപോകാനായി

പട്ടാളക്കാർ വന്നത്. അവർ ഞങ്ങളെ പിന്നോട്ട് ഉന്തിത്തള്ളി. ഡോക്ടർ വന്നു പറഞ്ഞു, വീട്ടിൽ പോയി അവരുടെ കുറച്ച് തുണികളുമായി തിരിച്ചു വരാൻ. അന്ന് അവൻ ധരിച്ചിരുന്ന വസ്ത്രങ്ങളെല്ലാം കരിഞ്ഞു പോയിരുന്നു. ഞങ്ങൾ ഓടിപ്പോയി തുണികളുമായി തിരിച്ചു വന്ന പ്പോഴേക്കും രോഗികളെയും കൊണ്ട് അവർ പോയിരുന്നു. പിന്നീടാണ് ഞങ്ങളെ അകറ്റി നിർത്താനുള്ള ഒരു സൂത്രമായിരുന്നു അതെന്ന് മനസ്സി ലായത്.

അന്ന് അവിടുത്തെ ജനങ്ങളെ മാറ്റിപ്പാർപ്പിക്കാൻ നൂറു കണക്കിന് ബസ്സുകൾ വന്നിരുന്നു. അഭയാർത്ഥികൾ തിങ്ങി നിറഞ്ഞ ബസ്സുകൾ എവിടെയും കാണാമായിരുന്നു. ഞാൻ ആറുമാസം ഗർഭിണിയായിരുന്നു. അതുകൊണ്ട് തന്നെയാണ് അവിടെനിന്നും എന്നെ അകറ്റി നിർത്തിയത്. അന്ന് ആദ്യമായി ഞാൻ ആ ഗർഭത്തെ ശപിച്ചു. അന്ന് രാത്രി അവൻ എന്നെ വിളിക്കുന്നതായി സ്വപ്നം കണ്ടു. പിന്നീട് ഒരിക്കലും ഞാൻ ആ സ്വപ്നം കണ്ടിട്ടുമില്ല.

പിറ്റേന്ന് രാവിലെ ബാങ്കിൽ നിന്നും അതുവരെയുള്ള സമ്പാദ്യവും പിൻവലിച്ച് അച്ഛനെയും കൂട്ടി മോസ്കോയിലേക്ക് പോയി. അവിടെ എല്ലാ തെരുവുകളിൽ നിന്നും നിലവിളികൾ മാത്രമെ കേട്ടിരുന്നുള്ളൂ. ഹോസ്പിറ്റൽ നമ്പർ ആറ്. അതൊരു റേഡിയോളജി ഹോസ്പിറ്റൽ ആയി രുന്നു. അവിടെ വാതിലിനടുത്ത് നിൽക്കുന്ന സ്ത്രീക്ക് കുറച്ച് പണം കൊടുത്ത് അകത്ത് കയറി. അവസാനം ഞാൻ റേഡിയോളജി വകു പ്പിന്റെ മുന്നിൽ ചെന്ന് യാചിച്ചു. എന്നെ കണ്ടപ്പൾ തലവൻ എന്നോട് ചോദിച്ചു. നിങ്ങൾക്ക് കുട്ടികളുണ്ടോ?- ആ ചോദ്യം തന്നെയായിരുന്നു ഞാൻ ഭയപ്പെട്ടത്. ഞാൻ ഗർഭിണിയാണെന്ന് അറിഞ്ഞാൽ അവനെ കാണാൻ സമ്മതിക്കില്ല. ഞാൻ മെലിഞ്ഞിരുന്നതിനാൽ ഗർഭം പെട്ടെന്ന് കണ്ടുപിടിക്കാൻ കഴിയില്ല. ഞാൻ ബുദ്ധിപൂർവ്വം കള്ളം പറഞ്ഞു.

രണ്ട് കുട്ടികൾ ഉണ്ടെന്ന്- ഒരാണും ഒരു പെണ്ണും. ഇനി നിങ്ങൾക്ക് കുട്ടികൾ വേണ്ടെങ്കിൽ നിങ്ങൾക്ക് നിങ്ങളുടെ ഭർത്താവിനെ കാണാമെന്ന് അവർ പ്രതികരിച്ചു.

അവന്റെ നാഡീവ്യൂഹം തലയോട്ടിയൊക്കെ മരണത്തിന് കീഴ്പ്പെട്ടി രിക്കുയാണ്. ചെറിയൊരു മിടിപ്പ് മാത്രം അവശേഷിക്കുന്ന ദേഹം മാത്ര മാണ് അവശേഷിക്കുന്നത്. ഞാൻ അവനെ വിളിച്ചു. എന്നെ കണ്ടപ്പോൾ അവന് എന്നെ കെട്ടിപ്പിടിക്കണം എന്നുണ്ടായിരുന്നു. ഡോക്ടർ സമ്മതി ച്ചില്ല. ആ സമയത്ത് ഞാൻ സന്നിഗ്ദ്ധമായി അവർ പറയുന്ന വാക്കുകളെ ശ്രദ്ധിച്ചു. അവിടെ നിന്ന് കരയുകയാണെങ്കിൽ ഞാൻ ചവിട്ടിപ്പുറ ത്താക്കും. കെട്ടിപ്പിടിക്കരുത് , ഉമ്മ വെക്കരുത്. അടുത്തു പോലും പോവ രുത്. നിങ്ങൾക്ക് അര മണിക്കൂർ സമയം തരാമെന്നായി.

ഞാൻ മൂന്നു ദിവസം മോസ്കോയിലുള്ള എന്റെ സുഹൃത്തിന്റെ കൂടെ താമസിച്ചു. എല്ലാ ദിവസവും രാവിലെ ഞാൻ മാർക്കറ്റിൽ പോയി

ഫ്രഷ് പച്ചക്കറികൾ വാങ്ങി സൂപ്പു വെച്ച് നേഴ്സിന് കൊണ്ടുകൊടുക്കും. വൈകീട്ട് ആറു മണി വരെ ആശുപത്രിക്ക് പുറത്തു കാത്തിരിക്കും. മൂന്നു ദിവസം കഴിഞ്ഞപ്പോൾ മെഡിക്കൽ വർക്കേഴ്സിനൊപ്പം ഹോസ്പിറ്റൽ ഗ്രൗണ്ടിൽ താമസിക്കാൻ അനുവാദം ലഭിച്ചു. എത്ര ഭാഗ്യവതിയാണെന്ന് ഓർത്ത് ഞാൻ ദൈവത്തിനു നന്ദി പറഞ്ഞു. അവൻ ഓരോ ദിവസം കഴിയുന്തോറും മാറ്റത്തിന് വിധേയമാക്കപ്പെട്ടു.

പൊള്ളൽ ഉപരിതലത്തിലേക്ക് കാണപ്പെട്ടു. അവന്റെ വായിൽ, നാവിൽ, കവിളിൽ നിറയെ പൊള്ളലിന്റെ പാടുകൾ. ആദ്യം കല പോലെ യായിരുന്നുവെങ്കിൽ ഇപ്പോൾ അതു വളർന്നു. അത് ഒരു വെള്ളപാട പോലെ വളർന്നു. അവന്റെ മുഖത്തെ നിറം മാറി. ശരീരം നീലനിറമായി. പിന്നെ ചുവപ്പ്, പിന്നെ പാറ നിറം. പിന്നീട് ബ്രൗൺ നിറം, അത് വിവ രിക്കുക എന്നത് ക്ലേശകരമാണ്. അവിടെ കരയാനും കാത്തു നിൽക്കാനും ഒന്നും സമയമില്ല. അതിനൊന്നും അർത്ഥമില്ലാത്തതുപോലെ.

പക്ഷേ ഞാൻ അവനെ സ്നേഹിച്ചു. എനിക്ക് അറിയില്ല. അത് എത്ര മാത്രമാണെന്ന്. അവൻ എന്റെ കൈകൾ കവർന്നു. എന്നെ ഉമ്മ വെച്ചു. ആ ദിവസം ഞാൻ പരിശോധിക്കപ്പെട്ടു. എന്റെ വസ്ത്രങ്ങൾ, ബാഗ്, പഴ്സ്. എല്ലാം പരിശോധിച്ചു. അവർ അതെല്ലാം എടുത്തുകൊണ്ടുപോയി. എന്റെ അടിവസ്ത്രങ്ങൾ ഉൾപ്പെടെ. അവർ ഉപേക്ഷിച്ചത് പണം മാത്ര മായിരുന്നു. ഈ അവസ്ഥയിലും ഞാൻ അവനുവേണ്ടി സൂപ്പ് ഉണ്ടാ ക്കുന്നത് കണ്ടു സഹതാപത്തോടെ നോക്കി നിൽക്കുന്ന ആശുപത്രി ജീവനക്കാരുണ്ടായിരുന്നു. അവന് ഒരു തുള്ളി വെള്ളം പോലും ഇറക്കാൻ കഴിയില്ല എന്ന് ഞാൻ മനസ്സിലാക്കിയിരുന്നെങ്കിലും ഞാൻ സൂപ്പ് ഉണ്ടാ ക്കുന്നത് തുടർന്നുകൊണ്ടിരുന്നു.

എന്റെ ഭർത്താവ് മരിച്ചുകൊണ്ടിരിക്കുകയാണെന്ന വാർത്ത എന്റെ വീട്ടുകാരെ അറിയിക്കാൻ. ഞാൻ ഹോസ്പിറ്റലിൽ നിന്നും ഞാൻ പുറ ത്തേക്കു പോയി. പിന്നീട് തിരിച്ചെത്തി, അന്ന് രാത്രി ഒമ്പത് മണിക്ക് ഞാൻ അവനോടൊപ്പം ഇരുന്നു. ജനവാതിലുകൾ തുറന്നിരുന്നു. അവൻ പറഞ്ഞു. ഞാൻ നിന്നെ മോസ്കോ കാണിക്കാമെന്ന് പറഞ്ഞിരുന്നില്ലേ. അവധി ദിവസങ്ങളിൽ പുഷ്പങ്ങൾ കൊണ്ടു തരാമെന്നും. അവൻ മലർന്ന് തന്റെ തലയിണയിൽ നിന്നും പൂവുകൾ എടുത്തു. ഞാൻ അവന്റെ അടുത്തേക്ക് ഓടി. ഞാൻ അവനെ ഉമ്മ വെച്ചു.

'എന്റെ പ്രണയമേ.. നീ എന്റെ മാത്രം ആണ്. എന്റെ മാത്രം ആണ്' -ഞാൻ അവന്റെ ചെവിയിൽ മന്ത്രിച്ചു. അവൻ എന്നോട് ദേഷ്യപ്പെട്ടു കൊണ്ട് മുരണ്ടു. ഡോക്ടർമാർ പറഞ്ഞില്ലേ എന്നെ കെട്ടിപ്പിടിക്കരുതെന്ന്, ഉമ്മ വെയ്ക്കരുതെന്ന്.

ഞാൻ തിടുക്കത്തിൽ അവിടെ നിന്നും പോന്നത് കണ്ട ഒരു ഡോക്ടർ എന്നോട് ചോദിച്ചു. “നീ ഗർഭണിയാണോ?”

അത്തരം സ്ത്രീകൾക്ക് എന്തു സംഭവിച്ചു?

അല്ല എന്ന് ഞാൻ കള്ളം പറഞ്ഞു. പിറ്റേ ദിവസം ഞാൻ വകുപ്പു തലവനാൽ വിളിപ്പിക്കപ്പെട്ടു. ഭർത്താവിനൊപ്പം നിൽക്കാൻ അദ്ദേഹമെനിക്ക് അനുവാദം തന്നു. എന്തൊക്കെ തന്നെയായാലും ഞാൻ അവരോട് എത്രയോ കടപ്പെട്ടവളാണ്.

പിറ്റേ ദിവസം ഞാൻ അവന്റെ അടുത്തുപോയി. അവന്റെ കിടക്കയിൽ ഒരു വലിയ ഓറഞ്ചുണ്ടായിരുന്നു. അവൻ ചിരിച്ചു കൊണ്ടിരുന്നു. എനിക്ക് ഒരു സമ്മാനം കിട്ടി. "നീ എടുത്തോളൂ" എന്ന് പറഞ്ഞ്, ഓറഞ്ച് എനിക്കു നേരെ നീട്ടി. ഇതിനിടയ്ക്ക് നേഴ്സ് ഇടപെട്ടു.

ഒരു രാത്രി ഞങ്ങൾ ഒറ്റയ്ക്കായപ്പോൾ അവൻ പറഞ്ഞു.

"എനിക്ക് നമ്മുടെ മോനെ കാണണം. എങ്ങനെയായിരിക്കും അവൻ. അവന് എന്ത് പേരിടും. ആണാണെങ്കിൽ എന്റെ പേരിട്ടോളൂ എന്നു പറഞ്ഞു."

എനിക്ക് അറിയില്ല അവനെ ഞാൻ എത്ര മാത്രം സ്നേഹിക്കുന്നു എന്ന്. ഞാൻ സ്നേഹംകൊണ്ട് അന്ധയായിരുന്നു. ഒരു ഡോക്ടർമാർക്കും അറിയില്ലായിരുന്നു ഞാൻ അവന്റെ കൂടെ രാത്രി താമസിക്കുന്നത്. നേഴ്സ് എന്നെ കടത്തിവിട്ടിരുന്നു. എന്നിട്ടും അവർ എന്നെ നഗ്നയാക്കി പരിശോധിക്കുമായിരുന്നു.

ഒരിക്കൽ ഞാൻ അവനോടൊപ്പം അവനെ ഫോട്ടോഗ്രാഫ് ചെയ്യുന്നത് കണ്ടു. ഒരു തുണിപോലുമില്ലാതെ നഗ്നനാക്കി. ഒരു നേരിയ ഒരു ഷീറ്റ് മാത്രം. അതിലായിരുന്നു അവനെ കിടന്നിരുന്നത്. ഓരോ ദിവസവും ഷീറ്റ് മാറ്റുമ്പോൾ തൊലിക്കഷ്ണങ്ങളും ചോരയും എന്റെ കയ്യിൽ പറ്റി പിടിക്കുമായിരുന്നു.

ഒരു ദിവസം ഞാൻ സെമിറ്റേറിയിൽ നിന്നും വന്നപ്പോൾ ഞാൻ നേഴ്സിനോട് ചോദിച്ചു "എങ്ങനെയുണ്ട് അവന്."

"അവൻ പതിനഞ്ച് മിനിറ്റ് മുമ്പ് മരിച്ചു" എന്ന് നഴ്സ് മറുപടി പറഞ്ഞു!

ഞാൻ ഒച്ചയും ബഹളവുമുണ്ടാക്കി. ഉച്ചത്തിൽ അലറി വിളിച്ചു. കരഞ്ഞു. അവിടെയുള്ള എല്ലാ കെട്ടിടങ്ങളിലും എന്റെ നിലവിളികൾ പ്രതിധ്വനിച്ചു. അവന്റെ മരണത്തിനുശേഷം മോസ്കോയിലേക്ക് തിരിച്ചു വന്നു. മൂന്നു മാസം കഴിഞ്ഞപ്പോൾ ഞാൻ ഒരു പെൺകുഞ്ഞിനെ പ്രസവിച്ചു. കാണാൻ നല്ല ആരോഗ്യവതിയായിരുന്നു കുഞ്ഞ്. പക്ഷേ കരളിന് സീറോസിസ്. ഹൃദ്രോഗവും ഉണ്ടായിരുന്നു. പ്രസവിച്ച് നാല് മണിക്കൂറിനു ശേഷം അവളും മരിച്ചു.

അവളുടെ കരളിൽ 28 റോൺടെജൻ. ഡോക്ടർമാർ പറഞ്ഞു - അവളെ എനിക്ക് തരാൻ കഴിയില്ലെന്ന്. നിങ്ങൾ അവളെ സയൻസിന് കൊടുക്കുവാൻ ആണോ എനിക്ക് തരാതിരിക്കുന്നത്? ഞാൻ നിങ്ങളുടെ

സയൻസിനെ വെറുക്കുന്നു. ഐ ഹേറ്റ് സയൻസ്! സയൻസാണ് എന്റെ ജീവിതം നശിപ്പിച്ചത്.

(Lyudmilla Ignatenko, wife of deceased fireman Vasily Ignatenko.)

ദുരന്തത്തിന് കാലമോ ദേശമോ വംശീയതയോ ഭാഷയോ അതിർ വരമ്പ് സൃഷ്ടിക്കുന്നില്ലെന്നാണ് ചരിത്രം പഠിപ്പിക്കുന്നത്. കലാപങ്ങൾക്കും കെടുതികൾക്കും മുമ്പിൽ മറ്റെല്ലാ സീമകളും ഇല്ലാതാവുന്നു. അവിടെ ഓരോ നിലവിളിയും ഉത്തരംകിട്ടാത്ത ഓരോ ചോദ്യമായ് നമ്മെ വേട്ട യാടും. മുന്നറിപ്പിന്റെ രാഷ്ട്രീയമാണ് അവിടെ വിളംബരം ചെയ്യപ്പെടുക. സ്വെറ്റ്ലാന അലക്സിവിച്ച് ഒരു എഴുത്തുകാരിയോ, ഒരു മാധ്യമ പ്രവർത്തകയോ മാത്രമായി ചുരുങ്ങാതെ നമ്മുടെ ബോധതലത്തെ തൊട്ടുണർത്തുന്നത് അതുകൊണ്ടാണ്. ചെർണോബിൽ ശബ്ദം നമ്മുടേതുകൂടിയാണ്. അവർ തൊട്ടുണർത്തുമ്പോൾ നാം ഉണർന്നേ മതി യാവൂ. ■

സഹായകഗ്രന്ഥങ്ങൾ

- Svetlena Alexivich, Then Second Hand Times, Random House, 2016.
- Svetlena Alexivich, The Voices from Chernobyl, Ostozhe Publisher, 1997.

മുൻപേ പറക്കുന്ന കാഴ്ചകൾ

"I don't know with what weapons World War III will be fought, but World War IV will be fought with sticks and stones."

തന്റെ കൈയ്യൊപ്പു പതിഞ്ഞ ന്യൂക്ലിയർ സാങ്കേതിക വിദ്യ ലോക നന്മയ്ക്ക് ഉപയോഗിക്കപ്പെടുന്നില്ലെന്ന തിരിച്ചറിവിൽ ആൽബർട്ട് ഐൻസ്റ്റൈനിൽ നിന്നുതിർന്ന ഈ വാക്കുകൾ പ്രവചനാത്മകം മാത്ര മല്ല, ആത്മവിലാപം കൂടിയായിരുന്നു. എല്ലുകളും കല്ലുകളും മാത്രം അവ ശേഷിക്കുന്ന ഭൂമിയിലാവും നാലാം ലോക മഹായുദ്ധം സംഭവിക്കുക യെന്ന തിരിച്ചറിവിനിടയിലും ആണവരാഷ്ട്രങ്ങളുടെ ആയുധ സംഭരണ ശാലകളിൽ രണഭേരിയും അട്ടഹാസവും മുഴങ്ങുകയാണല്ലോ. "ഇവിടെ അവശേഷിക്കയില്ലാരുമീ ഞാനു"-മെന്ന കവിയുടെ ക്രാന്തദർശിത്വം തന്നെയാണ് ഐൻസ്റ്റൈനൊപ്പം നാമോരോരുത്തരും പങ്കുവെയ്ക്കുന്നത്.

അമേരിക്കയും ഉത്തര കൊറിയയും തമ്മിലോ മറ്റേതെങ്കിലും മത രാഷ്ട്രം സ്ഥാപിക്കുന്നതിന്റെ പേരിലോ സംഭവിച്ചേക്കാവുന്ന മൂന്നാം ലോക മഹായുദ്ധം ആണവയുദ്ധമായി ലോകത്തെ സംഹരിക്കു മെന്നതിൽ ആർക്കും സംശയമില്ല. ഹിരോഷിമയും നാഗസാക്കിയും മുതൽ ഹുക്കുഷിമയും ചെർണോബിലും വരെ ഒരുഭാഗത്ത്, ആഗോള താപനമുൾപ്പെടെയുള്ള ഭീഷണികളേറ്റ് ആസന്നമൃതി കാത്തുകിടക്കുന്ന ആവാസലോകം മറ്റൊരു ഭാഗത്ത്. മാനവരാശിയെ മാത്രമല്ല, പ്രപ ഞ്ചത്തെ ആകമാനം ഇല്ലാതാക്കുന്ന കൊടിയ വിപത്തിലേക്കാണ്, സാങ്കേ തിക ത്വരയും ആസക്തിയും വളർന്നു പടരുന്നത്.

മനുഷ്യന്റെ അവസാനിക്കാത്ത മരണഭയങ്ങളാണ് യുദ്ധത്തിലേക്കും അതിജീവന മോഹത്തിലേക്കും നയിക്കുന്നതെന്ന് കാണാം. എഴുത്തു കാരും ചിന്തകരും കാലങ്ങളായി പങ്കുവെക്കുന്ന വസ്തുതയാണിത്. പ്രാകൃത മനുഷ്യന്റെ കാലം മുതൽ വേട്ടയാടിയ ഏറ്റവും വലിയ ഭയം ലോകാവസാനത്തെക്കുറിച്ച് തന്നെയായിരുന്നു. ആ ഭയം ആധുനിക കാലത്തും അതേപോലെ തുടർന്നുവെന്നതിന്റെ ദൃഷ്ടാന്തമാണ് 2012 ഡിസംബർ 21ന് ലോകം അവസാനിക്കുമെന്ന മായൻ കലണ്ടർ പ്രവചനം

പരസഹസ്രം ആളുകളെ ഭയചകിതരാക്കിയ കാഴ്ച. നൂറ്റാണ്ടുകൾക്ക് മുമ്പുള്ള മായൻകലണ്ടറിലെ രേഖപ്പെടുത്തലിനും നിബിരു എന്ന അജ്ഞാത ഗ്രഹം ഭൂമിയുമായി കൂട്ടിയിടിക്കുമെന്ന പ്രവചനത്തിനും ഭൂമിയുടെ കാന്തികധ്രുവങ്ങൾ പരസ്പരം മാറിപ്പോകുമെന്ന ആശങ്കയ്ക്കും അടിസ്ഥാനമില്ലെന്ന് തെളിഞ്ഞു. മായൻ കലണ്ടറിൽ അതിമാനുഷിക ശക്തിയാണ് ഭീഷണിയായി ചിത്രീകരിക്കപ്പെട്ടതെങ്കിൽ ലോകത്തിന് യഥാർത്ഥ വെല്ലുവിളി മനുഷ്യൻ തന്നെയാണ്. ഒരുഭാഗത്ത് പ്രപഞ്ചത്തെ നശിപ്പിക്കുമ്പോഴും അവന്റെ ഉപബോധമനസ്സിൽ ലോകാവസാനം എന്ന മരണഭയം വിടാതെ പിന്തുടരുന്നുണ്ട്. ലോകാവസാനത്തിലേക്ക് എത്തിക്കുക മനുഷ്യന്റെ ചെയ്തികളാണെന്ന് ഇതിഹാസവും മതഗ്രന്ഥങ്ങളും മുതൽ ശാസ്ത്രപുസ്തകങ്ങൾ വരെ അടിവരയിടുന്നു. മതഗ്രന്ഥങ്ങളെ വിശ്വാസം മാത്രമെന്ന് വാദിച്ച് തിരസ്കരിക്കാം. പക്ഷേ ശാസ്ത്രത്തെ തള്ളിപ്പറയാൻ സാധിക്കില്ലല്ലോ. ദീർഘവീക്ഷണവും യുക്തിസഹവുമായ ന്യായവാദവും ശാസ്ത്രത്തിന്റെ ബലമാണ്.

ഈ യുക്തിയെ ഭാവുകത്വത്തിന്റെ അലങ്കാരച്ചാർത്തോടെ അവതരിപ്പിക്കുന്ന പുസ്തകങ്ങൾ നിരവധിയാണ്. ഭൂമിയെ രക്ഷിക്കാൻ സാധിക്കുന്ന പുസ്തകങ്ങൾ. അങ്ങനെ ഒരു വിഭാഗം പുസ്തകങ്ങളുണ്ടോ? -തീർച്ചയായും. എഴുത്തുകാർ മരിച്ചു കഴിഞ്ഞാൽ പുസ്തകങ്ങളാകുന്നുവെന്ന് ലൂയി ബോർജ്ജേ പണ്ടെങ്ങോ രേഖപ്പെടുത്തിവെച്ചിട്ടുണ്ട്. കാലവൈതരണികളെ കവിഞ്ഞൊഴുകി, ഭാവിയിൽ പുസ്തകങ്ങൾക്ക് എന്തു ചെയ്യാൻ സാധിക്കുമെന്ന ചോദ്യത്തിനുള്ള ഉത്തരം കൂടിയാണിത്.

“Look deep into nature, and then you will understand everything better.” പ്രകൃതിയുടെ ആഴത്തിലേക്ക് നോക്കാനുള്ള ഐൻസ്റ്റൈന്റെ വാക്കുകൾ, നമ്മുടെ ജീവിതവും രതിയും മൃതിയും വിസ്മൃതിയുമെല്ലാം ഇഴചേർന്നു കിടക്കുന്ന ജൈവതാളത്തെ ഓർമ്മപ്പെടുത്തലാണ്. ഈ ഘടകങ്ങളുടെ താളാത്മകമായ ചലനത്തിന് ഭംഗം വരുമ്പോളാണ് വിപത്തുകൾ തേടിവരുന്നത്. മാറ്റം മനുഷ്യ നിർമ്മിതമായും പ്രകൃതി നിർമ്മിതമായും അനസ്യൂതം തുടരുകയാണ്. സമകാലിക പരിതസ്ഥിതിയിൽ വീണ്ടും ചാൾസ് ഡാർവിൻ വായിക്കപ്പെടണമെന്ന് ഓരോ മാറ്റങ്ങളും ആവർത്തിച്ച് ഓർമ്മപ്പെടുത്തുന്നു. പ്രത്യേകിച്ചും പ്രകൃതി നിർദ്ധാരണ സിദ്ധാന്തം. “ജനിതകപരമോ പെരുമാറ്റപരമോ ഘടനാപരമോ ആയ വ്യതിയാനങ്ങൾ മാറുന്ന പരിസ്ഥിതിക്കനുസരിച്ച് ജീവികൾ പ്രകടിപ്പിക്കുന്നു. പരിസ്ഥിതിയോട് കൂടുതൽ യോജിച്ചു പോകുന്ന വ്യതിയാനങ്ങൾ കാണിക്കുന്നവ നിലനിൽക്കുകയും അല്ലാത്തവ നശിക്കുകയും ചെയ്യുന്നു(Survival of the fittest). ഇത്തരം അനുകൂല വ്യതിയാനങ്ങളുള്ള ജീവജാലങ്ങളെ മാത്രം പ്രകൃതി തെരഞ്ഞെടുത്ത് നിലനിർത്തുകയും അല്ലാത്തവ നശിക്കുകയും ചെയ്യുന്നു.” ഇവിടെ ഡാർവിൻ പ്രകൃതിക്കാണ് പ്രഥമ പരിഗണന നൽകിയത്. പ്രകൃതിയാണ് തിരഞ്ഞെടുപ്പ്

നടത്തുന്നത്. പ്രകൃതിയെ അവഗണിച്ചുള്ള ഒരു തിയറിയും അദ്ദേഹം മുന്നോട്ട് വെയ്ക്കുന്നില്ല. പ്രകൃതിയും ജീവജാലങ്ങളും തമ്മിലുള്ള ബാലൻസിങ്ങിന് ഊന്നൽ കൊടുക്കുന്നു. ഈ ഒരു സന്തുലനത്തെ തകർത്തുകൊണ്ടാണ് ഇന്ന് ശാസ്ത്രവും മനുഷ്യനും മുന്നേറുന്നത്.

ഭൗതികവും ബൗദ്ധികവുമായ മനുഷ്യന്റെ മരണം തന്നെയാണ് ലോകാവസാനത്തിലേക്കു നയിക്കുന്നത്. മരണം ഇവിടെ ഒരു രൂപത്തി ലല്ല രംഗപ്രവേശം ചെയ്യുന്നത്. ഫാസിസം, വംശീയത, ദേശീയത, ഭീകര വാദം, പലായനം, പട്ടിണി, പരിസ്ഥിതിനാശം, ആഗോള താപനം മുതലായ ചെറുതും വലുതുമായ രൂപത്തിൽ. ലോകാവസാനം എന്ന സംജ്ഞ യിലൂടെ മരണഭയമാണ് ഉള്ളിന്റെയുള്ളിൽ മനുഷ്യൻ വിനിമയം ചെയ്യുന്ന ആശയമെങ്കിൽ, സ്വാർത്ഥ കർമ്മങ്ങളാൽ അവൻ മരണത്തിലേക്ക് എടു ത്തെറിയപ്പെടുന്നു എന്നതാണ് വിരോധാഭാസം. രക്തരൂഷിത വിപ്ലവവും കൂട്ടക്കൊലയും മുതൽ യുദ്ധങ്ങൾ വരെ മനുഷ്യവംശത്തിന്റെ അന്ത്യ ത്തിലേക്കും ലോകാവസാനത്തിലേക്കും നയിക്കും. സ്വർഗരാജ്യം സ്ഥാപി ക്കപ്പെടുമെന്ന മതബോധത്തിൽ നിന്നുണ്ടായ ഉപബോധമനസ്സിലെ വീര്യവും ധൈര്യവുമാണ് പല ഏകാധിപതികളെയും വംശഹത്യയ്ക്ക് പ്രേരിപ്പിക്കുന്നതെന്ന് കാണാം. അർമീനിയ, ഹോളോകോസ്റ്റ്, റുവാൻഡ, കംബോഡിയ, കുർദ്, ബോസ്നിയ, സിറിയ മുതൽ നമ്മുടെ ഗുജറാത്തു വരെ അതങ്ങനെ വ്യാപിച്ചു കിടക്കുന്നു. ജനിച്ചുവീണ മണ്ണിൽ നിന്ന് രാഷ്ട്രീയ-ഭരണകൂട നൃശംസതയാൽ പലായനം ചെയ്യപ്പെടാൻ നിർബന്ധിതരാവുന്ന ജനങ്ങൾ വംശഹത്യയുടെ ഇരകളാക്കപ്പെടുമ്പോൾ ഡാർവിൻ സൂചിപ്പിച്ച നിലനില്പിനുള്ള പോരാട്ടം രാഷ്ട്രീയ വർത്തമാന മാകുന്നു.

മനുഷ്യ ജീവിതം ആയാസകരമാക്കാനും കൂടുതൽ ആസ്വാദ്യകര മാക്കാനും ശാസ്ത്രത്തിന് കഴിഞ്ഞിട്ടുണ്ട്. അതിനപ്പുറത്തേക്കുള്ള അതിന്റെ തിന്മയെക്കുറിച്ച്, വരുംവരായ്കകൾക്കു നേരെ കണ്ണടയ്ക്കേണ്ടി വരുന്നു. അങ്ങനെ നാം അഭിമുഖീകരിക്കുന്ന പ്രശ്നങ്ങൾ ഗുരുതരാ വസ്ഥയിൽ എത്തിച്ചേരുകയും ചെയ്യുന്നു. ശാസ്ത്രം വെറും അക്കാദമിക് മേഖലയിൽ മാത്രം ചർച്ച ചെയ്യേണ്ടതല്ലെന്നും സാധാരണക്കാർക്ക് മനസ്സിലാവുന്ന ഭാഷയിൽ അവതരിപ്പിക്കുകയും അതിലൂടെ ലോക വീക്ഷണത്തിലേക്ക് എത്തിച്ചേരാൻ കഴിയണമെന്നുള്ള അവബോധ ത്തിൽ നിന്നുമാണ് സയൻസ് ഫിക്ഷൻ കഥകൾ രൂപംകൊള്ളുന്നത്. "Today's science fiction is tomorrow's science fact'" എന്നാണ് ഐസക് അസിമോവ് അഭിപ്രായപ്പെട്ടത്. ഇത്തരത്തിലുള്ള ഉൾക്കാഴ്ചകളെ വിളം ബരം ചെയ്യുന്ന ശാസ്ത്രീയ എഴുത്തു മാതൃകകൾ ലോകത്തെങ്ങും പ്രചുര പ്രചാരം സിദ്ധിച്ചവയാണ്. സയൻസ് ഫിക്ഷനുകളായാണ് ഇവയിലേറെയും കാലത്തോട് സംവദിക്കുന്നത്. ഭാവിയിലെ സത്യങ്ങളെ പ്രവചിക്കുന്ന ഭാവി വർത്തമാനത്തിന്റെ ആകുലതകളാണല്ലോ സയൻസ്

ഫിക്ഷൻ. അശുഭകരമായ കാഴ്ചകളിലേക്ക് മനുഷ്യരാശിയുടെ ബോധ ജാലകങ്ങളെ തുറന്നിടാൻ പ്രേരിപ്പിക്കുന്ന വിധത്തിലാണ് ശാസ്ത്ര സാഹിത്യത്തിന്റെ പ്രധാന ശാഖകളായ ഡിസ്റ്റോപ്പിയൻ ഫിക്ഷനുകളും ക്ലൈമറ്റ് ഫിക്ഷനുകളും കടന്നുവരുന്നത്. എവിടെയാണോ മനുഷ്യൻ പരാജയപ്പെടുന്നത്, പോരാടുന്നത്, ഉത്കണ്ഠപ്പെടുന്നത് അവിടുത്തെ സാഹചര്യത്തെ നിർണ്ണയിക്കാൻ, പ്രവചിക്കാൻ ഓരോ രൂപങ്ങളും ഉതക വിക്കും എന്നു പറയുന്നതിന്റെ പ്രധാന തെളിവ് തന്നെയാണ് ഈ വിഭാഗ ത്തിൽപ്പെട്ട ഫിക്ഷനുകളും സിനിമകളും ശാസ്ത്രീയ നിരീക്ഷണ ങ്ങളും.

ഭാവിയെക്കുറിച്ചുള്ള വർത്തമാനകാല ഉത്കണ്ഠകൾ പങ്കു വെയ്ക്കുന്ന മുഖ്യധാര സയൻസ് ഫിക്ഷനുകൾ മുമ്പു തന്നെ പ്രചരി ക്കുന്നുണ്ട്. പതിനെട്ടാം നൂറ്റാണ്ടിലെ ജോനാഥാൻ സ്വിഫ്റ്റിന്റെ ഗള്ളി വേർസ് ട്രാവൽസിൽ തുടങ്ങി പത്തൊമ്പതാം നൂറ്റാണ്ടിലെ എച്ച് ജി വെൽസിന്റെ The Time Machin (1895), When the Sleeper Wakes (1899), ആന്റണി ട്രൊല്ലോപ്പിന്റെ The fixed period (1882) എന്നീ പുസ്തക ങ്ങളിലൂടെ ഇരുപതാം നൂറ്റാണ്ടിലെ ജാക്ക് ലണ്ടന്റെ The iron heel (1908), ഇ എം ഫോസ്റ്ററിന്റെ The Machine stopsലേക്ക് എത്തുമ്പോഴേക്കും ഇവയെല്ലാം അതാത് കാലഘട്ടത്തിന്റെ ആകുലതകളും അസന്തുഷ്ടി യാർന്ന സമൂഹത്തെയും പങ്കുവെയ്ക്കുന്ന കാഴ്ച കാണാം. സയൻസ് ഫിക്ഷൻ കഥകൾ സമൂഹത്തിൽ പ്രത്യക്ഷപ്പെട്ടത് 1818ൽ പ്രസിദ്ധീ കൃതമായ 'ഫ്രാങ്കൻസ്റ്റെൻ ഓർ ദ മോഡേൺ പ്രോമിത്യൂസ്' എന്ന കൃതിയിലാണ്. ഈ കൃതി രചിച്ച മേരി ഷെല്ലിയെ സയൻസ് ഫിക്ഷന്റെ മാതാവെന്നും വിശേഷിപ്പിക്കുന്നു.

ഇന്ന് അത്തരത്തിലുള്ള ആശങ്കകൾ ചുറ്റുപാടും രൂഢമൂലമായ തിനാൽ ഡിസ്റ്റോപ്പിയൻ എഴുത്തുകളും ക്ലൈമറ്റ് ഫിക്ഷനുകളും എന്ന ത്തേക്കാളും പ്രസക്തമാകുകയാണ്. മനുഷ്യരാശി നിരന്തരമായ പുരോഗതി ലക്ഷ്യംവെക്കുമ്പോഴും ഉയർന്ന ജീവിത നിലവാരം സ്വപ്നം കാണുമ്പോഴും അവയ്ക്ക് മനോഹരമായ ഒരു അവസാനം കാണാൻ കഴിയുന്നില്ലെന്നതാണ് യാഥാർത്ഥ്യം. പകരം സന്തോഷമില്ലാത്ത, നിഷ്ഫലമായ dystopia (നിരാശ) അവശേഷിപ്പിക്കുന്നു. 'dystopia' ഒരു ഗ്രീക്ക് പദമാണ്. പേടിക്കുന്ന അല്ലെങ്കിൽ അസന്തുഷ്ടിയുള്ള ഒരു സമൂഹം എന്ന അർത്ഥത്തിൽ അതിനെ വ്യാഖ്യാനിക്കാം.

ഡിസ്റ്റോപ്പിയൻ പശ്ചാത്തലത്തിൽ കനേഡിയൻ എഴുത്തുകാരി മാർഗറ്റ് അറ്റ്വുഡ് രചിച്ച വിശ്രുത കൃതി 'maddaddam' പ്രസിദ്ധീകരിച്ചത് 2013 ലാണ്. മാർഗരറ്റ് അറ്റ്വുഡിന്റെ ഒറിക്സ് ആൻഡ് ക്രേക്ക് (2003), നെയിം ദ ഇയർ ഓഫ് ദ ഫ്ളഡ് (2009) എന്നീ രണ്ടു കൃതികളെയും വിളക്കിച്ചേർക്കുന്നത് ഈ കൃതിയിലാണ്. ഈ മൂന്ന് കൃതികളും കൂടി

ട്രൈലോജി-നോവൽത്രയം - എന്നറിയപ്പെടുന്നു. ഭൂമിയുടെ ഡിസ്റ്റോപ്പിയൻ സാഹചര്യത്തെ അതിന്റേതായ ഭീകരതയോടെയും വൈകാരികതയോടും അവതരിപ്പിക്കാനും ആവിഷ്ക്കരിക്കാനും ഈ നോവലുകൾക്ക് കഴിഞ്ഞിട്ടുണ്ട്. ശാസ്ത്ര സാങ്കേതിക വിദ്യയെക്കുറിച്ച് അവബോധം ഉണ്ടാക്കുകയും ഭാവിയിൽ അതുണ്ടാക്കുന്ന വിപത്തിനെക്കുറിച്ച് പ്രവചിക്കുകയും അതേസമയം ആക്ഷേപിക്കുകയും ചെയ്യാൻ കഴിയുമെന്നതാണ് സയൻസ് ഫിക്ഷന്റെ കരുത്ത്. മാർഗരറ്റ് അറ്റ്‌വുഡ് തന്റെ കൃതികളെ സയൻസ് ഫിക്ഷൻ എന്ന് വിളിക്കുന്നതിനെ എതിർത്തിരുന്നു. സയൻസ് ഫിക്ഷൻ ഇന്നത്തെ കാലത്ത് സാധ്യമല്ല എന്ന കാഴ്ചപ്പാടുകാരിയായിരുന്നു അവർ; അവരുടെ കൃതികളെല്ലാം വർത്തമാനകാല ടെക്നോളജിയെയും സമൂഹത്തിന്റെ സദാചാരബോധത്തെയും കുറിച്ചായിരുന്നു. മാർഗരറ്റ് അറ്റ്‌വുഡിന്റെ കഥയുടെ കാമ്പ് മനുഷ്യരാശിയുടെ വർധിച്ചു വരുന്ന ആവശ്യങ്ങളെല്ലാം നേടിയെടുക്കാൻ പ്രകൃതിയെ ദുരുപയോഗം ചെയ്യുന്നതും ഭൂമിയുടെ എല്ലാ ഉറവകളെയും വറ്റിച്ച് ജീവിതം സുഖപ്രദമാക്കാനുള്ള മനുഷ്യന്റെ വർധിച്ചു വരുന്ന ത്വര വെളിപ്പെടുത്തലുമാണ്. മൃഗങ്ങൾ പോലും പരസ്പരം പോരടിച്ചു കൊല്ലപ്പെടുകയും മതം മനുഷ്യജീവിതത്തെ ഭരിക്കുന്ന ഭീകരമായ അവസ്ഥ ചിത്രീകരിക്കുകയും വഴി വ്യതിരിക്തമായൊരു ഡിസ്റ്റോപ്പിയൻ ലോകത്തെ വായനക്കാരന് മുമ്പിൽ തുറന്നുവെക്കുന്നു അവർ.

ശാസ്ത്രം പുരോഗമിക്കുമ്പോൾ സ്വാഭാവികമായും ആയുസ്സ് കൂടാനുള്ള ഉപായങ്ങളെക്കുറിച്ചുള്ള ഗവേഷണത്തിലും മനുഷ്യൻ വ്യാപൃതനാവും. ഈ ആയുർ ദൈർഘ്യം മരണത്തെ അതിജീവിക്കാനുള്ള ആത്മവിശ്വാസം നൽകുന്നു. മരണത്തെയും വാർധക്യത്തെയും എതിർത്തു തോല്പിക്കാൻ മനുഷ്യന് സാധിക്കുമോ എന്ന ചിന്തയിൽ നിന്നാണ് കാലിക്കോ (calico) എന്ന ഗവേഷണ സ്ഥാപനം വളർന്നുവന്നത്. മരണത്തെ എങ്ങനെ അതീജിവിക്കാൻ സാധിക്കുമെന്ന് സൂക്ഷ്മമായി പരീക്ഷിക്കുകയാണ് കാലിക്കോയുടെ ലക്ഷ്യം. ഒരു വ്യക്തിയെ അയാളാക്കി നിലനിർത്തുന്ന മുഴുവൻ ഓർമ്മകളും വികാരങ്ങളും കംപ്യൂട്ടറിലേക്ക് മാറ്റി സൂക്ഷിക്കാനാവുമോ എന്ന പരീക്ഷണവും നടക്കുകയാണ്. ശരീരത്തെ പുതുതായി നിർമ്മിച്ച ശേഷം അതിലേക്ക് ഡാറ്റാസ് മുഴുവൻ തിരികെ കയറ്റുക എന്നതാണ് ലക്ഷ്യം. ഇങ്ങനെ മാറ്റാനായാൽ മരണത്തിന് അർത്ഥമില്ലാതാവുമെന്ന് ഫ്രാൻസിസ് ഫുക്കുയാമ എന്നശാസ്ത്രചിന്തകൻ 2004-ൽ പ്രവചിച്ചിരുന്നു. ഇതാണ് മനുഷ്യൻ ഭാവിയിൽ നേരിടാൻ പോകുന്ന അപകടകരമായ ആശയങ്ങളിലൊന്ന്.

പക്ഷേ അത്തരം പരീക്ഷണങ്ങൾ യാഥാർത്ഥ്യമാവുന്നതിന് മുമ്പ് ലോകത്തിന്റെ അന്ത്യം സംഭവിക്കുമോ എന്ന ആശങ്കയാണ് ശാസ്ത്രജ്ഞർക്കു പോലുമുള്ളത്. ലോകാവസാനം എന്നത് ഇവിടെ മിത്തും ശാസ്ത്രവും കൂടിക്കലർന്ന ഒരു സമസ്യയാണ്. എല്ലാ സംസ്കാരങ്ങളിലും

ലോകാവസാനത്തെക്കുറിച്ചുള്ള സങ്കല്പങ്ങൾ നൂറ്റാണ്ടുകളായി നിലനിൽക്കുന്നുണ്ട്. മേൽസൂചിപ്പിച്ച മായൻ കലണ്ടർ അതിലൊന്നു മാത്രം.

ശാസ്ത്രവികാസവും നാഗരികതയും വംശഹത്യയും ലോകാവസാനത്തിലേക്ക് എപ്രകാരം നയിക്കുന്നുവെന്ന ആശങ്കയാണ് നാം സ്പർശിച്ചു വന്നത്. ശാസ്ത്ര സാങ്കേതികത വികസിപ്പിച്ചെടുത്ത ജനിതക എഞ്ചിനിയറിംഗ് മനുഷ്യരാശിയുടെ ആരോഗ്യകരമായ ഉന്നതി മാത്രം ലക്ഷ്യം കണ്ടാണെങ്കിലും അതിന്റെ പ്രത്യാഘാതങ്ങൾ ആരും തിരിച്ചറിയാതെ പോകുകയാണ്. ഡിസൈനർ കുഞ്ഞുങ്ങൾ പിറക്കാൻ തുടങ്ങിയാൽ ലോകം എങ്ങനെയൊക്കെ മാറിപ്പോകുമെന്ന് ഇന്ന് പ്രവചിക്കുക പ്രയാസമാണ്. ജനിതക എഞ്ചിനിയറിംഗ് മനുഷ്യന് മുമ്പിൽ ഉയർത്തുന്ന ഏറ്റവും വലിയ നൈതിക പ്രശ്നമാണിത്.

ജനിറ്റിക് എഞ്ചിനിയറിംഗ് മനുഷ്യനെ എഡിറ്റ് ചെയ്ത് നല്ല ആരോഗ്യവും ബുദ്ധിയുമുള്ള പുതിയ തലമുറയെ ഉല്പാദിപ്പിക്കുമ്പോൾ പരാജയപ്പെടുന്നത് പ്രകൃത്യാലുള്ള സ്വാഭാവികതയാണ്. ഇത്തരം സ്വാർത്ഥതയെ ഉൾക്കൊണ്ടുകൊണ്ടുള്ള ന്യായവാദങ്ങൾ ആധിപത്യം നേടാൻ ശ്രമിക്കുമ്പോൾ അത് ഭൂമിയിലെ നൈസർഗികതയെ തന്നെയാണ് തകർക്കുക. ജനിതക ഉട്ടോപ്യൻ സങ്കല്പത്തെ സ്വപ്നം കാണുന്ന മനുഷ്യരെയും ഫാസിസത്തിന്റെ ജനിതക എഞ്ചിനീയറിംഗിനെയും ബന്ധിപ്പിക്കുകയും ചർച്ചയ്ക്ക് വിധേയമാക്കുകയും ചെയ്യുന്നു മലയാളത്തിലെ പ്രമുഖ ശാസ്ത്ര എഴുത്തുകാരനായ ജീവൻ ജോബ് തോമസിന്റെ 'മരണത്തിന്റെ ആയിരം മുഖങ്ങൾ' എന്ന കൃതി. ഡിസൈനർ കുഞ്ഞുങ്ങളെ ഉല്പാദിപ്പിക്കുന്ന ജനിതക എഞ്ചിനീയറിംഗ് ഈ ലോകത്തെ ആവാസയോഗ്യമല്ലാത്ത വിധത്തിലേക്കാണ് എത്തിക്കുക. അങ്ങനെ വന്നാൽ ഭൂമിയിൽ നിലനിൽപ്പിന് അസ്തിത്വമുണ്ടാകില്ലെന്ന് തിരിച്ചറിഞ്ഞ അതേ ശാസ്ത്രം തന്നെയാണ് ചൊവ്വയിൽ ജീവനുണ്ടോ എന്ന് അന്വേഷിക്കുന്നതും. ചൊവ്വയിൽ മറ്റൊരു കോളനി സ്ഥാപിക്കാൻ ഒരുങ്ങുന്നതിന്റെ മുന്നോടിയാണ് നിരന്തരമുള്ള ഈ ശാസ്ത്രീയ പരീക്ഷണങ്ങൾക്കുള്ള അടിസ്ഥാനമെന്ന കാഴ്ചപ്പാടാണ് പുസ്തകം മുന്നോട്ടു വെയ്ക്കുന്നത്.

"തകരാറുകൾ ഉള്ള മനുഷ്യർ തകരാറുകളുള്ള കുഞ്ഞുങ്ങളെ ഉല്പാദിപ്പിക്കുന്നത് നിർത്തണം എന്ന് പറയുന്നതിന് ന്യായമുണ്ട്. മാനവസമൂഹത്തോട് ചെയ്യുന്ന ഏറ്റവും മനുഷ്യത്വപൂർണമായ പ്രവർത്തിയാണത്. മനുഷ്യസമൂഹത്തിൽ നിലനിൽക്കുന്ന ദൗർഭാഗ്യവാന്മാരായ അനേകരുടെ കൂട്ടങ്ങൾ ഭാവിയിൽ ഉണ്ടാകരുതെന്ന ആശയമാണ് എല്ലാവരും ആരോഗ്യവാന്മാരും കൂടുതൽ കഴിവുള്ളവന്മാരുമായ മനുഷ്യവംശത്തിന്റെ നിർമ്മിതിയാണത്." ഹിറ്റ്ലർ തന്റെ ആത്മകഥയായ 'മെയിൻ കാംഫി'ൽ വിവാദപരമായ പരാമർശം നടത്തിയെങ്കിൽ അതിന്റെ ആവർത്തനം

ഇന്ത്യയിൽ 2017-ൽ ശക്തമായി അവതരിപ്പിക്കുകയാണ്. എങ്ങനെ കുലീനരായ കുഞ്ഞുങ്ങളെ ഗർഭം ധരിക്കാമെന്നാണ് ആർ എസ് എസിന്റെ ഹെൽത്ത് വിങ്ങായ ആരോഗ്യ ഭാരതി ദമ്പതികൾക്ക് നൽകുന്ന കൗൺസിലിംഗിൽ പ്രധാനം. ഇതു സംബന്ധിച്ച വാർത്തകൾ കൊൽക്കത്തയിൽനിന്ന് വരികയും കോടതി കയറുകയും ചെയ്തു. മനുഷ്യന്റെ ബ്രാഹ്മണ്യബിംബത്തോടുള്ള അഭിനിവേശവും അതിരുകവിഞ്ഞ ആദരവും എടുത്തു കാണിക്കുന്നതിനൊപ്പം സെലക്ടീവ് ബ്രീഡിങ്ങിലൂടെ കഴിവു കുറഞ്ഞ മനുഷ്യരെ ഉന്മൂലനം ചെയ്യുക എന്ന യൂജനിക്സിന്റെ ആശയം കൊണ്ടുവരുന്ന ആശയത്തെ ശാസ്ത്രീയമായി അപഗ്രഥിക്കുകയും ചെയ്യുമ്പോൾ അതിന്റെ ഭയാനകത വെളിവാകും. വംശഹത്യയിലേക്കുൾപ്പെടെ നയിക്കുന്നത് ഇത്തരം വിചാരങ്ങളാണ്. വംശഹത്യകൾ ആത്യന്തികമായി വംശനാശത്തിലേക്കാണല്ലോ മനുഷ്യനെ എത്തിക്കുക.

മനുഷ്യ ഭ്രൂണത്തിൽ നടത്തുന്ന എഡിറ്റിംഗ് ഡിസൈനർ കുഞ്ഞുങ്ങളെ ഉണ്ടാക്കുന്ന ചെലവ് കുറഞ്ഞ രീതിയാണ് ലോകത്തിന് മുമ്പിൽ ഉയർത്തുന്ന ഏറ്റവും വലിയ ഭീഷണികളിലൊന്നെന്ന് ആൾഡസ് ഹക്സ്‌ലിയുടെ 'ബ്രേവ് ന്യൂ വേൾഡ്' ചിത്രീകരിക്കുന്നു. ജനിതക എഞ്ചിനീയറിംഗ് വഴി വ്യത്യസ്ത കഴിവുകളുള്ള മനുഷ്യരെ ടെസ്റ്റ്യൂബുകളിൽ ചുട്ടെടുക്കുന്നതിനെപ്പറ്റിയുള്ള ഏറ്റവും മഹത്തായ പ്രവചനമാണ് 'ബ്രേവ് ന്യൂ വേൾഡ്'. ജനിതക സാധ്യതകളുടെ അനന്ത വിഹായസ്സിനെക്കുറിച്ച് ആലോചിക്കുമ്പോൾ തന്നെ മറുഭാഗത്ത് തന്റെ ജൈവിക ഘടന തകർക്കുന്ന ആണവ മുറകൾ പരീക്ഷിക്കാൻ തയ്യാറെടുക്കുകയാണ് മനുഷ്യൻ. യുദ്ധം അവന് ഒഴിവാക്കാൻ പറ്റാത്ത ഒന്നായി മാറുന്നു. യുദ്ധത്തിലേക്ക് മനുഷ്യൻ എന്നും സ്വയം എടുത്തെറിയപ്പെടുന്നത് യുദ്ധാനന്തരം വിഭാവനം ചെയ്യുന്ന ഒരു സ്വപ്നലോകം പ്രതീക്ഷിച്ചാണ്. അത് ഒരു രാഷ്ട്രീയ-സാമൂഹ്യ മനഃശാസ്ത്രമാണ്. പുതിയ ലോകത്തേക്ക് കുതിച്ചുകയറാനുള്ള തെറ്റിദ്ധാരണകളാണ് ഓരോ യുദ്ധത്തിന് പിന്നിലെയും പ്രേരണ. ഇത്തരത്തിലുള്ള ഡിസ്റ്റോപിയൻ കാഴ്ചപ്പാടുകൾ മുന്നോട്ടുവെയ്ക്കുന്ന പുസ്തകങ്ങൾ നിരവധിയുണ്ട്. Yevgeny Zamyatinന്റെ 1921ൽ പ്രസിദ്ധീകരിച്ച 'വീ' എന്ന നോവൽ ലോകശ്രദ്ധയാർജ്ജിച്ചതും സമാനമായ ആശയ പ്രപഞ്ചം വെളിപ്പെടുത്തുന്നതുമാണ്. 1905ലെയും 1917ലെ റഷ്യൻ വിപ്ലവത്തിന്റെ പശ്ചാത്തലം പങ്കുവെയ്ക്കുന്ന കാഴ്ചയാണത്. ഭാവി ജനജീവിതത്തെക്കുറിച്ചുള്ള അദ്ദേഹത്തിന്റെ ആശങ്കകൾ ഇതിൽ വായിച്ചെടുക്കാം. നാഗരികതയുടെ ആധിക്യവും ഗ്ലാസുകൊണ്ടുള്ള വീടും രഹസ്യപ്പൊലീസും ജനങ്ങളുടെ സ്വകാര്യതയെ ശല്യപ്പെടുത്തുന്നതും ജനസംഖ്യയിലുള്ള ക്രമാതീതമായ വർധനവും വ്യക്തിത്വമില്ലാത്ത സമൂഹത്തിനെ രൂപപ്പെടുത്തുന്നത് എങ്ങനെയെന്ന് നോവൽ വിവരിക്കുന്നു. റഷ്യൻ ഭാഷയിൽ എഴുതപ്പെട്ട ഈ നോവൽ സ്റ്റാലിന് മുമ്പു തന്നെ പ്രസിദ്ധീകരിച്ചിരുന്നു. ജീവിതത്തിൽ

കമ്യൂണിസ്റ്റ് അംശങ്ങൾ പകർത്തേണ്ടതിന്റെ ആവശ്യകതയെക്കുറിച്ച് സെമ്യാചിൻ പ്രതിപാദിപ്പിക്കുന്നു. മനുഷ്യന്റെ ചിന്തകൾ അവനെ നാശത്തിലേക്ക് നയിക്കുമെന്ന് പ്രവചിച്ചാണ് ജോർജ്ജ് ഓർവലിന്റെ '1984' എന്ന കൃതി നിലനിൽപ്പില്ലാത്ത സമൂഹത്തിൽ അതിജീവനത്തിനായി പൊരുതുന്ന ഡിസ്റ്റോപ്പിയൻ സമൂഹത്തെ വരച്ചു കാട്ടുന്നത്. വർത്തമാന കാലത്തെ പ്രശ്നങ്ങൾ ഭാവിയെ പ്രവചിച്ച പോലെ വസ്തുതാപരമായി വിവരിക്കുകയാണ് 1984-ൽ. മാസങ്ങൾക്ക് മുമ്പ് 'വാനാക്രൈ' വൈറസിന്റെ സൈബർ അക്രമണത്തിൽ നടുങ്ങി നിന്ന നമ്മുടെ ലോകം, വൈറസുകൾ തിന്നു തീർത്ത ഓർമ്മക്കുറവുകളുമായി ജീവിക്കുന്ന ഒരു ജനതയെ വരച്ചുകാട്ടിയ ജോർജ്ജ് ഓർവലിന്റെ ദീർഘദർശനം കാണാതെ പോകാനാവില്ല.

സയൻസ് ഫിക്ഷനിൽ ഡിസ്റ്റോപിയൻ ലോകത്തെ വരച്ചുകാട്ടിയ നോവലുകളിൽ ഏറെ ശ്രദ്ധിക്കപ്പെട്ടവ എച്ച് ജി വെൽസിന്റെ 'ടൈം മെഷീ'നും 'ടൈം ട്രാവല'റും ഉൾപ്പെടുന്നു. സമയം ജീവിതത്തിന്റെ ഇരുണ്ട ഭാഗങ്ങളെ പ്രതീകവത്കരിക്കുന്നു. അവസാനം അത് ഭൂമിയുടെ അന്ത്യത്തിന് പോലും സാക്ഷിയാകുന്നു. ഇത്തരത്തിലുള്ള ഡിസ്റ്റോപ്പിയൻ കാഴ്ച്ചകൾ വെളിപ്പെടുത്തുന്ന സയൻസ് ഫിക്ഷനുകൾ വിക്ഷേപിക്കുന്ന ചിന്താപ്രസരണങ്ങൾ എന്നും ചർച്ച ചെയ്യപ്പെടേണ്ടതാണ്. പരിസ്ഥിതി രാഷ്ട്രീയത്തിന്റെ വാതായനങ്ങൾ തുറന്നിടുന്ന ശാസ്ത്ര എഴുത്തുകൾ പ്രവചനാത്മകവും പൊള്ളുന്ന സത്യത്തിന്റെ നേർസാക്ഷ്യവുമാണ്. പൗലോ ബാസിഗലൂപ്പിയുടെ 'ദി വൈന്റപ്പ് ഗേൾ' മുന്നോട്ട് വെയ്ക്കുന്നത് ആഗോളതാപനം കടൽനിരപ്പ് ഉയർത്താൻ ഇടവരുത്തുന്നതും ബയോടെക്നോളജി ഭരിക്കുന്ന സമൂഹത്തെയുമാണ്. കലോറി ഉത്പാദിപ്പിക്കുന്ന കമ്പനികൾ ഭക്ഷ്യ ഉത്പാദന കമ്പനികളെ നിയന്ത്രിക്കുന്ന ഭയാനകമായ ഒരു അന്തരീക്ഷം ദി വൈന്റപ്പ് ഗേൾ വെളിപ്പെടുത്തുന്നു.

ഡിസ്റ്റോപിയൻ എഴുത്തുപോലെ ക്ലൈമറ്റ് ഫിക്ഷനുകളും ക്ലൈമറ്റ് അവലംബിച്ചുള്ള ജനപ്രിയ രചനകളും നൽകുന്ന മുന്നറിയിപ്പുകൾ പ്രധാനം തന്നെയാണ്. ക്ലൈമറ്റ് ഫിക്ഷൻ അല്ലെങ്കിൽ ക്ലൈമറ്റ് ചെയ്ഞ്ച് ഫിക്ഷൻ അറിയപ്പെടുന്നത് 'ക്ലൈഫൈ' എന്ന ചുരുക്കപ്പേരിലാണല്ലോ. ക്ലൈമറ്റ് ഫിക്ഷൻ പ്രതിഫലിപ്പിക്കുന്നത് കാലാവസ്ഥാവ്യതിയാനവും അത് ഭൂമിയുടെ നാശത്തിലേക്കു നയിക്കുന്നതിനെക്കുറിച്ചുള്ള മുന്നറിയിപ്പുമാണ്. ആഗോള താപനവും പാരിസ്ഥിതിക പ്രശ്നങ്ങളും ഭൂമിയെ എത്രമാത്രം ഇല്ലായ്മ ചെയ്യുന്നു എന്നുള്ള വീക്ഷണം ജനങ്ങളിൽ എത്തിക്കാനുള്ള ഒരു മാധ്യമമായി ഇന്ന് ക്ലൈഫൈ ഫിക്ഷനുകൾ മാറിക്കൊണ്ടിരിക്കുന്നു. പക്ഷേ, ഈ അവബോധം ഇന്നോ ഇന്നലെയോ ഉണ്ടായതല്ലെന്ന് ഓരോ പ്രദേശത്തു നിന്നും ലഭിക്കുന്ന പ്രാദേശിക

സാഹിത്യങ്ങൾ വിശകലനം ചെയ്താൽ കാണാം. 1962-ൽ റെയ്ച്ചൽ കാഴ്സന്റെ 'നിശ്ശബ്ദ വസന്തം' (Silent Spring) പരിസ്ഥിതി തകർച്ചയുടെ ഭീകരമുഖം വെളിപ്പെടുത്തിയപ്പോൾ തന്നെ മലയാള സാഹിത്യത്തിലും ഈ ഉൾവിളികൾ ഉച്ചസ്ഥായിയിലായിരുന്നു. 'കുഞ്ഞേ മുലപ്പാൽ കുടിക്കരുത്' എന്ന് കവിതയിൽ കടമ്മനിട്ട സ്വാംശീകരിച്ചതും ഈ ശാസ്ത്ര ബോധം തന്നെ.

> "കുഞ്ഞേ മുലപ്പാൽ കുടിക്കരുത്
> ധാത്രിതൻ മടിയിൽ കിടക്കരുത്
> മാറിൽ തിമർക്കരുത്
> കന്നിൻ മുലപ്പാൽ കൊതിക്കരുത്
> പൂവിൻെറ കണ്ണിൽ നീ നോക്കരുത്
> പൂതനാതന്ത്രം പുരണ്ടതാണെങ്ങും."

കീടനാശിനികളുടെ ഉപയോഗം ക്യാൻസർ, വന്ധ്യത, ഞെരമ്പു രോഗങ്ങൾ എന്നിവ ഉണ്ടാക്കുകയും അതിലുപരി സ്ത്രീകളുടെ മുലപ്പാലിൽ പോലും ഡി ഡി ടിയുടെ അംശം കണ്ടെത്തിയതിന്റെയും പശ്ചാത്തലത്തിലായിരുന്നു കവി ഇങ്ങനെ എഴുതിയത്.

ജി ശങ്കരക്കുറുപ്പ്, ഒ എൻ വി, സുഗതകുമാരി, ഡി വിനയചന്ദ്രൻ, അയ്യപ്പപ്പണിക്കർ, വിഷ്ണുനാരായണൻ നമ്പൂതിരി എന്നിവർ ആഗതമായ പരിസ്ഥിതി വിപത്തിനെപ്പറ്റി കവിതയിലൂടെ മുന്നറിയിപ്പ് നൽകിയതും ഇക്കാലത്തു തന്നെ.

> "ഉയിരറ്റ നിൻമുഖത്തശ്രു ബിന്ദുക്കളാൽ
> ഉദകം പകർന്നു വിലപിക്കാൻ
> ഇവിടെയവശേഷിക്കയില്ലാരു, മീ ഞാനും!"

ഭൂമിക്കൊരു ചരമഗീതത്തിലെ ഈ വരികളിലൂടെ നാശമാണ് ഭവിക്കുന്നതെങ്കിൽ ആരും ഭൂമിയിൽ ഉണ്ടാവില്ലെന്ന് ഒ എൻ വി ആവർത്തിക്കുന്നു. പാരിസ്ഥിതിക ബോധം കൃതികളിലൂടെ ജനകീയ വികാരമാക്കി തീർക്കാൻ നമ്മുടെ എഴുത്തുകാർ ശ്രമിച്ചിരുന്നു.

പഴയകാല സയൻസ് ഫിക്ഷൻ കഥകൾ ഭാവിയിൽ ടെക്നോളജി വരുത്താൻ പോകുന്ന മാറ്റങ്ങളെപ്പറ്റിയും ഇല്ലാത്ത ഗ്രഹങ്ങളെക്കുറിച്ചും അതിശയോക്തി പറയുമ്പോൾ ക്ലൈഫൈ പ്രതിപാദിക്കുന്ന പ്രധാന ആശയം ഭൂമിയും പരിസ്ഥിതി മലിനീകരണവും കടൽനിരപ്പുയരുന്നതും മനുഷ്യന്റെ നാഗരികക്കമ്പവുമാണ്. മാർഗരറ്റ് അറ്റ്വുഡ് ക്ലൈഫൈ എന്ന വാക്ക് ആദ്യമായി ഉപയോഗിച്ചത് അവരുടെ ടിറ്റ്വറിൽ ആണ്. ആ സമയത്തു തന്നെ പുസ്തക നിരൂപകർ അതിനെ പുതിയ വിഭാഗമായി തന്നെ സമീപിച്ചു. മാർഗരറ്റ് അറ്റ്വുഡിന്റെ നോവൽത്രയത്തെ പറ്റി 'ദ ന്യൂയോർക്ക് ടൈംസ്', 'ദ ഗാർഡിയൻ', 'ഡീസന്റ് മാഗസിൻ' എന്നീ പ്രസിദ്ധീകരണങ്ങൾ ഗഹനമായ ലേഖനങ്ങൾ പുറത്തിറക്കി.

മാർഗരറ്റ് അറ്റ്വുഡിന്റെ 'ഒറിക്സ് ആൻഡ് ക്രേക്ക്' എന്ന നോവൽ ഒരിക്കലും മറക്കാൻ കഴിയാത്ത സാഹസിക പ്രണയത്തിന്റെ കഥയാണ്. മാറിക്കൊണ്ടിരിക്കുന്ന പരിസ്ഥിതിയിൽ ഭാവി മനുഷ്യരാശിയുടെ ഭീതിദമായ കാഴ്ചകളും കാഴ്ചപ്പാടുമാണ് ചർച്ച ചെയ്യുന്നത്. റിയലിസത്തെ മറികടന്നാണ് നോവൽ മുന്നോട്ട് പോകുന്നത്. 1986ൽ പ്രസിദ്ധീകരിച്ച കാസുവ ഷിഗാരോ എഴുതിയ 'ഏൻ ആർട്ടിസ്റ്റ് ഓഫ് ദ ഫ്ളോട്ടിംഗ് വേൾഡി'ൽ മാനവരാശി നേരിടുന്ന പാരിസ്ഥിതിക പ്രശ്നങ്ങളിൽ ജനങ്ങളുടെ പങ്കിനെക്കുറിച്ചുള്ള അന്വേഷണമാണ്. ചരിത്രപ്രധാനമായ ഈ നോവൽ അറേഞ്ച്ഡ് മാര്യേജിനെയും അതിൽ സ്ത്രീകളുടെ പങ്കിനെക്കുറിച്ചും ജപ്പാൻ സമൂഹത്തിന്റെ 'പ്ലസന്റ് ഇറ'(ആനന്ദകാലം) യെക്കുറിച്ചും കലാകാരന്റെ ജീവിത വിജയത്തെക്കുറിച്ചും പരാമർശിക്കുന്നു.

പാരിസ്ഥിതിക പ്രശ്നങ്ങൾ വെളിപ്പെടുത്തുന്ന സയൻസ് ഫിക്ഷൻ ഹോളിവുഡ് സിനിമകൾ പ്രേക്ഷകരുടെ ഇടയിൽ വലിയ സ്വീകാര്യത നേടുന്നതായി കാണാം. അത്തരത്തിലുള്ള അമേരിക്കൻ പോസ്റ്റ് അപ്പോകാലിപ്റ്റിക് സയൻസ് ഫിക്ഷൻ ആക്ഷൻ സിനിമയാണ് കെനിഗ് റെയ്നോൾഡിന്റെ 'വാട്ടർ വേൾഡ് '(1995). പോളാർ ഐസ് ക്യൂബ്സ് പൂർണമായി ഉരുകി കടൽനിരപ്പ് 7600 മീറ്റർ(25,000 ഫീറ്റ്) ഉയരുകയും ഭൂമിയുടെ എല്ലാ കരപ്രദേശവും അതിൽ മുങ്ങിപ്പോവുകയും ചെയ്യുന്ന നടുക്കുന്ന ചിത്രീകരണമാണ് വാട്ടർ വേൾഡിൽ. ആഗോളതാപനം അന്തരീക്ഷത്തിൽ ചൂട് കൂടാനും ജലനിരപ്പ് ഉയരുന്നതിനും അതുവഴി ഭൂമിയുടെ അന്ത്യം സംഭവിക്കാൻ ഇടയാക്കുന്നു എന്ന മുന്നറിയിപ്പാണ് ഈ സിനിമ പങ്കിടുന്ന ആശയം. ശാസ്ത്ര സാങ്കേതിക പുരോഗതി കൊണ്ടെത്തിക്കുന്നത് ലോകാവസാനം എന്ന ഭയാശങ്ക മാത്രം ബാക്കിവെക്കുന്ന സങ്കൽപത്തിലേക്കു തന്നെ. ഡാർവിന്റെ പരിണാമ സിദ്ധാന്തത്തെ പിന്താങ്ങിയാണ് ഈ സിനിമയും മുന്നോട്ട് പോകുന്നത്.

2004ൽ പ്രകാശനം ചെയ്ത ഇയാൻ മക്ഡൊണാൾഡിന്റെ 'റിവർ ഓഫ് ദ ഗോഡ്' എന്ന സയൻസ് ഫിക്ഷൻ നോവലും ഏറെ പ്രസക്തമാണ്. 2047ൽ ഇന്ത്യയുടെ ഭാവി എന്തായിരിക്കും എന്നതാണ് ഈ നോവലിന്റെ കാതൽ. 1947ൽ ബ്രിട്ടീഷുകാരാൽ സ്വതന്ത്രമാക്കപ്പെട്ട ഇന്ത്യ 100 വർഷങ്ങൾ കടന്നു പോകുമ്പോഴേക്കും എന്തെല്ലാം മാറ്റങ്ങൾക്ക് വിധേയമാക്കപ്പെട്ടു എന്നതിനെക്കുറിച്ച് വസ്തുതാപരമായി പ്രവചിക്കുന്നു നോവൽ. മതം, പാരമ്പര്യം, പുതിയ ടെക്നോളജികൾ, കൃത്രിമത്വങ്ങൾ, നാനോ ടെക്നോളജി എന്നിവ സാമൂഹികമായും രാഷ്ട്രീയമായും പാരിസ്ഥിതികമായും കൊണ്ടുവരുന്ന മാറ്റങ്ങൾ നോവൽ വെളിപ്പെടുത്തുന്നു. റിവർ ഓഫ് ദ ഗോഡ് ബ്രിട്ടീഷ് സയൻസ് ഫിക്ഷൻ അവാർഡിന് അർഹമായിട്ടുണ്ട്.

അത്തരം സ്ത്രീകൾക്ക് എന്തു സംഭവിച്ചു?

നാഗരികവത്കരണം ഇന്നുകാണുന്ന വിധത്തിൽ പോകുകയാണെങ്കിൽ ആഗോളതാപനം ഓരോ പ്രദേശത്തെയും കടലിൽ മുക്കുമെന്ന ഭയാശങ്കയാണ് മുമ്പിലുള്ളത്. ഹിമാനിയുൾപ്പെടെ വേറെയും ഭീഷണികൾ മനുഷ്യനും ജീവജാലങ്ങൾക്കും മുമ്പിൽ വാ പിളർത്തുന്നു. ഗോവയിലെ നാഷണൽ ഇൻസ്റ്റിറ്റ്യൂട്ട് ഓഫ് ഓഷ്യോനോഗ്രാഫിയുടെ പഠനത്തിൽ കൊച്ചി പൂർണമായും അറബിക്കടലിൽ മുങ്ങിപ്പോകുന്ന അവസ്ഥയുണ്ടാവുമെന്ന് പ്രവചിച്ചിരുന്നു. ആഗോളതാപനം വർധിക്കുന്ന ഭൗമസാഹചര്യത്തിൽ മനുഷ്യജീവിതത്തെ നിലനിർത്തുന്നത് മനുഷ്യൻ അവന്റെ രാഷ്ട്രീയത്തെ എങ്ങനെയാണ് പുനർനിർവചിക്കുക എന്നതിനെ ആശ്രയിച്ചായിരിക്കും. രാഷ്ട്രത്തിന്റെ അതിരുകൾ മുഴുവൻ മായ്ച്ച് കളയുകയും ഭൂമിയിൽ നിലനിൽക്കുന്ന സ്രോതസ്സുകൾക്ക് അനുസരിച്ച് പുനർനിർണ്ണയിക്കുകയും വേണമെന്ന നിരീക്ഷണമാണ് 'മരണത്തിന്റെ ആയിരം മുഖങ്ങൾ' മുന്നോട്ടുവെയ്ക്കുന്നത്. ഇന്നത്തെ നിലയിൽ ഒരു കുഞ്ഞുജീവിയുടെ അപ്രത്യക്ഷമാകൽ പോലും പരിസ്ഥിതിയെ വലിയ മാറ്റത്തിലേക്ക് കൊണ്ടു തള്ളും. പുതിയ പരിതസ്ഥിതിയോട് സമരസപ്പെടാൻ ബാക്കിയാവുന്ന ഓരോ ജീവിയും പുതിയ അതിജീവനങ്ങൾ കണ്ടെത്തേണ്ടി വരുമെന്നും അത് അടിസ്ഥാനപരമായി ഡാർവിന്റെ പരിണാമസിദ്ധാന്തത്തെ പിന്താങ്ങുന്ന ആശയങ്ങളെ ബലപ്പെടുത്തുന്നുവെന്നും കാണാം. മനുഷ്യന്റെ ചുറ്റുപാടുകൾ, രാഷ്ട്രീയം, പരിസ്ഥിതി പ്രശ്നങ്ങൾ, ടെക്നോളജിയുടെ വികാസം ഇതെല്ലാമാണ് ലോകത്തെ സമ്മർദ്ദത്തിലാക്കുന്നത്. ഈ സമ്മർദ്ദം ഭൂമിയിൽ നിന്നും ജീവനെ തൂത്തെറിയാൻ കാരണമാവുന്നു. അങ്ങനെ ഒഴിവാക്കപ്പെടുന്നതിൽ പ്രധാനം മനുഷ്യൻ എന്ന ജീവിവർഗമാകും.

മനുഷ്യൻ സാംസ്കാരികമായി വികാസം പ്രാപിക്കുന്നതു വഴി സാമൂഹിക ബന്ധങ്ങൾ ശക്തമാക്കുകയും അത് സമാധാനപൂർണമായ അന്തരീക്ഷത്തിലേക്ക് എത്തിക്കുകയും ചെയ്യുന്നു എന്ന് ജർമ്മൻ ചിന്തകനായ നോർബർട്ട് ഏലിയാസ് 1939ൽ രണ്ടാം ലോകമഹായുദ്ധത്തിന്റെ തുടക്കത്തിൽ "ദി സിവിലൈസിംഗ് പ്രോസസ്' എന്ന പുസ്തകത്തിൽ അഭിപ്രായപ്പെട്ടിരുന്നു. എന്നാൽ ഈ പുസ്തകത്തിൽ പറയുന്ന എല്ലാ ആശയങ്ങളെയും രണ്ടാം ലോക മഹായുദ്ധം ഉണ്ടായതോടെ വീണുടഞ്ഞു. അതിനു ശേഷം 2011ലെ 'ദ ബെറ്റർ ആംഗിൾസ് ഓഫ് ഔവർ നേഷൻ' എന്ന പുസ്തകത്തിൽ സ്റ്റീവൻ പിങ്കർ മനുഷ്യസമൂഹം സാംസ്കാരിക വികാസത്തോടെ സമാധാനം കാംക്ഷിക്കുന്ന ആശയത്തിലേക്ക് എത്തുന്നതായി വിഭാവനം ചെയ്തു. ജറേദ് ഡയമണ്ട് അദ്ദേഹത്തിന്റെ 'ദി വേൾഡ് അണ്ടിൽ യെസ്റ്റർഡേ' യിലും ഈ ആശയങ്ങൾ പിന്താങ്ങുന്നുണ്ട്. രാഷ്ട്രീയം, മതം, വംശീയത എന്നിവയുടെ അടിസ്ഥാനത്തിൽ മനുഷ്യൻ ചേരിതിരിഞ്ഞ് കലഹിക്കുന്നു. പരസ്പരം യുദ്ധത്തിൽ ഏർപ്പെടുന്നു. മരണംകൊണ്ടും നാശംകൊണ്ടും രണ്ട് വിഭാഗങ്ങൾക്കും നാശനഷ്ടം ഉണ്ടാവുകയും ചെയ്യുന്നു.

യുദ്ധസാമഗ്രികൾ സംഭരിക്കുന്ന തിരക്കിൽ മനുഷ്യൻ മറ്റെല്ലാ വിപത്തിനെയും മറക്കുകയാണ്. ചിന്തകനായ ജോൺ ഗീഗൻ തന്റെ 'ഹിസ്റ്ററി ഓഫ് വാർഫെയ'റിൽ പ്രസ്താവിക്കുന്നത്, യുദ്ധത്തിലേക്ക് ഉൾച്ചേരുന്ന സമൂഹത്തിന്റെ രൂപവും വ്യാപ്തിയും നിർണയിക്കപ്പെടുന്ന ആഗോള പ്രതിഭാസമാണ് 'യുദ്ധം' എന്നാണ്. രണ്ടാം ലോക മഹായുദ്ധത്തിന്റെ പശ്ചാത്തലത്തിൽ എഴുതപ്പെട്ടിട്ടുള്ള ഇരുപതാം നൂറ്റാണ്ടിലെ മികച്ച സാഹിത്യകൃതിയാണ് 'ക്യാച്ച് 22'. അമേരിക്കൻ സാഹിത്യകാരനായ ജോസഫ് ഹെല്ലർ ആണ് 'ക്യാച്ച് 22' -ന്റെ കർത്താവ്. ആക്ഷേപഹാസ്യ ശൈലിയിൽ രചിക്കപ്പെട്ട നോവൽ കൂടിയാണ് ക്യാച്ച്-22. രണ്ടാം ലോക മഹായുദ്ധവും ശീതസമരവും ന്യൂക്ലിയർ ദുരന്തവും അതിലേക്കെത്തിക്കുന്ന രാഷ്ട്രീയ-സാമൂഹിക -പാരിസ്ഥിതിക ഘടകങ്ങളും ലോകാവസാനത്തിൽ കലാശിക്കുന്നു എന്ന ചിന്തയാണ് ഈ പുസ്തകം പ്രസരിപ്പിക്കുന്നത്. അതിന് ബലമേകിയാണ് ഇന്ന് കാണുന്ന വിധം സ്വാർത്ഥതയിൽ അധിഷ്ഠിതമായ വംശീയത, രാഷ്ട്രീയത, ഫാസിസം, മതം, ജാതി എന്നീ ചിഹ്നങ്ങളൊക്കെ യുദ്ധത്തിലേക്ക് നയിച്ചുകൊണ്ടിരിക്കുന്നത്. മിത്തുകൾ പോലും ഇതിനെ പിന്താങ്ങുന്നു എന്നതിന്റെ മികച്ച ഉദാഹരണമാണ് ഭഗവത്ഗീതയിലും മഹാഭാരതത്തിലും പരാമർശിച്ചിട്ടുള്ള കുരുക്ഷേത്ര യുദ്ധം. ലോകത്തു നടന്നിട്ടുള്ളതിൽ വെച്ച് ഏറ്റവും മാരകമായ യുദ്ധമായ രണ്ടാം ലോകമഹായുദ്ധത്തിൽ ആറു കോടിക്കും 8.5 കോടിക്കുമിടയിൽ മനുഷ്യജീവനാണ് പൊലിഞ്ഞത്.

അമേരിക്കൻ ശാസ്ത്രജ്ഞനായ ജെറാദ് ഡയമണ്ടിന്റെ 2005ൽ പ്രസിദ്ധീകരിക്കപ്പെട്ട 'കൊളാപ്സ്ഡ്' എന്ന പുസ്തകം മുന്നോട്ട് വെക്കുന്നതും അരക്ഷിതാവസ്ഥകൾ ഒരു ഭീഷണിയായി ജീവിതത്തിൽ പടന്നു കയറുന്നു എന്ന മുന്നറിയിപ്പിന്റെ രാഷ്ട്രീയമാണ്. കാലാകാലങ്ങളിൽ ചരിത്രപരമായും സാമൂഹികപരമായും സമൂഹത്തിന്റെ വീഴ്ചകൾ കൊണ്ടും പാരിസ്ഥിതിക കാലാവസ്ഥ ദുരുപയോഗങ്ങൾ കൊണ്ടും പരാജയപ്പെടുന്ന പ്രതീക്ഷ നഷ്ടപ്പെട്ട മനുഷ്യരാശിയുടെ ജീവിതം തന്നെയാണ് പുസ്തകത്തിന്റെ ഉള്ളടക്കം.

അമേരിക്കയിലും യൂറോപ്പിലും ഇത്തരത്തിലുള്ള സാഹിത്യ കൃതികൾക്ക് വമ്പിച്ച വളർച്ചയുണ്ടായിട്ടുണ്ട്. ഭാവി ഭയങ്ങളെ ശാസ്ത്രീയ വീക്ഷണങ്ങളോടെ അവതരിപ്പിക്കപ്പെട്ടത് ചുരുക്കം മലയാളകൃതികളിൽ മാത്രമാണ്. യുദ്ധം മാത്രമല്ല വംശീയഹത്യ, രാഷ്ട്രീയ കൊലപാതകങ്ങൾ മുതൽ ആഗോള താപനം, ഭക്ഷ്യക്ഷാമം, പോഷക കുറവ്, അരാജകത്വം, ലൈംഗികാതിക്രമം, ബാലപീഡനം തുടങ്ങി ഒറ്റയായും കൂട്ടമായും മാനവരാശിയുടെ അന്ത്യം കുറിക്കാൻ വഴിയൊരുക്കുന്ന നിരവധി പ്രമേയങ്ങളാണ് സയൻസ് ഫിക്ഷനുകൾക്ക് കരുത്തും കാതലുമാകുന്നത്. ഇവിടെ പരാമർശിക്കുന്ന ഒരു ഭീഷണിയിൽ നിന്നും നമ്മളാരും

അത്തരം സ്ത്രീകൾക്ക് എന്തു സംഭവിച്ചു?

വിമുക്തമല്ലെന്നതാണ് വസ്തുത. ഇത്തരം ഭീഷണികൾ ഏറെയു ണ്ടായിട്ടും ഇന്ത്യയിൽ ഇന്നും സയൻസ് ഫിക്ഷൻ രചനകൾ ദുർബല മാണ്. താരതമ്യേന മറാഠിയിലും ബംഗാളിയിലുമാണ് ഈ സാഹിത്യ ശാഖയ്ക്ക് വേരുറപ്പിക്കാൻ കഴിഞ്ഞിട്ടുള്ളത്. കേരള ശാസ്ത്ര സാഹിത്യ പരിഷത്ത് കൂടുതൽ പ്രവർത്തനങ്ങളും അവബോധങ്ങളും നടത്തുന്നു വെങ്കിലും സയൻസ് ഫിക്ഷനിലേക്ക് വ്യാപരിക്കുന്ന എഴുത്തുകാർ കുറ വാണ്.

സഹായകഗ്രന്ഥങ്ങൾ

- H G wells, 'the time machine', & quot; ഹെയ്ൻമെൻ 1898
- H G wells, 'when the sleeper wakes' വാക്സ് & quot; ഹാർപ്പർ 1899
- Anthony trollpe, 'the fixed period', heinemann 1882
- Jack london, 'The iron heel', macmillon 1908
- ജീവൻ ജോബ് തോമസ് 'മരണത്തിന്റെ ആയിരം മുഖങ്ങൾ', ഡി സി ബുക്സ് 2017
- Yevgeny zamyatin 'we' Avonbooks
- George Orwell '1984' harvill secuer
- Ian Mac Donald 'river of God' Simon & schuster 2004
- കാവുമ്പായി ബാലകൃഷ്ണൻ, 'ശാസ്ത്രം മലയാളസാഹിത്യത്തിൽ'.

രണ്ട് ജന്മങ്ങളിലെ രണ്ട് ഹാംലെറ്റുമാർ

"Oh God I could be bounded in a nutshell and count myself a king of infinite space. Where it not that I have bad dreams."
- Shakespeare, Hamlet.

സ്വപ്നസദൃശ്യമായ മറ്റൊരു ലോകം പോലെ, ഭ്രൂണാവസ്ഥയിലിരിക്കുന്ന ശിശുവിന്റെ പറുദീസയാണ് അമ്മയുടെ ഗർഭപാത്രം. അവിടെ നിന്ന് അമ്മയുമായുള്ള ആത്മബന്ധത്തിന്റെ ജന്മകല്പനകളിലേക്ക് കുഞ്ഞ് പ്രവേശിക്കുന്നു; ഓരോ മനുഷ്യജീവനും മനോവ്യാപാരം തുടങ്ങുന്നത് ഗർഭാവസ്ഥയിൽ നിന്നാണ്. ഭ്രൂണവികാസത്തിന്റെ പല ഘട്ടത്തിലും ഓർമ്മയുടെ ഓരോ ഞെരമ്പുകളിലും വികാരങ്ങളുടെ സമ്മിശ്രതാളം അടയാളപ്പെടുത്തപ്പെടും. നാഭീനാളികളിലൂടെ അനസ്യൂതം പ്രവഹിക്കുന്ന സന്ദേശങ്ങളിൽ രണ്ടു ജീവിതങ്ങളുടെ കൊടുക്കൽ വാങ്ങലുകൾ മാത്രമല്ല, തന്റേത് മാത്രമാണെന്ന തീർപ്പുകൂടിയാണ് സംവേദനം ചെയ്യപ്പെടുന്നത്. മരണം വരെ തുടരേണ്ട, വിച്ഛേദിക്കാനാവാത്ത വിദ്യുത്ബാന്ധവത്തിന്റെ തുടക്കം. വ്യക്തിയെ ആസ്പദമാക്കി അതിന്റെ അളവ് ഏറിയും കുറഞ്ഞുമിരിക്കുമെന്നു മാത്രം.

ഭ്രൂണാവസ്ഥയിൽ കുഞ്ഞ് മാതൃസ്നേഹത്തിന്റെ അപരിമേയ സൗഖ്യത്തിലാണ് നീരാടുന്നത്. അമ്മ എന്നത് ജീവനിൽ നിന്നും ജീവിതത്തിൽ നിന്നും വേർപെടുത്താനാവാത്ത ജൈവികയും വൈയക്തികവും വൈകാരികവുമായ സംരക്ഷണകവചമായി മാറുമ്പോൾ, കുഞ്ഞ് അവളെ ശ്രദ്ധിക്കാനും ശ്രവിക്കാനും തുടങ്ങും. പുറംലോകത്തു നിന്നുള്ളതെന്തും അമ്മ എന്ന ബിന്ദുവിനെ ആസ്പദമാക്കി മാത്രമാവും ഗർഭസ്ഥ ശിശു ഉൾക്കൊള്ളുക. ചുറ്റുപാടിലേക്ക് ജീവന്റെ നോട്ടം ആരംഭിക്കുന്നത് ഗർഭപാത്രത്തിനുള്ളിൽ നിന്നാണെന്ന് ഭ്രൂണമനഃശാസ്ത്രം (Fetal Psychology) സ്ഥിരീകരിക്കുന്നതിന് എത്രയോ കാലം മുമ്പ് അതിന്റെ സാധ്യതകളിലേക്ക് ജാലകം തുറന്നിട്ടുണ്ട് നമ്മുടെ ഇതിഹാസവും പുരാണവും ചരിത്രവുമെല്ലാം.

അത്തരം സ്ത്രീകൾക്ക് എന്തു സംഭവിച്ചു?

ഒരു ഭ്രൂണം പൂർണതയോടെ വളരുന്നതിനിടയിൽ പല ഘട്ടങ്ങളിലൂടെയും സഞ്ചരിക്കുന്നു. ആംനിയോട്ടിക് ഫ്ളൂയിഡിൽ ഭ്രൂണം ആന്തരികമായ എല്ലാ സുഖസൗകര്യങ്ങളോടും രമിക്കുമ്പോൾ തന്നെ അതിനെ വഹിക്കുന്ന ശരീരത്തിനോട് മാനസികമായി താദാത്മ്യം പ്രാപിക്കുന്നു. അമ്മ കടന്നുപോകുന്ന ഏതൊരു മാനസികവും ശാരീരികവുമായ പ്രതിസന്ധികളിലൂടെയും ശിശുവും കടന്നുപോകുന്നു. അതിലൂടെ തന്നെ അമ്മയും കുഞ്ഞും തമ്മിലുള്ള ബന്ധവും ബന്ധനവും ശക്തമാവുന്നു. അമ്മ സൂര്യപ്രകാശത്തിന് നേരെ നിൽക്കുമ്പോൾ കുഞ്ഞ് കണ്ണ് അമർത്തി ചിമ്മുന്നു. ചിലതരം സാഹചര്യങ്ങൾക്ക് നേരെയുള്ള പ്രതികരണം പോലും കുഞ്ഞിനെ ത്രസിപ്പിക്കും.

ഗർഭസ്ഥ ശിശുവിന് അമ്മയോടുള്ള വൈകാരികത കുറച്ചെല്ലാം അച്ഛനോടും കാണാം. അമ്മയുമായി ഇടപെടുന്ന പുരുഷൻ എന്ന നിലയിലാവാം അച്ഛന്റെ ചലനം കുഞ്ഞ് തന്നിലേക്ക് സന്നിവേശിപ്പിക്കുന്നത്. ഭ്രൂണത്തിന് തന്റെ സൃഷ്ടിക്ക് നിദാനമായ ബീജത്തോടുമുള്ള അഗാധമായ പ്രതിപത്തി ശാസ്ത്രീയമായി വ്യാഖ്യാനിക്കാൻ ജീനുകളുടെ പഠനം വഴി സാധിക്കും. പാതിമെയ്യായ മാതാവിനെയും പാതിയായ പിതാവിനെയും ശ്രദ്ധിക്കുക വഴിയാണ് ഗർഭാവസ്ഥയിലുള്ള കുഞ്ഞ് പുറംലോകത്തിന്റെ സ്പന്ദനം അറിയുന്നത്.

ഇത്തരത്തിൽ അമ്മ ചെയ്യുന്ന പ്രവർത്തികൾക്കനുസൃതമായി കുഞ്ഞ് പ്രതികരിക്കുന്നുവെന്ന് അനുഭവങ്ങളിലൂടെയും പഠനങ്ങളിലൂടെയും ശാസ്ത്രീയമായി തെളിയിക്കപ്പെടുന്നതിന് മുമ്പാണ് അമ്മയും കുഞ്ഞും തമ്മിലുള്ള നിഗൂഢമായ മാനസികബന്ധം വെളിപ്പെടുത്തുന്ന രചനകൾ ഇതിഹാസങ്ങളിലും ലോക ക്ലാസിക്കുകളിലും ഇടം നേടിയത്.

'മഹാഭാരത'ത്തിലെ അഭിമന്യുവിന്റെ കഥ വിരൽചൂണ്ടുന്നത് ഗർഭാവസ്ഥയിൽ നിന്നുകൊണ്ടുള്ള മാനസിക വളർച്ചയെയാണ്. അടർക്കളത്തിൽ എതിരാളികൾ തീർക്കുന്ന പത്മവ്യൂഹത്തിലേക്ക് കടക്കാനുള്ള വഴികൾ ശ്രീകൃഷ്ണൻ അർജുനനോട് ഉപദേശിക്കുമ്പോൾ കേട്ട് നിൽക്കുന്ന സുഭദ്രയുടെ ഗർഭത്തിൽ കിടന്ന് അഭിമന്യു അതെല്ലാം ഹൃദിസ്ഥമാക്കിയെന്നാണ് കഥ. ഗർഭപാത്രത്തിൽ കിടക്കുന്ന കുഞ്ഞുങ്ങൾക്ക് അനുഭവിച്ചറിഞ്ഞവ പഠിക്കാനും അവ പിന്നീട് ഓർമ്മിക്കുവാനും കഴിയുന്നു എന്ന് അമേരിക്കയിൽ പി എൻ എ എസ് പുറത്തിറക്കിയ പഠനത്തിൽ ചൂണ്ടിക്കാട്ടിയിരുന്നു. ശാസ്ത്രീയ സംഗീതവും അടിപൊളി സംഗീതവും ഗർഭസ്ഥശിശുവിനെ കേൾപ്പിച്ചാൽ പ്രതികരണം രണ്ടുവിധത്തിലാവും; ജനിച്ച് കുറച്ച് മാസങ്ങൾക്കു ശേഷം ഇവ രണ്ടും കേൾപ്പിച്ചാൽ മുമ്പ് പ്രകടിപ്പിച്ച അതേ ചലനങ്ങളാവും കാണിക്കുക. ശങ്കരാഭരണം, മോഹനം, നീലാംബരി എന്നീ രാഗങ്ങളോടും ഗർഭസ്ഥശിശുക്കൾ കാണിക്കുന്ന താത്പര്യം പഠനവിഷയമാക്കിയതാണ്.

ഇന്ത്യൻ റീഡേഴ്സ് പോസ്റ്റ് പ്രകാരം ”ഗർഭാവസ്ഥയിൽ കുഞ്ഞിന്റെ തലച്ചോറ് വളരുന്നതിനനുസരിച്ച് ഒരു നാഡികോശത്തിൽ നിന്നും മറ്റൊന്നിലേക്ക് വൈദ്യുത ചിഹ്നങ്ങൾ കൈമാറുന്ന നാഡീകേന്ദ്രങ്ങളുടെ വളർച്ച തുടങ്ങും. ഇത് സങ്കീർണ്ണമായ വിവരങ്ങൾ ശേഖരിക്കുന്നതിനും വിശകലനം ചെയ്യുന്നതിനും ഓർമ്മിച്ചെടുക്കുന്നതിനും സഹായിക്കും. പതിനേഴ് ഗർഭിണികളിൽ നടത്തിയ പഠനത്തിലാണ് പുറത്തുനിന്നുള്ള ശബ്ദങ്ങൾ ഗർഭസ്ഥശിശുക്കൾ കേൾക്കുന്നുണ്ടെന്നും അത് പഠിക്കുകയും സൂക്ഷിക്കുകയും പ്രതികരിക്കുകയും ചെയ്യുന്നുണ്ടെന്നും ഗവേഷകർ കണ്ടെത്തിയത്.

ഈ നിരീക്ഷണത്തെ പിന്താങ്ങുന്നതാണ് അഭിമന്യുവിന്റെ കഥ. സുഭദ്ര ഗർഭിണിയായിരുന്നപ്പോൾ അഭിമന്യുവിന്റെ അമ്മാവനായ ശ്രീകൃഷ്ണൻ ചക്രവ്യൂഹം ഭേദിക്കുന്ന ദ്രോണാചാര്യരുടെ സങ്കീർണ തന്ത്രം വിശദീകരിക്കുന്നുണ്ട്. ചക്രവ്യൂഹത്തിനുള്ളിലേക്ക് കടക്കുന്ന വിദ്യ വിവരിച്ച ശ്രീകൃഷ്ണൻ തിരിച്ചിറങ്ങുന്ന തന്ത്രം പറയുന്നതിന് മുൻപ് സുഭദ്ര ഉറങ്ങിപ്പോയിരുന്നു. അന്ന് സുഭദ്രയുടെ ഗർഭത്തിലായിരുന്ന അഭിമന്യുവിന് ചക്രവ്യൂഹത്തിൽ നിന്നും തിരിച്ചിറങ്ങാനുള്ള തന്ത്രം അറിയാനായില്ല. ഇപ്രകാരമായിരുന്നു പതിനാറാം വയസ്സിൽ മഹാഭാരത യുദ്ധത്തിൽ അഭിമന്യു ചക്രവ്യൂഹം ഭേദിച്ചതും തിരിച്ചിറങ്ങാനാകാതെ അതിനുള്ളിൽ മരണമടയുന്നതിലേക്ക് വഴിതെളിയിച്ചതും.

അത്തരം ഐതിഹാസിക കഥകളെയും പുതിയ ശാസ്ത്രീയ പഠന ങ്ങളെയും ശരിവെക്കുന്നു, ബ്രിട്ടീഷ് എഴുത്തുകാരൻ ഇയാൻ മക്കിവന്റെ ‘നട്ട്ഷെൽ’ എന്ന നോവൽ. ഗർഭസ്ഥശിശുവിന് പ്രതികാരം തോന്നാമോ എന്ന കാതലായ ചോദ്യത്തിന് തോന്നാം എന്ന് സ്വാഭാവികമായ പ്രത്യുക്തി നൽകാൻ പറ്റുന്ന കഥകളും പഠനവുമാണ് മേലുദ്ധരിച്ചത്. അവയെ പിൻപറ്റിവേണം നട്ട്ഷെൽ വായിക്കാൻ.

“ഏറെ കൗതുകങ്ങൾക്കും മനഃശാസ്ത്ര വിശലനത്തിനും ഇടമൊരു ക്കുന്ന ഈ ആഖ്യായിക, ആംനിയോട്ടിക് ദ്രാവകത്തിൽ നീന്തിത്തുടി ക്കുന്ന മകനിൽ ശക്തമായ മനോവേദനയും പ്രതികാരവാഞ്ഛയും ഉളവാക്കുന്നതാണ് ഇതിവൃത്തം. തനിക്ക് ജന്മം നൽകിയ പിതാവിനെ കൊല്ലാൻ തയ്യാറാക്കിയ മാസ്റ്റർ പ്ലാൻ, ഗൂഢാലോചനക്കാരുടെ ശബ്ദം കേട്ടുകൊണ്ട് അവൻ മനസ്സിലാക്കുകയാണ്. ഗൂഢാലോചനക്കാർ എന്നാൽ സ്വന്തം അമ്മയും അമ്മയുടെ കാമുകനുമാണ് വില്ലന്മാർ. ഒമ്പതുമാസം മാത്രം പ്രായമായ ജീവന്റെ തുടിപ്പിനെ 'ഹാംലെറ്റ്' എന്ന പേര് വിളിക്കാം. ഷേക്സ്പിയറിന്റെ പ്രതികാരദാഹിയായ വിശ്രുത കഥാപാത്രം ഹാംലെറ്റിന്റെ വീണ്ടെടുപ്പുപോലെയാണ് ഈ കഥ മുഴുവനും പറയുന്നത്.

“നട്ട്ഷെൽ” വേറിട്ട് നിൽക്കുന്നത് കഥപറിച്ചിലുകാരൻ ഒമ്പതുമാസം മാത്രം പ്രായമായ ഗർഭസ്ഥശിശുവാണ് എന്നതിനാലാണ്. അവൻ

അനുഭവിക്കുന്ന മാനസിക സംഘർഷങ്ങൾ ഷേക്സ്പിയറിന്റെ ദുരന്ത കഥാപാത്രം ഹാംലെറ്റിനോട് സാമ്യത തോന്നാവുന്നത് സ്വാഭാവികം. കാരണം അത്രമേൽ ശക്തമായ കാരണങ്ങളാണ് രണ്ടിലും പ്രതികാര ത്തിലേക്ക് നയിക്കുന്നത്. പ്രതികാരം ചെയ്യുമ്പോഴും രണ്ടിലും അമ്മ എന്ന കഥാപാത്രത്തെ വീണ്ടെടുക്കാനുള്ള അടങ്ങാത്ത ആവേശമാണ് കാണാൻ കഴിയുക.

"ഞാൻ ഈ തലയണമന്ത്രം കേൾക്കാനുള്ള കാരണം എന്റെ അമ്മയും ഈ ഗൂഢാലോചനയുടെ ഭാഗമായതുകൊണ്ടാണ്. അതു കൊണ്ട് തന്നെ ആ കൊലപാതകത്തിൽ ഞാനും പങ്കാളിയാണ്" എന്ന് അവൻ നയം വ്യക്തമാക്കുന്നുണ്ട്. അമ്മ എന്ന ആത്മബന്ധമുള്ള ബിംബം അരുതായ്മകളിലേക്കു പോവുന്നത് ഒരു കുട്ടിയും ഉൾക്കൊള്ളില്ല. ആ സ്ഥാനത്ത് അച്ഛനാണെങ്കിൽ ഒരുപക്ഷേ കുട്ടി ക്ഷമിച്ചെന്നിരിക്കുമെന്ന് മനഃശാസ്ത്രപരമായി അപഗ്രഥിക്കാം.

"എന്റെ എല്ലാ മനഃസ്താപങ്ങൾക്കും പുനഃരവലോകനങ്ങൾക്കും തെറ്റായ വ്യാഖ്യാനങ്ങൾക്കും കാഴ്ചപ്പാടുകൾക്കും സ്വയം ഉന്മൂലനം ചെയ്യാനുള്ള ശ്രമങ്ങൾക്കും കടന്നുപോയ ദുഃഖകരമായ നിമിഷങ്ങൾക്കും ശേഷം ഞാൻ ഒരു തീരുമാനത്തിൽ എത്തിച്ചേർന്നു. എന്നെ ഉൾക്കൊണ്ട അർധസുതാര്യമായ ആംനിയോട്ടിക് ദ്രാവകം ഒരു പട്ട് പോലെ മിനുസ മുള്ളതും ഭംഗിയുള്ളതും എന്നാൽ ശക്തവുമായിരുന്നു. എന്നെപ്പോലെ തന്നെ ഈ ലോകത്തിലെ സകലമാന ദുഃസ്വപ്നങ്ങളിൽ നിന്നും സംരക്ഷിക്കാൻ തക്കവണ്ണം അതിൽ ആ ദ്രാവകം നിറഞ്ഞിരുന്നു." ഗർഭ പാത്രമെന്ന പറുദീസയെക്കുറിച്ച് കഥാപാത്രം വിവരിക്കുന്നത് ഇങ്ങനെ യാണ്.

ഗർഭപാത്രത്തിന്റെ ഭിത്തിക്കുള്ളിൽ ജീവദ്രവത്തിൽ നീന്തികിടക്കു മ്പോഴും അവൻ അമ്മയെ അനുഭവിക്കുന്നുണ്ട്. അമ്മയ്ക്ക് തന്റെ കാര്യ ത്തിലുള്ള ശ്രദ്ധ, തന്നോടുള്ള സ്നേഹം, ലാളന എന്നിവയെല്ലാം ആ ഇരുട്ടറയ്ക്കുള്ളിൽ നിന്നാണ് അവൻ സ്വായത്തമാക്കുന്നത്. എന്നാൽ തന്റെ അച്ഛന്റെ കാര്യത്തിൽ അവൻ കൂടുതൽ ശ്രദ്ധാലുവാകുന്നു. അച്ഛൻ അവന് അദൃശ്യനാണ്. അനുഭവിക്കാൻ കഴിഞ്ഞിട്ടില്ല. എന്നാലും ജീവന്റെ ആ തുടിപ്പിന്റെ ഹേതു, അതുകൊണ്ടുതന്നെ വാക്കുകൾ കൊണ്ട് വിവരിക്കാൻ അസാധ്യമായ ഒരു സ്നേഹബന്ധം ആ ഭ്രൂണ ത്തിൽ തുടിക്കുന്നുണ്ടായിരുന്നു.

"വൈകിയില്ല... ഇനിയും സമയമുണ്ട്, ആ അന്ത്യം അവസാനിക്കാനും ആരംഭിക്കാനും. പക്ഷേ എന്റെ വലതുകൈ എന്റെ നെഞ്ചിന് എതിരായി വെയ്ക്കുവാനും കൈകൾ ചലിപ്പിക്കാനും എനിക്ക് എളുപ്പമായിരുന്നില്ല. എന്നാൽ പിന്നീട് എനിക്ക് അതിനു കഴിയുകയും ചെയ്തു. എന്റെ ചൂണ്ടു വിരൽ മാത്രമാണ് എന്റേതു മാത്രമായ ആ പ്രത്യേക ആയുധം. എന്റെ അമ്മയെ എന്റെ ഫ്രെയിമിൽ നിന്ന് പുറത്താക്കാനുള്ള ഏക ആയുധം.

രണ്ടാഴ്ച മുൻപേ എന്റെ കൈവിരലിന്റെ നഖം നീണ്ടുതുടങ്ങിയിരുന്നു. എന്റെ ആദ്യശ്രമമെന്ന നിലയ്ക്ക് ഞാൻ ഗർഭപാത്രത്തിന്റെ ഭിത്തിയിൽ മുറിവ് ഉണ്ടാക്കാൻ തുടങ്ങി. എന്റെ നഖം വളരെ മൃദുവും ഭംഗിയുള്ളതും അതേസമയം ഉറപ്പുള്ളതുമാണ്. പരിണാമ പ്രക്രിയയ്ക്ക് അതിന്റെ കച്ചവടതന്ത്രം നന്നായി അറിയാം. അവിടെ ഒരു ചുളിവ് ഉണ്ടായിരുന്നു. അത് വളരെ വ്യക്തമായിതന്നെ നിർവ്വചിച്ച് വെച്ചിരിക്കുന്നു. അവിടെ തന്നെ ഞാൻ മുറിവുണ്ടാക്കാൻ വീണ്ടും വീണ്ടും ശ്രമിച്ചുകൊണ്ടിരുന്നു. എന്റെ അവസാന ശ്രമംവരെ. ഞാൻ ആ ശ്രമം ഭംഗിയായി നിർവ്വഹിച്ചു. ആറാമത്തെ ശ്രമത്തിൽ ഗർഭപാത്രത്തിന്റെ ഭിത്തിയിൽ ഒരു പൊട്ടലു ണ്ടായി. അതിന്റെ പൂർണ്ണമായ വിജയം എന്റെ നഖത്തിനാണ്. ആ വിടവിലൂടെ എന്റെ ഒരു വിരൽ, പിന്നെ രണ്ട്, മൂന്ന് എന്നീ ക്രമത്തിൽ കടത്തി. ആ മല്ലയുദ്ധത്തെ പിന്തുടർന്ന് പ്രസവം ആരംഭിച്ചു. ജലപ്രളയ മായിരുന്നു പിന്നീട്. അവിടെ ഒരു ജീവന്റെ തുടക്കമായിരുന്നു. എന്റെ ചുറ്റുപാടുമുള്ള ജലം അപ്രത്യക്ഷമായി "I wore my mother like a tight fitting cap."

അങ്ങനെയാണ് അവൻ അമ്മയുടെ ഗർഭപാത്രത്തിൽ നിന്ന്, ഒട്ടും പ്രതീക്ഷിക്കാതെ പുറത്തുവന്നത്. അമ്മയുടെ ഗർഭപാത്രത്തിൽ കഴി യവെ കുഞ്ഞിന്റെ ലക്ഷ്യങ്ങൾ രണ്ടായിരുന്നു. ഒന്ന് തന്റെ അച്ഛനെ കൊന്ന ക്ലോഡ് ശിക്ഷിക്കപ്പെടണം; രണ്ട് തന്റെ ജീവന്റെ ഉറവിടമായ അമ്മയെ വീണ്ടെടുക്കണം.

അതേ തലത്തിൽ തന്നെ അവൾ പറയുന്നു: "തന്റെ അമ്മ റേഡി യോയ്ക്കും സംഗീതത്തിനും ഇന്റർനെറ്റിനും അടിമയാണ്." ആ ശബ്ദ വീചികളും റേഡിയോ തരംഗങ്ങളും അവനിലും ആസ്വാദനത്തിന്റെ കണികകൾ നിറച്ചുകൊണ്ടിരുന്നു. കവിയായ തന്റെ അച്ഛൻ ഉറക്കെ വായിച്ച വരികൾപോലും അവൻ ആസ്വദിച്ചിരുന്നു. പിന്നീട് ഹാംലെറ്റ് പറയുന്നു. "അർദ്ധരാത്രിയോടടുത്ത് ഞാൻ എന്റെ അമ്മയ്ക്ക് ശക്തി യോടെ ഒരു തൊഴി കൊടുക്കും. അതോടെ അവർ ഇൻസോമിനിയാക് ആയിത്തീരും."

ജയിംസ് ജോയ്സിയുടെ നോവൽ അമ്മ വായിക്കുമ്പോൾ ഹാംലെറ്റ് ആണ് അതിന്റെ ത്രിൽ അനുഭവിക്കുന്നത്. അമ്മ ട്രൂഡി ധരിക്കുന്ന വസ്ത്രങ്ങൾ, അമ്മയും അമ്മയുടെ കാമുകനുമായുള്ള സംഭാഷണങ്ങൾ വഴി അവൻ മനസ്സിലാക്കുന്നു. അതുപോലെ അമ്മ മദ്യം കഴിക്കുമ്പോഴും ആ ലഹരിയിൽ സ്വപ്നലോകത്തേക്ക് ആണ് വഴിതിരിക്കുന്നതെന്ന് അവനിലൂടെ തന്നെ വളരെ രസകരമായി തന്നെ അവതരിപ്പിക്കുന്നു. അത് ഈ വരികളിലൂടെ കൂടുതൽ വെളിപ്പെടും.

"I like to share a glass
with my mother
decantal through healthy placenta"

പക്ഷേ അതോടൊപ്പം തന്നെ അമ്മയുടെ കാമുകൻ രണ്ടാമത് ഒരു ഗ്ലാസ്സ് മദ്യം കഴിക്കാൻ നിർബന്ധിപ്പിക്കുമ്പോൾ അമ്മ പറയുന്നു. "I have to think of a baby."

ഇവിടെ അമ്മയ്ക്കും കുഞ്ഞിനുമിടയിൽ പരസ്പര ശ്രദ്ധ, സ്നേഹം എന്നീ വികാരങ്ങൾ ശക്തമായി പ്രവർത്തിക്കുന്നത് കാണാൻ കഴിയും.

അതോടൊപ്പം ഹാംലെറ്റ് പറയുന്നു

"I love her-how could not
my genome's other half "

അമ്മയും കുഞ്ഞും തമ്മിലുള്ള ഈ പരിപാവന സ്നേഹം ഭ്രൂണ മാകുന്ന നിമിഷം മുതൽ തുടങ്ങുന്നതാണ്. ശാരീരികമായ ഒരു ബന്ധം മാത്രമല്ല, മാനസികവും വൈകാരികവുമായ പൊക്കിൾകൊടി ബന്ധ മാണത്. എന്നാൽ അമ്മയോട് തോന്നുന്ന അടുപ്പവും സ്നേഹവും താൻ അനുഭവിക്കുകയോ കാണുകയോ ചെയ്യാത്ത പിതാവിനോടും ഉണ്ടാ വുന്നു എന്നാണ് നോവലിൽ നിന്നും വായിച്ചെടുക്കാൻ കഴിയുന്നത്. സ്വന്തം അമ്മയ്ക്ക് അച്ഛന്റെ സഹോദരനുമായുള്ള അവിഹിതബന്ധം കുഞ്ഞിൽ വെറുപ്പിന്റെ രാഷ്ട്രീയമാണ് രൂപപ്പെടുത്തുന്നത്. അച്ഛനായ ജോൺ ക്രെയിൻ ക്രോസ്സിനോട് വൈകാരികതയിലൂന്നിയ സ്നേഹം പ്രകടിപ്പിക്കുമ്പോൾ തന്നെ അമ്മയുടെ കാമുകനോട് കുഞ്ഞിനു തോന്നുന്ന വികാരം ശ്രദ്ധേയമാണ്. സമൂഹം നിർമ്മിച്ചുവെച്ച സദാചാര സങ്കൽപ്പങ്ങളൊക്കെ അന്യം നിൽക്കുന്ന ഇടമാണ് ഗർഭപാത്രമെന്ന് പ്രത്യേകം ഓർക്കണം. അങ്ങനെയെങ്കിൽ സ്ത്രീപുരുഷബന്ധങ്ങളിൽ സാമൂഹ്യനിർമ്മിതമായ സദാചാരമൂല്യങ്ങൾ മാത്രമല്ല വെറുപ്പിന്റെ രാഷ്ട്രീയം കൊണ്ടുവരുന്നതെന്ന് പറയേണ്ടി വരും. അതിനപ്പുറമുള്ള ജൈവികഘടകങ്ങൾ അതിലുണ്ടെന്നാണ് നോവൽ വായനയിൽനിന്നും മനസ്സിലാക്കാൻ സാധിക്കുന്നത്. അമ്മ കാമുകനുമായി രതിയിൽ ഏർപ്പെ ടുമ്പോൾ ഒരു പ്രതികാരമെന്നോണം കുഞ്ഞ്, ക്ലോഡിന്റെ ലൈംഗികാ വയവത്തെ ചവിട്ടി തെറിപ്പിക്കുന്ന ഭാഗം നോവലിൽ വളരെ വിചിത്രവും രസകരവുമായി കാണാൻ കഴിയും. എന്നാൽ അമ്മയും കാമുകനും കൊലപാതകത്തിന്റെ മാസ്റ്റർ പ്ലാൻ തയ്യാറാക്കുമ്പോൾ ദൃക്സാക്ഷി യാകേണ്ടി വന്നതിലും നിസ്സാഹായമായി നിൽക്കേണ്ടി വന്നതിലും ഹാംലെറ്റിന് കടുത്ത വേദനയും ദുഃഖവും അനുഭവപ്പെടുന്നുണ്ട്.

വിഷം പാനീയത്തിൽ കലക്കി കൊടുത്താണ് ക്ലോഡും ട്രൂഡിയും ജോണിനെ കൊല്ലുന്നത്. പക്ഷേ ക്ലോഡ് ലക്ഷ്യമിടുന്നത് സമ്പത്ത് മാത്ര മാണ് എന്നുള്ള വസ്തുതയും ഹാംലെറ്റ് തിരിച്ചറിയുന്നുണ്ട്. ഇന്നോളം കണ്ടിട്ടില്ലാത്ത തന്റെ പിതാവിനെ വിഷം കൊടുത്തു കൊന്ന നിമിഷം മുതൽ, ഹാലെറ്റ് ക്ലോഡിനോട് അങ്ങേയറ്റത്തെ പകവെച്ചു പുലർത്തുന്നു. അവസാനം തന്റെ അമ്മയും കാമുകനുമാണ് കുറ്റക്കാരെന്ന് പൊലീസ്

കണ്ടെത്തിയപ്പോൾ, അവർ പാസ്പോർട്ട് എടുത്ത് രക്ഷപ്പെടാൻ ഒരുങ്ങു മ്പോൾ അവരെ കെണിയിലാക്കുന്നതും ഗർഭപാത്രത്തിലുള്ള ഹാംലെറ്റ് തന്നെയാണ്. സ്വന്തം കൈവിരലിലെ നഖം കൊണ്ട് ഗർഭാശയഭിത്തി തുരന്ന് ആംനയോട്ടിക് ദ്രാവകം പുറത്തേക്ക് ഒഴുക്കുകയും തലഭാഗം പുറത്തേക്ക് അമർത്തി ശക്തമായി തള്ളുകയും ചെയ്തു ഹാംലെറ്റ്. അതോടുകൂടി അപ്രതീക്ഷിതമായി പ്രസവം നടക്കുകയാണ്. അത്തര മൊരു സാഹചര്യത്തിൽ തന്റെ അമ്മയ്ക്കും കാമുകനും രക്ഷപ്പെടാൻ ഒരിക്കലും കഴിയില്ല എന്ന് അവന് അറിയാം.

സ്വന്തം അച്ഛനെ കൊന്നവരോടുള്ള പ്രതികാരമായിരുന്നു അത്തര മൊരു പ്രവൃത്തിയിലേക്ക് നയിച്ചത്. സാഹചര്യം പ്രതികൂലമായതോടെ അമ്മയ്ക്കും കാമുകനും നിയമത്തിന് മുമ്പിൽനിന്നും തലയൂരാൻ പറ്റാതെ വന്നു. സ്വന്തം പിതാവിന് വേണ്ടി കുഞ്ഞ് നീതി നടപ്പാക്കു മ്പോൾ തന്നെ തന്റെ അമ്മയെ ക്ലോഡിൽനിന്ന് വീണ്ടെടുക്കലും കുഞ്ഞിന്റെ ലക്ഷ്യമായിരുന്നു.

ഈ നോവലിന്റെ പ്ലോട്ട് പല മാനദണ്ഡങ്ങളിലും ഷേക്സ്പിയറിന്റെ ഹാംലെറ്റുമായി താരതമ്യപ്പെടുത്താവുന്നതാണ്. 'നട്ട്ഷെൽ' എന്ന നോവലിലെ കഥാപാത്രമായ ഹാംലെറ്റും ഷേക്സ്പിയറിന്റെ ഹാംലെറ്റും അനുഭവിക്കുന്നത് ഒരേ മാനസിക സംഘർഷങ്ങൾ ആണ്. അവരുടെ ജീവിതത്തിന്റെ പല സന്ദർഭങ്ങളിലും അവർ ഒന്നുതന്നെയാണോ എന്നു പോലും സംശയിച്ചുപോകും.

കാലങ്ങളായി നിരൂപകരെയും വായനക്കാരെയും നടന്മാരെയും സംവിധായകരെയും ഏറ്റവുമധികം വലിച്ചടുപ്പിക്കുകയും പിടികൊടു ക്കാത്തവിധം വിഭ്രമിപ്പിക്കുകയും ചെയ്ത ഷേക്സ്പിയർ നാടകം എന്ന നിലയിൽ ഹാംലെറ്റിന് ഇന്നോളം ഉണ്ടായ ആസ്വാദനങ്ങൾ അനവധി യാണ്. കാവ്യനാടകമെന്ന നിലയിലും മനഃശാസ്ത്ര പഠനമെന്ന തര ത്തിലും തത്ത്വജ്ഞാനാവിഷ്ക്കാരമെന്ന തലത്തിലും നിരന്തരവിമർശന ങ്ങൾക്കും സംവാദങ്ങൾക്കും പാത്രമായ ഹാംലെറ്റ് പല സമസ്യകളും ബാക്കിവെച്ച കൃതിയാണ്.

സ്വന്തം അച്ഛന്റെ പെട്ടെന്നുള്ള മരണം മാനസികമായി തളർത്തിയ മകനെയാണ് ഷേക്സ്പിയറിന്റെ ഹാംലെറ്റിൽ കാണാൻ കഴിയുക. തന്റെ അമ്മയെയും രാജ്യവും സ്വന്തമാക്കാൻ രണ്ടാനച്ഛൻ തന്റെ പിതാവിനെ കൊല്ലുകയും അതിനുശേഷം തന്റെ അമ്മയെ വിവാഹം കഴിച്ച് രാജ്യത്തിന്റെ അധിപനായി മാറുകയും ചെയ്യുന്നു. അദൃശ്യ ശക്തിയിലൂടെ ഹാംലെറ്റ് ഈ സത്യം അറിയുന്നു. അതിനുശേഷവും അതിരില്ലാത്ത ദുഃഖത്തോടൊപ്പം ഇരമ്പിക്കയറുന്ന രോഷവും പ്രതികാരവും ഹാംലെറ്റിനെ നയിക്കുന്നു. ഭ്രാന്തനായി അഭിനയിച്ച് നാടകം കളിച്ച് തന്റെ അച്ഛനെ കൊന്നത് ക്ലോഡിയസ് രാജാവാണെന്ന് വിളിച്ചുപറയുകയും പിന്നീട് രാജാവിനെ കൊല്ലുകയും സ്വയം മരണത്തിന് കീഴ്പ്പെടുകയും

ചെയ്യുന്നു. ഇവിടെയും തന്റെ ജന്മത്തിന് കാരണമായ പിതാവിനെ നശിപ്പിച്ചവനോടുള്ള പ്രതികാരമാണ് കൊലപാതകത്തിലെത്തിച്ചത്. വെറുപ്പിന്റെയും പകയുടെയും രാഷ്ട്രീയത്തിന്റെ വേറൊരു മുഖം. അച്ഛൻ എന്ന വികാരമാണ് ധാർമ്മികതയെ തകർക്കുന്നത്. ഹാംലെറ്റിന് അമ്മയോടുള്ള അഗാധസ്നേഹം പല സന്ദർഭങ്ങളിൽനിന്നും വായിച്ചെടുക്കാൻ കഴിയും. 'നട്ട്ഷെല്ലിലെ' ഹാംലെറ്റിനെപോലെ രണ്ടാനച്ഛനെ കൊന്നിട്ടാണെങ്കിലും അമ്മയെ വീണ്ടെടുക്കാനാണ് ഷേക്സ്പിയറിന്റെ ഹാംലെറ്റും ശ്രമിച്ചത്.

ഹാംലറ്റിന്റെ അമ്മ ഭർത്താവിന്റെ കൊലപാതകത്തിന് കൂട്ടുനിന്ന് ഭർതൃസഹോദരനെ വിവാഹം കഴിച്ച് മകന് അർഹമായ രാജാധികാരം നിഷേധിച്ചവരാണ്; എങ്കിലും അവർക്ക് അവസാനം മകനോട് സഹതാപം കാണാം. വിഷപാനീയം കുടിച്ച് മരിച്ചുവീഴുമ്പോൾ അവർ ഹാംലെറ്റിനെയാണ് വിളിച്ചത്. ഹാംലറ്റിനാകട്ടെ അമ്മയോട് പകയും വൈരാഗ്യവുമുണ്ടെങ്കിലും ദ്വേഷ്യം പ്രകടിപ്പിക്കാൻ മടിയായിരുന്നു. അമ്മയെ നഷ്ടപ്പെടുത്തിയാണെങ്കിലും പശ്ചാത്താപവിവശനായി ആ ബിംബകല്പനയെ വീണ്ടെടുക്കുകയാണ് ഹാംലെറ്റ് ചെയ്തത്. അമ്മ എന്ന ബിംബവും അമ്മ അനുഭവിച്ച പറുദീസയും അവൻ ഇപ്രകാരം വീണ്ടും കൈപ്പിടിയിലൊതുക്കുന്നുവെന്ന് അനുമാനിക്കാം.

അമ്മയോടുള്ള സ്നേഹത്തിന്റെ വിവിധ തലങ്ങളെ വ്യത്യസ്ത തരത്തിൽ വ്യാഖ്യാനിക്കുന്നുണ്ട് മനഃശാസ്ത്ര പഠനങ്ങൾ. ആധുനിക മനഃശാസ്ത്രത്തിന്റെ പിതാവായ സിഗ്മണ്ട് ഫ്രോയിഡ് അമ്മയോടുള്ള പ്രണയത്തെ പേരിട്ട് വിളിച്ചത് യവന പുരാവൃത്തത്തെ ആസ്പദമാക്കിയാണല്ലോ. അച്ഛനെ കൊന്ന് അമ്മയെ പരിണയിക്കുമെന്നും തന്റെ രാജ്യത്തെ ദുരിതത്തിൽ നിന്നും രക്ഷിക്കുമെന്നുമുള്ള പ്രവചനത്തെ പൂർത്തീകരിച്ച ഇതിഹാസ കഥാപാത്രമാണ് ഈഡിപ്പസ്. ഈ നായകന്റെ മാനസിക സംഘർഷങ്ങളെ അവലംബിച്ചാണ് ഈഡിപ്പസ് കോംപ്ലക്സ് എന്ന വിശകലനം ഫ്രോയിഡ് ആവിഷ്ക്കരിച്ചത്. 'അറിയാതെ ജനനിയെ പരിണയിച്ചൊരു യവന തരുണന്റെ കഥയെ' ന്നാണ് ഒ എൻ വിയുടെ ഭാഷ്യം. മനഃപൂർവമല്ലാതെ, തന്റെ മാതാവാണെന്നറിയാതെ ഈഡിപ്പസ്, ജൊകാസ്തയെ വിവാഹം കഴിക്കുന്നു. അതിൽ ഈഡിപ്പസിന് നാലു മക്കളുണ്ടാവുകയും ചെയ്യുന്നു. തന്റെ മകനാണ് ഈഡിപ്പസ് എന്നറിഞ്ഞ നിമിഷം ജൊകാസ്ത ആത്മഹത്യ ചെയ്യുന്നു. തന്റെ ഭാര്യയും മാതാവുമായ ജൊകാസ്തയുടെ ചേതനയറ്റ ദേഹമാണ് ഈഡിപ്പസ് പിന്നീട് കാണുന്നത്.

മനോവിശ്ലേഷണസിദ്ധാന്തപ്രകാരം മാതാപിതാക്കളിൽ എതിർ ലിംഗത്തിൽ പെട്ടയാളെ സ്വന്തമാക്കാനും സ്വലിംഗത്തിലുള്ളയാളെ വകവരുത്താനുമുള്ള അബോധവാഞ്ഛ ശിശുക്കളിൽ രൂപപ്പെട്ടുവരിക സ്വാഭാവികമാണ്. അത് അവരിൽ അടിച്ചമർത്തപ്പെട്ട വികാരമായി

ആദ്യന്തം നിലകൊള്ളും. ഈ സിദ്ധാന്തമനുസരിച്ചും ഹാംലെറ്റിനെയും 'നട്ട്ഷെല്ലി'ലെ ഹാംലെറ്റിനെയും അവലോകനം ചെയ്യാൻ കഴിയും. അമ്മയോട് തോന്നുന്ന ഗൂഢാഭിലാഷവും അച്ഛനോട് തോന്നുന്ന വിരോധവും ഇഴചേർന്നാണ് ഫ്രോയിഡ് മാതൃരതിയെ അടയാളപ്പെടുത്തിയത്. ഇവിടെ നട്ട്ഷെല്ലിൽ അച്ഛനെ ഇല്ലാതാക്കിയവരോടുള്ള പ്രതികാരവും അമ്മയെന്ന പറുദീസയെ വീണ്ടെടുക്കലുമാണ്.

രണ്ട് കൃതികളിലും അച്ഛന്റെ സ്ഥാനത്ത് അമ്മയുടെ രണ്ടാമത്തെ ഭർത്താക്കന്മാരാണെന്ന വ്യത്യാസം കാണാം. ഷേക്സ്പിയർ നാടകത്തിലെ രണ്ടാനച്ഛൻ ഹാംലറ്റിന്റെ സ്വന്തം അച്ഛനെ ചതിച്ചുകൊന്ന ക്ലോഡിയസ് രാജാവാണ്. അമ്മയെ കല്യാണം കഴിച്ചതിനാൽ പിന്നീട് അച്ഛൻ എന്ന സ്ഥാനത്തേക്കാണ് ക്ലോഡിയസ് വരുന്നത്. അതുപോലെ നട്ട്ഷെല്ലിലെ കുഞ്ഞിന്റെ അമ്മയുടെ കാമുകൻ സ്വന്തം അച്ഛന്റെ സഹോദരനാണ്. ക്ലോഡിയസ് രാജാവിനെ അനുസ്മരിപ്പിക്കും വിധം ക്ലോഡ് എന്ന പേരാണ് ഒരു കഥാപാത്രത്തിന് നൽകിയത്.

ഹാംലെറ്റ് സ്വന്തം ജീവന്റെ പാതിയായ അച്ഛനോട് നീതി പുലർത്താനും തന്റെ അമ്മയെ ക്ലോഡിയസ് രാജാവിൽനിന്ന് രക്ഷിച്ചെടുക്കാനും ശ്രമിക്കുന്നു. നട്ട്ഷെല്ലിലെ കുഞ്ഞും രക്ഷപ്പെടാൻ ക്ലോഡ് നടത്തുന്ന എല്ലാ അടവുകളെയും ഗർഭപാത്രത്തിനുള്ളിൽ നിന്ന് തന്നെ നിഷ്ഫലമാക്കുന്നു. അവസാനം ക്ലോഡ് പൊലീസിനാൽ പിടിക്കപ്പെടുന്നു.

ഹാംലെറ്റുകൾ രണ്ടും ഗർഭപാത്രത്തെ രണ്ട് രീതിയിൽ രേഖപ്പെടുത്തുന്നതായി കാണാം. ഷേക്സ്പിയറിന്റെ ഹാംലെറ്റിന്റെ വാക്കുകൾ മുഴങ്ങുന്നത് ദൈവത്തോടുള്ള അഭ്യർത്ഥനയായാണ്. താനൊരു ഗർഭ കവചത്തിനുള്ളിൽ ആക്കപ്പെട്ടാൽ മതിയായിരുന്നു; ആ അനന്തസ്ഥലിയിൽ തനിക്ക് വേണ്ടാത്ത സ്വപ്നങ്ങൾ ഒന്നും ഉണ്ടാകില്ലായിരുന്നു എന്നാണ് അവന്റെ ചിന്ത. 'രാജപ്രഭുക്കളുടെയും പണ്ഡിതരുടെയും യോദ്ധാക്കളുടെയും കണ്ണും നാക്കും പടവാളുമായവൻ' എന്ന് ഷേക്സ്പിയർ തന്നെ വിശേഷിപ്പിച്ച അതേ രാജകുമാരനാണ് ഗർഭപാത്രമെന്ന സാമ്രാജ്യത്തിലേക്ക് മടങ്ങാനുള്ള ആസക്തി പ്രകടിപ്പിക്കുന്നത്. എന്നാൽ ഹാംലെറ്റിന്റെ വൈകാരികമായ ഈ അർത്ഥനയെ നിരർത്ഥകമാക്കുകയാണ് നട്ട്ഷെല്ലിലെ ഹാംലെറ്റ്. ഗർഭപാത്രത്തിലെ ദ്രാവകത്തിൽ നീന്തിത്തുടിക്കുമ്പോഴും അമ്മയെ ഹൃദയത്തിൽ കൊണ്ടുനടക്കുമ്പോഴും അച്ഛനെ കൊന്നവനോടുള്ള വെറുപ്പിന്റെ രാഷ്ട്രീയം രൂപപ്പെട്ടത് അവിടെ വെച്ചാണ്. അവനെ സംബന്ധിച്ച് ഗർഭപാത്രം 'വേണ്ടാത്ത ചിന്തകളുടെയും സ്വപ്നങ്ങളുടെയും' വിളഭൂമി കൂടിയാണ്. പുറത്തു നിന്നുള്ള പ്രതികരണങ്ങളാണ് അവനിൽ പ്രതികാരദാഹം വളർത്തുന്നത്.

പുരുഷബീജം ഗർഭപാത്രത്തിൽ നിക്ഷേപിക്കപ്പെട്ടതു മുതൽ അമ്മയും അച്ഛനും അവരോടുള്ള വൈകാരികതലങ്ങളും രൂപപ്പെട്ടു

കഴിഞ്ഞുവെന്നാണ് നട്ട്ഷെല്ലും ഹാംലെറ്റും കാണിച്ചുതരുന്നത്. ഇവിടെ കുഞ്ഞ് സ്വന്തം രക്തത്തിന്റെ അവകാശിയായ പിതാവിനോടുള്ള നീതി പുലർത്തുകയും അതേസമയം അമ്മയെന്ന വികാരത്തെ മറ്റൊരാൾക്ക് വിട്ടുകൊടുക്കാതെ, സ്വതന്ത്രയാക്കി തിരിച്ചുപിടിക്കാൻ ശ്രമിക്കുകയും ചെയ്യുന്നു. അതിന്റെ ഭാഗമായി അമ്മയെ പശ്ചാത്താപത്തിലേക്ക് കൊണ്ടെത്തിക്കുകയെന്ന സമർത്ഥമായ നീക്കംകൂടി രണ്ട് ഹാംലെറ്റു മാരിൽ നിന്നും ഉണ്ടാകുന്നതായി താരതമ്യപ്പെടുത്താം.

നാം ജീവിക്കുന്ന ചുറ്റുപാടിൽ, ലോകത്ത് എന്തെല്ലാം വെന്നിക്കൊടികൾ നാട്ടിയാലും എത്രയെത്ര വീഴ്ചകൾ സംഭവിച്ചാലും നഷ്ടപ്പെടാതെ മാറോട് ചേർക്കേണ്ട പറുദീസയാണ് അമ്മയെന്ന ജന്മകല്പന. ഭ്രൂണവളർച്ച മുതൽ അനുഭവിക്കുന്ന ആ ജീവതാളത്തിന്റെ കാവ്യാത്മകമായ വീണ്ടെടുപ്പെന്ന നിലയിൽ 'നട്ട്ഷെൽ' പേർത്തുംപേർത്തും അപഗ്രഥനങ്ങളെ ഉദ്ദീപിപ്പിച്ചുകൊണ്ടേയിരിക്കും. ■

സഹായകഗ്രന്ഥങ്ങൾ

- Ian McEwan, Nutshell, Penguin Random House, 2016.
- Shakespeare Hamlet Simon and Schuster New Folger Edition.

ഫാസിസം അഥവാ
മരണത്തിന്റെ പ്രച്ഛന്ന മുഖം

ഫാസിസം ആഗോള പ്രതിഭാസമായി, മരണദൂതുമായി ഭൂഖണ്ഡങ്ങളിൽ നിന്ന് ഭൂഖണ്ഡങ്ങളിലേക്ക് തന്റെ കഴുകൻ കാലുകൾ അമർത്തി വെയ്ക്കുന്നു എന്നതാണ് ഇരുപത്തിയൊന്നാം നൂറ്റാണ്ടിലെ അന്തർദ്ദേശീയ രാഷ്ട്രീയത്തെ ആശങ്കാകുലമാക്കുന്നത്. കഴിഞ്ഞ നൂറ്റാണ്ടിൽ ഒറ്റത്തുരുത്തുകളിൽ വിഹരിച്ച വേട്ടമൃഗങ്ങൾ ഇന്ന് എവിടെയും ഏത് വിധത്തിലും വ്യാപരിക്കുന്നു. ഫാസിസം വേഷപ്രച്ഛന്നമായി ദേശീയതയും വംശീയതയും വിളംബരം ചെയ്യുന്ന ഇന്ത്യയിൽ സൃഷ്ടിക്കുന്ന ഭീതിയുടെ വേലിയേറ്റങ്ങൾ നമുക്ക് മുമ്പിലുണ്ട്.

രക്തപൂരിതമായ വിപ്ലവങ്ങൾ അടയാളപ്പെടുത്തിയ രാഷ്ട്രീയ പ്രത്യയശാസ്ത്രങ്ങളെ മതബോധം പകർന്നു നൽകിയ ചില ആശയങ്ങൾ സ്വാധീനിച്ചിരുന്നുവെന്നത് വേണ്ടത്ര ചർച്ച ചെയ്യപ്പെടാതെ പോയ വസ്തുതയാണ്. ലോകാവസാനത്തിനു ശേഷം സ്വർഗരാജ്യം സ്ഥാപിക്കപ്പെടുമെന്ന മതബോധത്തിൽ നിന്നുണ്ടായ ഉപബോധ മനസ്സിലെ ധൈര്യമാണ് പല ഏകാധിപതികളെയും വംശഹത്യയ്ക്ക് പ്രേരിപ്പിച്ചത്.

അർമീനിയയിലും ഹോളോകോസ്റ്റിലും ബംഗ്ലാദേശിലും കംബോഡിയയിലും റുവാൻഡയിലും കുർദിലും ബോസ്നിയയിലും മാത്രമല്ല, അതിന്റെ ലാഞ്ഛന ഇങ്ങ് ഇന്ത്യയിൽ ഗുജറാത്ത് നരഹത്യ വരെ എത്തി നിൽക്കുന്നത് നാം കണ്ടു. ഹിറ്റ്ലറും മുസോളനിയും സ്റ്റാലിനും പോൾപോട്ടും ഈദി അമീനും ഉൾപ്പെടെ കൂട്ടക്കൊലയുടെ പാപപങ്കിലമായ ചരിത്രം സ്വന്തമായുള്ള നേതാക്കളുടെ പട്ടിക നീണ്ടു കിടക്കുന്നു. വംശഹത്യയിലേക്കും ഫാസിസത്തിലേക്കും നയിക്കുന്ന മനോഭാവത്തെ വിശകലന വിധേയമാക്കുമ്പോൾ അതിൽ രാഷ്ട്രീയം മാത്രമല്ല, മനഃശാസ്ത്രപരവും മതപരവുമായ വ്യവഹാരങ്ങൾ ധാരാളം കണ്ടെത്താം. പിറന്ന മണ്ണിൽ നിന്ന് രാഷ്ട്രീയ-ഭരണകൂട ഭീകരതയാൽ പലായനം ചെയ്യപ്പെടാൻ നിർബന്ധിതരാവുന്ന, ഉന്മൂലന ഭീഷണി നേരിടുന്ന ഒരു ജനതയെ സംബന്ധിച്ച് മരണഭയം എന്നും കൂട്ടിരിപ്പാണ്. വർത്തമാന ലോകവും ഇന്ത്യയും അഭിമുഖീകരിക്കുന്ന ഫാസിസ്റ്റ്വത്കരണ

ഭീഷണിയുടെ പശ്ചാത്തലത്തിൽ, തീർച്ചയായും ചർച്ച ചെയ്യപ്പെടേണ്ട ചിന്തകളാണ് ജീവൻ ജോബ് തോമസിന്റെ 'മരണത്തിന്റെ ആയിരം മുഖങ്ങൾ' എന്ന പുസ്തകം.

അനാദികാലം മുതലുള്ള മനുഷ്യന്റെ മരണഭയത്തെയും ശാസ്ത്രീയ ബോധത്തെയും ലോകാവസാന സങ്കല്പത്തെയും സാമൂഹ്യരാഷ്ട്രീയ വ്യവഹാരങ്ങളെയും അപഗ്രഥനം ചെയ്യാൻ, ആനുകാലിക ശാസ്ത്ര സാഹിത്യ രചനയിലൂടെ ശ്രദ്ധേയനായ ജീവൻജോബ് തോമസിന് സാധിക്കുന്നു.

മരണം, മരണാനന്തര ജീവിതം എന്നിവയെക്കുറിച്ചുള്ള സംവാദങ്ങളും ഭയപ്പാടുകളും മനുഷ്യന്റെ ബോധകാലം മുതൽ അവനെ വേട്ടയാടുന്ന സമസ്യയാണല്ലോ. ബൈബിളിലും ഖുർ ആനിലും കഠോപനിഷത്തുൾപ്പെടെയുള്ള പുരാണേതിഹാസങ്ങളിലും മരണത്തിന്റെയും മരണാനന്തര ജീവിതത്തിന്റെയും ചിന്താധാരകളെ ദാർശനികമായി വിശകലനം ചെയ്യുന്നു. എന്നിട്ടും ദുരൂഹതലങ്ങൾ ബാക്കിയാക്കി മരണം എന്ന സംജ്ഞ നമ്മെ അലട്ടുന്നു. വിശ്വാസവും ശാസ്ത്രവും കലഹിക്കുമ്പോഴും മരണത്തെക്കുറിച്ചുള്ള ചർച്ചകൾ അനന്തമായി നീളുന്നു. നമ്മെ ഓരോരുത്തരെയും തേടി വരുന്ന മരണം വ്യക്തിപരമാണെങ്കിൽ കൂട്ടത്തോടെ തേടി എത്തുന്നതിനെ ദുരന്തമെന്ന പേരിലാണ് വിവക്ഷിക്കാറുള്ളത്. വംശീയ കൂട്ടക്കൊലകൾ അത്തരത്തിലുള്ള ദുരന്തമാണ്.

നിയുക്ത അമേരിക്കൻ പ്രസിഡന്റ് റൊണാൾഡ് ട്രംപ് പ്രതിനിധാനം ചെയ്യുന്നത് വംശീയതയുടെ രാഷ്ട്രീയമാണ്. മോദി പ്രതിനിധാനം ചെയ്യുന്ന ഹിന്ദുത്വ രാഷ്ട്രീയത്തിനും സമാനതകൾ ഏറെ. പരിസ്ഥിതിക്ക് അനുകൂലമായി രൂപപ്പെട്ടത് പ്രകൃതിയിൽ അതിജീവിക്കുമെന്നാണ് ചാൾസ് ഡാർവിൻ നിരീക്ഷിച്ചത്. നിലനില്പിന് വേണ്ടിയുള്ള യുദ്ധത്തിൽ പ്രകൃതിവിരുദ്ധമായതൊന്നും അതിജീവിക്കില്ല. ട്രംപും മോദിയും അവരവരുടെ കാലത്ത് വിവിധ വംശങ്ങളെ ഇല്ലായ്മ ചെയ്യാൻ ശ്രമിക്കുമ്പോൾ അവർ ആഗ്രഹിക്കുന്നത് അതിലൂടെ കരഗതമാകുന്ന സ്വർഗരാജ്യം എന്ന ഉട്ടോപ്യൻ സങ്കല്പം തന്നെയാണ്. മരണത്തെ അതിജീവിക്കുന്ന മനുഷ്യൻ എന്ന വലിയ സയന്റിഫിക്ക് മിത്തിന്റെ രൂപപ്പെടലുകളുടെ ചരിത്രം ഒരുപാട് മനുഷ്യക്കുരുതികളുടെ ചരിത്രം കൂടിയാണെന്ന് ജീവന്റെ പഠനം സമർത്ഥിക്കുന്നു.

മരണം ഒരു യാഥാർത്ഥ്യമാണെന്നത് ശാസ്ത്രവും വിശ്വാസസംഹിതകളും ഒരുപോലെ അടിവരയിട്ട വസ്തുതയാണ്. ഒരു മനുഷ്യായുസ്സിനുള്ളിൽ വരിക്കേണ്ട നഗ്നമായ സത്യമാണത്. ഈ യാഥാർത്ഥ്യത്തെ ബോധപൂർവമോ അബോധപൂർവമോ ഉൾക്കൊണ്ടുകൊണ്ടാണ് ഓരോ സെക്കന്റും കടന്നുപോകുന്നത്. ഒരിക്കൽ ശ്രീകൃഷ്ണൻ അർജുനനോട് ചോദിച്ചു-ഈ ലോകത്ത് നിന്നെ അത്ഭുതപ്പെടുത്തിയത് എന്താണ്? തനിക്ക് ചുറ്റും മരണങ്ങൾ നടന്നിട്ടും തനിക്ക് മാത്രം അത് വരില്ല എന്ന

മനുഷ്യന്റെ നിശ്ചയദാർഢ്യമാണ് തന്നെ അത്ഭുതപ്പെടുത്തിയതെന്നായിരുന്നു പാർത്ഥന്റെ മറുപടി. യഥാർത്ഥത്തിൽ അർജുനൻ കണ്ടത് മരണഭയത്തെ പ്രതിരോധിക്കാനുള്ള മനുഷ്യന്റെ ബാഹ്യമായ ആത്മവിശ്വാസം മാത്രമാണെന്ന കാഴ്ചപ്പാടുകളാണ് ശാസ്ത്രം നമ്മെ പഠിപ്പിച്ചുകൊണ്ടിരിക്കുന്നത്.

'മരണത്തിന്റെ ആയിരം മുഖങ്ങൾ' വ്യക്തിയുടെ മരണത്തെക്കുറിച്ച് മാത്രമല്ല, മനുഷ്യസമൂഹത്തിന്റെ രാഷ്ട്രീയ-സാമൂഹ്യ-സാമ്പത്തിക അവസ്ഥകളെയും ചരിത്രപരവും ശാസ്ത്രീയവുമായ പഠനങ്ങളിലൂടെ ദൃഷ്ടാന്തസമേതം വിവരിക്കുന്നു. ഇരുപത്തിയൊന്നാം നൂറ്റാണ്ടിൽ ശാസ്ത്രം അനിതര സാധാരണമായ വികാസം പ്രാപിക്കുന്നു. സയൻസിന്റെ വികാസമാണ് മാനവരാശിയുടെ പുരോഗതി എന്ന് വിശ്വസിക്കുന്നവർക്ക് അതിന്റെ നല്ലതും ചീത്തയുമായ വശങ്ങളെ വ്യത്യസ്ത അനുപാതത്തിൽ വായനക്കാരിലേക്ക് സന്നിവേശിപ്പിക്കാൻ ഓരോ അധ്യായവും ശ്രമിക്കുന്നു.

സ്വന്തം ശരീരത്തിന് അപ്പുറം 'എന്താണ് ഞാൻ' എന്ന തത്ത്വചിന്തയിൽ അധിഷ്ഠിതമായ ചോദ്യങ്ങൾക്ക് കാലം ഇന്നും ഉത്തരം തേടുകയാണ്. മരിച്ചുപോയ ഓരോ മനുഷ്യനും ജീവിക്കുന്നവരുടെ ഓർമ്മകളിലൂടെ മരണത്തെ അതിജീവിക്കുന്നു എന്ന് പുസ്തകം സമർത്ഥിക്കുന്നു. അതോടൊപ്പം അവയവദാനം എന്ന പ്രക്രിയയിലൂടെ സ്വശരീരം ഏറെ പ്രയോജനപ്രദമായ് വിനിയോഗിക്കാൻ പുതുതലമുറയെ ഉദ്ഘോഷിക്കുക കൂടി ചെയ്യുന്നു ജീവൻ ജോബ് തോമസ്. മരണശേഷം നമ്മുടെ ജീവിതം ഇവിടെ ജീവിച്ചിരിക്കുന്നവരുടെ ഓർമ്മകളിൽ മാത്രമാണ്. റഷ്യൻ വിപ്ലവനേതാവ് ലെനിന്റെ ശവശരീരം മോസ്കോയിലെ റെഡ് സ്ക്വയറിൽ അഴുകിപ്പോകാതെ സൂക്ഷിക്കാനുള്ള തീരുമാനത്തെ രാഷ്ട്രീയമായി പ്രതിരോധിക്കുന്നു ജീവൻ. വിഗ്രഹവത്കരണത്തെ ശക്തമായി എതിർക്കുന്ന ആശയസംഹിതയുടെ പേരിൽ ലെനിന്റെ ശവശരീരം പ്രത്യയശാസ്ത്രപരമായ ചോദ്യങ്ങൾ നേരിടുന്നതായി കാണാം. പക്ഷേ മതനേതാക്കളുടെ മാത്രമല്ല രാഷ്ട്ര നേതാക്കളുടെയും ഭൗതികദേഹം എത്രകാലം വേണമെങ്കിലും കേടുകൂടാതെ സൂക്ഷിക്കാമെന്ന യുക്തിബോധത്തിന് അടിവരയിടാനാണ് ഗ്രന്ഥകാരൻ ശ്രമിക്കുന്നത്.

ചരിത്രസംഭവങ്ങളിലൂടെ സാമൂഹികവും രാഷ്ട്രീയവുമായ ചുറ്റുപാടുകളെ ശാസ്ത്രീയമായി അവലോകനം ചെയ്യാനും അത് സാധാരണക്കാരന്റെ ദൈനംദിന ജീവിതത്തെ ഉദാഹരിച്ച് മനോഹരമായി അടയാളപ്പെടുത്താനുമുള്ള അസാധാരണമായ കഴിവ് ജീവൻ ജോബ് തോമസിന്റെ രചനകളിലൂടെ കണ്ണോടിക്കുമ്പോൾ കാണാം. ശാസ്ത്രം നിരന്തരമായി പരീക്ഷണത്തിന് ഉപയോഗിച്ചത് പാർശ്വവത്കരിക്കപ്പെട്ട വിഭാഗത്തിനെ ആയിരുന്നുവെന്ന് ചരിത്രത്തിന്റെ ഏടുകളെ അവലംബിച്ച് വിളിച്ചു പറയുന്നു 'മരണത്തിന്റെ ആയിരം മുഖങ്ങൾ'. മനുഷ്യൻ മിത്തിനെ

ഉപയോഗിക്കുന്നതിന്റെ അടിസ്ഥാന ചിന്തയെ പല സന്ദർഭങ്ങളിലൂടെ വിശദമാക്കുന്നുണ്ട്. ലോകാവസാനം എന്ന മിത്തിന്റെ ഉത്ഭവം തന്നെ മരണഭയത്തിൽ നിന്നാണെന്ന് എടുത്തു കാട്ടുന്നതിനൊപ്പം ലോകാവസാനം തടയാൻ മനുഷ്യൻ കൈക്കൊണ്ട നടപടികളെയും ഉദാഹരണ സഹിതം വ്യക്തമാക്കുന്നു. ലോകവാസം എന്ന സങ്കല്പം മറ്റു മതങ്ങളേക്കാളും ശക്തമായി ഏറ്റെടുത്തത് ക്രിസ്തുമതമാണെന്ന വസ്തുത ശക്തമായി അടിവരയിടാനും എഴുത്തുകാരൻ ശ്രമിക്കുന്നു.

ലോകാവസാനം എന്ന വിഷയത്തിൽ സയൻസിന്റെ പിൻബലത്തിൽ മിത്തുകൾ വികസിപ്പിച്ചെടുത്തിട്ടുണ്ടെന്ന് അമേരിക്കയിൽ ജീവിച്ച സക്കറിയാസ് സിറ്റ്ച്ചിന്റെ ജീവിതകഥയിലൂടെയും മലയാളിയുടെ ഉപബോധത്തിൽ ഭയപ്പാടോടെ നിലനിൽക്കുന്ന മുല്ലപ്പെരിയാറിനെയും കൂട്ടിയിണക്കി വെളിപ്പെടുത്തുന്ന ഭാഗം ഏറെ ശ്രദ്ധേയമാണ്. 2012 ഡിസംബർ 21ന് ലോകം അവസാനിക്കുമെന്ന ഭീതിയുടെ കാർമേഘങ്ങൾ വാരിവിതറിയ മായൻ കലണ്ടറിലെ വ്യാഖ്യാനവും അതിനോട് ലോകം പ്രതികരിച്ചതും അധികം അകലെയല്ലാതെ നാം നേരിട്ട് അനുഭവിച്ചതാണ്. മനുഷ്യ സംസ്കാരങ്ങളുടെ അപചയമാണ് ലോകാവസാനത്തിലേക്ക് എത്തിക്കുക എന്നതും ആഗോളതാപനവും കാലാവസ്ഥാവ്യതിയാനവും അതിന് കാരണമായേക്കാമെന്നും പുസ്തകം അടിവരയിടുന്നു.

അതേസമയം മനുഷ്യന്റെ മരണഭയത്തിന് വിലങ്ങുതടിയായി നിൽക്കുന്ന ആത്മഹത്യയെയും മനഃശാസ്ത്രപരമായി എഴുത്തുകാരൻ സമീപിക്കുന്നു. 'ഓരോ ആത്മഹത്യയും ഒരു തരത്തിൽ പരാജയമാണ്. സാധാരണ മരണത്തേക്കാൾ രൂക്ഷമായ പരാജയമാണ്' എന്ന് അഭിപ്രായപ്പെടുന്നു. ഒറ്റപ്പെടലാണ് ആത്മഹത്യയിലേക്ക് നയിക്കുന്നതെന്നും സ്നേഹത്തിൽ അധിഷ്ഠിതമായ ഒരു ബന്ധമെങ്കിലുമില്ലാതെ ഒരാൾക്ക് ജീവിക്കാൻ കഴിയില്ലെന്നും അദ്ദേഹത്തിന്റെ കാഴ്ചപ്പാടുകൾ അടിവരയിടുന്നു. 2003-ൽ ഗോൾഡ്ഗേറ്റ് പാലത്തിൽ നിന്ന് ചാടി ആത്മഹത്യ ചെയ്ത ഒരാളുടെ കുറിപ്പ് ഈ നിരീക്ഷണം അടിവരയിടുന്നു. "I'm going to walk to the bridge. If one person smiles at me on the way, I will not jump."

ഡാർവിന്റെ പരിണാമ ചിന്തയെ വെല്ലുവിളിക്കുന്ന ഇന്നത്തെ സമൂഹത്തിൽ പ്രകൃതി നിർധാരണവും ജീവജാതികളുടെ വംശനാശവും മുന്നോട്ടുവെയ്ക്കുന്ന കാഴ്ചപ്പാടുകൾ പങ്കുവെക്കുന്ന പുസ്തകം കൂടിയാണ് 'മരണത്തിന്റെ ആയിരം മുഖങ്ങൾ'. മനുഷ്യന്റെ മരണഭയം എന്നത് മാനവ സംസ്കാരത്തിന്റെ മൊത്തത്തിലുള്ള ഭയമാണ്, അത് പൂർണമായും നിർമ്മിക്കുന്നത് സാമൂഹിക ജീവിതത്തിലെ നിരന്തര സംഘർഷങ്ങളും ബന്ധങ്ങളുടെ സങ്കീർണതകളുടെയും ഫലമാണെന്ന് അടിവരയിടുന്നു എഴുത്തുകാരൻ. മനുഷ്യന്റെ അമരത്വത്തിനോടുള്ള ആസക്തി തന്നെയാണ് അർജുനൻ മനുഷ്യനിൽ കണ്ട ബാഹ്യമായ

ആത്മവിശ്വാസത്തിന്റെ സ്ഫുലിംഗങ്ങൾ. അമരത്വം പുൽകുന്നതിനു വേണ്ടി മനുഷ്യൻ ശാസ്ത്രത്തെ വികസിപ്പിക്കുന്നു. ഡബ്ല്യു ടി എ (വേൾഡ് ട്രാൻസ് ഹ്യുമാനിസ്റ്റ് അസോസിയേഷൻ) ശാസ്ത്ര സാങ്കേതിക വിദ്യയിലൂടെ മരണത്തെത്തന്നെ അതിജീവിക്കാൻ കഴിയുമെന്ന മനുഷ്യന്റെ മോഹത്തെ വ്യത്യസ്തമായ പഠനങ്ങളിലൂടെ വെളിപ്പെടുത്തുന്നതിനോടൊപ്പം തന്നെ മരിക്കാത്ത ലോകത്തെക്കുറിച്ചുള്ള ചിന്തകളും പങ്കുവെയ്ക്കുന്നു. ചരിത്രത്തിലെ ഞെട്ടിക്കുന്ന നരബലികളൊക്കെയും ദൈവപ്രീതിക്കുവേണ്ടിയുള്ളതായിരുന്നു. ചൈനയിലെ വൻമതിൽ പണിതപ്പോൾ ചേർത്തുവെച്ചത് മനുഷ്യജീവനുകളായിരുന്നുവെന്നതും മെക്സിക്കോയിൽ ടെക്നോപ്റ്റിലാൽ പിരമിഡ് പുതുക്കി പണിയുമ്പോൾ 8400 മനുഷ്യരെ ദൈവത്തിനായി ബലി അർപ്പിച്ചിട്ടുണ്ടെന്നും പരാമർശിക്കുക വഴി, മനുഷ്യനെ വേർതിരിച്ച് അധികാരം സ്ഥാപിക്കുന്നതിന് പിന്നിലെ നരവംശ ശാസ്ത്രത്തിന്റെ വേരുകളും അദ്ദേഹം തേടുന്നു. “തകരാറുകൾ ഉള്ള മനുഷ്യർ തകരാറുകളുള്ള കുഞ്ഞുങ്ങളെ ഉല്പാദിപ്പിക്കുന്നത് നിർത്തണം എന്ന് പറയുന്നതിന് ന്യായമുണ്ട്. മാനവസമൂഹത്തോട് ചെയ്യുന്ന ഏറ്റവും മനുഷ്യത്വപൂർണമായ പ്രവർത്തിയാണത്. മനുഷ്യസമൂഹത്തിൽ നിലനിൽക്കുന്ന ദൗർഭാഗ്യവാന്മാരായ അനേകരുടെ കൂട്ടങ്ങൾ ഭാവിയിൽ ഉണ്ടാകരുതെന്ന ആശയമാണ് എല്ലാവരും ആരോഗ്യവാന്മാരും കൂടുതൽ കഴിവുള്ളവന്മാരുമായ മനുഷ്യവംശത്തിന്റെ നിർമ്മിതിയാണത്.” ഇത് ഹിറ്റ്ലർ തന്റെ ആത്മകഥയിൽ എഴുതിയ വിവാദപരമായ വരികളാണ്. വംശഹത്യയുൾപ്പെടെയുള്ളവയിലേക്ക് നയിക്കുന്ന ഇത്തരം വിചാരങ്ങളെയും പുസ്തകം സമഗ്രമായി സ്പർശിക്കുന്നു.

അധികാരത്തിന് വിലങ്ങു തടിയായവരെ നശിപ്പിക്കുന്ന ഒരു പ്രവർത്തി സാമൂഹിക-രാഷ്ട്രീയ ചരിത്രത്തിലൂടെയുള്ള അന്വേഷണത്തിലൂടെ നിരീക്ഷിച്ച് എടുക്കാവുന്നതാണ്. സ്റ്റാലിനിസ്റ്റ് റഷ്യയുടെ സാമൂഹിക പശ്ചാത്തലവും അലക്സാണ്ടർ സോൾഷെനിസ്റ്റിന്റെ ‘ക്യാൻസർ വാർഡി’നെയും ജീവകോശങ്ങളുടെ പ്രവർത്തനവും ബന്ധപ്പെടുത്തിയ ഒരു പഠനമാണ് ‘സർഗാത്മകതയുടെ വില മരണം’ എന്ന പഠനം പ്രതിപാദിക്കുന്നത്. വിഖ്യാത നോവലായ ക്യാൻസർ വാർഡിലൂടെ അലക്സാണ്ടർ സോൾഷെനിസ്റ്റിൻ മരണവും സർഗാത്മകതയും തമ്മിലുള്ള തത്ത്വചിന്തകൾ മാത്രമല്ല, ഏകാധിപത്യ രാഷ്ട്രീയത്തിന്റെ മനഃശാസ്ത്രവും വായനക്കാരിലേക്ക് സന്നിവേശിപ്പിച്ചിരുന്നു. ‘ക്യാൻസർ വാർഡി’ലേക്ക് പുതിയകാല വായനക്കാരുടെ ശ്രദ്ധ ക്ഷണിക്കുക വഴി ശാസ്ത്രീയവും രാഷ്ട്രീയവുമായ കടമയാണ് ജീവൻ ജോബ് തോമസ് നിർവഹിക്കുന്നത്. സമകാലിക സമൂഹത്തിൽ ആഴത്തിൽ വേരോടിയ ഫാസിസത്തെ പുനർനിർവചിക്കുന്ന ഭാഗം ശ്രദ്ധേയമാണ്. ഫാസിസം ഒരു സമൂഹത്തിൽ രൂപപ്പെടുന്നതിലുള്ള മാനസികാവസ്ഥയെ കാലിഫോർണിയയിലെ കബർലി ഹൈസ്കൂളിലെ ചരിത്രാധ്യാപകനായ ഫ്രോൺ ജോൺസ്

അത്തരം സ്ത്രീകൾക്ക് എന്തു സംഭവിച്ചു?

സ്കൂൾ കുട്ടികളിൽ നടത്തിയ പരീക്ഷണങ്ങളെ അടിസ്ഥാനമാക്കി ഉദ്ധരിക്കുന്നു. കൂട്ടായ്മയിലൂടെ ഉരുത്തിരിയുന്ന അധികാരം അതിലൂടെ കാര്യങ്ങൾ നേടിയെടുക്കാനുള്ള ആത്മവിശ്വാസം ഫാസിസത്തെ മുന്നോട്ടു നയിക്കുമെന്നതും സാമൂഹ്യബോധങ്ങളിൽ നിലനിൽക്കുന്ന ഫാസിസത്തിന്റെ പ്രതിരൂപങ്ങളെയും ചർച്ച ചെയ്യുന്നുണ്ട് ഈ പഠനം. യൂജനിക് സിദ്ധാന്തം വളരെയധികം തെറ്റിദ്ധരിക്കപ്പെട്ട തിയറിയാണെന്നും അത് ഹിറ്റ്ലർ ഉപയോഗിച്ചതുകൊണ്ടാണെന്നുമുള്ള സാമൂഹികബോധത്തെ വിശദമാക്കുന്നതിനൊപ്പം യൂജനിക്ക്സിന്റെ ബോധപൂർവമായ പ്രതിഫലനം ചില സംഭവങ്ങളിലൂടെ പരാമർശിക്കുന്നു. മനുഷ്യന്റെ ബ്രാഹ്മണ്യബിംബത്തോടുള്ള അഭിനിവേശവും അതിരുകവിഞ്ഞ ആദരവും കാണിക്കുന്നതിനൊപ്പം സെലക്ടീവ് ബ്രീഡിങ്ങിലൂടെ കഴിവു കുറഞ്ഞ മനുഷ്യരെ ഉന്മൂലനം ചെയ്യുക എന്ന യൂജനിക്സിന്റെ ആശയം കൊണ്ടുവരുന്ന ആശയത്തെ ശാസ്ത്രീയമായി അപഗ്രഥിക്കുകയും ചെയ്യുന്നു. മനുഷ്യർക്കിടയിലെ ഇടപെടലിൽ യാഥാസ്ഥിതികതയും മുൻവിധിയോടുള്ള ചിന്തകളുമാണ് അറപ്പിന്റെ രാഷ്ട്രീയം നിർമ്മിക്കുന്നത് എന്ന് പരാമർശിക്കുന്നതിനൊപ്പം പുരോഗമനപരമായ ചിന്തകളിലൂടെ ഇതിനെയെല്ലാം മറികടക്കാമെന്നും എഴുത്തുകാരൻ നിരീക്ഷിക്കുന്നു.

പഠനത്തിന്റെ ആദ്യം മുതൽ അവസാനം വരെ ഡാർവിന്റെ പരിണാമ സിദ്ധാന്തത്തെ പിന്താങ്ങിയുള്ള കാഴ്ചപ്പാടുകൾ പങ്കുവെക്കുന്ന ജീവൻ ജോബ് തോമസ് ഓരോ ജീവിയുടെയും അപ്രത്യക്ഷമാകൽ ഓരോ പുതിയ പരിസ്ഥിതിയെ നിർമ്മിച്ചുകൊണ്ടിരിക്കുന്നുവെന്നും പുതിയ പരിസ്ഥിതിയിലേക്ക് സമരസപ്പെടാൻ ബാക്കിയാവുന്ന ഓരോ ജീവിയും പുതിയ അതിജീവനതന്ത്രങ്ങൾ കണ്ടെത്തേണ്ടി വരുമെന്ന വാദവും അണിനിരത്തുന്നു.

മരണങ്ങളുടെ ആയിരം മുഖങ്ങളുടെ മനോഹരമായ പുറംചട്ട പ്രതിനിധീകരിക്കുന്ന പോലെ പ്രകൃതിയോട് ഇണങ്ങി നിൽക്കുന്ന ജീവിത രീതിയുടെ സാധ്യത വായനക്കാരനിലേക്ക് ഇറ്റിച്ചു കൊടുക്കുന്നു. പാരിസ്ഥിതിക ചിന്തയിൽ ഊന്നിനിന്നുകൊണ്ടുള്ള ഈ ശാസ്ത്ര സാഹിത്യകാരന്റെ വീക്ഷണങ്ങൾ കാലാന്തര പ്രസക്തിയുള്ളത് മാത്രമല്ല കാലത്തിന്റെ അനിവാര്യതയുമാണ്. മരണത്തിന്റെ ആയിരം മുഖങ്ങൾ ജീവിതത്തിന്റെയും അതിജീവനത്തിന്റെയും സന്ദേശവ്യാപ്തി പ്രസരിപ്പിക്കുന്നത് അതിനാലാണ്. ഒപ്പം ഫാസിസത്തെ എപ്രകാരം പ്രതിരോധിക്കാമെന്ന വലിയ പാഠവും പുസ്തകം പകർന്നു നൽകുന്നു. ■

റഫറൻസ്

- ജീവൻ ജോബ് തോമസ്, മരണത്തിന്റെ ആയിരം മുഖങ്ങൾ, ഡി.സി. ബുക്സ്, 2017.

അരികുവൽക്കരിക്കപ്പെട്ടവരുടെ ക്യാമറകണ്ണുകൾ

“നിങ്ങൾ ഇന്ത്യയിൽ ജീവിക്കുന്ന ഒരു മുസ്ലീമാണ് എങ്കിൽ ജയിലിൽ അകപ്പെടാനുള്ള സാധ്യത മറ്റുള്ള ഏതു സമുദായത്തിൽ ജീവിക്കുന്നവരേക്കാൾ ഇരട്ടിയാണ്.”

ജീവൻ ജോബ് തോമസ് ‘മരണത്തിന്റെ ആയിരം മുഖങ്ങൾ’ എന്ന പുസ്തകത്തിൽ എഴുതിയ വരികളാണ്. ഈ വരികളെ വീണ്ടും വായിച്ചെടുക്കുന്നത് അദ്ദേഹം തന്നെ തിരക്കഥ എഴുതിയ ‘കുപ്രസിദ്ധ പയ്യൻ’ എന്ന സിനിമയിൽ നിന്നുമാണ്. അജയൻ പോലുമറിയാതെ അവന് അജ്മൽ എന്ന പേര് പോലീസ് പതിച്ചു നൽകുകയായിരുന്നു. അതിലൂടെ അവന് അപരത്വം കൈമുതലായി വന്നു ചേർന്നു. “അജയൻ എന്ന അജ്മലിനെ അറസ്റ്റ് ചെയ്തു” എന്ന ഒരൊറ്റ വാചകമുള്ള വാർത്തയിലൂടെ ഒരു നിസ്സഹായനായ മനുഷ്യനെ സംശയത്തിലൂടെ മാത്രം സമീപിച്ചവർ പോലും കുറ്റവാളിയായി ഉറപ്പിച്ചുകഴിഞ്ഞു.

‘കുപ്രസിദ്ധ പയ്യൻ’ എന്ന സിനിമയ്ക്ക് ആധാരമാവുന്നത് യഥാർത്ഥ സംഭവകഥയാണ്. കോഴിക്കോട് ജില്ലയിലെ ഇഡ്ഡലി വിൽപ്പനക്കാരി സുന്ദരിയമ്മ എന്ന സ്ത്രീയെ 2012 ജൂലായ് 21ന് ആരോ വെട്ടിക്കൊന്നു. ഒരു വർഷത്തിനുശേഷവും കുറ്റവാളിയെ കണ്ടെത്തിയിരുന്നില്ല. പിന്നീട് സാമൂഹിക പ്രക്ഷോഭം ഉണ്ടായപ്പോൾ കേസ് ക്രൈംബ്രാഞ്ച് ഏറ്റെടുക്കുകയും കോഴിക്കോട് തന്നെയുള്ള ഹോട്ടലിൽ തൊഴിൽ എടുക്കുന്ന നിരപരാധിയായ ജയേഷിനെ അറസ്റ്റ് ചെയ്ത് ജയിലിലാക്കുകയും ചെയ്തു. പൊലീസ് അറസ്റ്റ് ചെയ്യുമ്പോഴും നാട്ടുകാരും ഓട്ടോക്കാരും ഹോട്ടൽ തൊഴിലാളികളും ആണയിട്ട് പറയുന്നുണ്ടായിരുന്നു. ജയേഷ് നിരപരാധിയാണെന്ന്. പക്ഷേ പ്രയോജനമുണ്ടായില്ല. അവസാനം അവന് ജബ്ബാർ എന്ന പേര് പൊലീസ് ചാർത്തിക്കൊടുത്തു. ജബ്ബാർ എന്ന ജയേഷ്. അന്നാണ് ആദ്യമായി ജയേഷ് പോലും ജബ്ബാർ എന്ന പേര് കേൾക്കുന്നത്. വളരെ ഞെട്ടലോടെയാണ് ജയേഷ് ആ പേര് കേട്ടത്. നിരവധി മർദ്ദനമുറകളോടെ പൊലീസ് ജയേഷിനെ കുറ്റം സമ്മതിപ്പിക്കുകയായിരുന്നു. ഒരു നീറ്റലോടെയാണ് ജയേഷ് സിനിമ കണ്ടത്. ഇപ്പോഴും അവൻ പറയുന്നു. “പൊലീസാണ് എന്റെ ജീവിതം നശിപ്പിച്ചതെന്ന്.”

ഇന്ത്യൻ സമൂഹത്തിൽ മുസ്ലീംങ്ങളും ദളിതരും തീർത്തും അരക്ഷിതമായ അന്തരീക്ഷത്തിലാണ് ജീവിക്കുന്നത്. തീവ്രവാദം, മതമൗലികവാദം, ഭീകരപ്രവർത്തനം, അമിത ലൈംഗികത എന്നിവ പതിച്ചു നൽകി. നെഗറ്റീവ് ഇമേജ് കെട്ടിവെച്ച് മുസ്ലീം സമുദായത്തെ എന്നും സംശയത്തിന്റെ മുൾമുനയിൽ നിർത്തുവാൻ നമ്മുടെ പൊതുബോധത്തിന് കഴിഞ്ഞിരുന്നു. ഏതു നിമിഷവും അവൻ ജയിലിലകപ്പെടാം. അത്രയ്ക്ക് ശക്തമാണ് അവരിൽ നടത്തുന്ന അധികാരത്തിന്റെ രാഷ്ട്രീയം. ജാതിയുടെയും സമ്പത്തിന്റെയും അധികാരത്തിന്റെയും അടിസ്ഥാനത്തിൽ പ്രിവിലേജ്ഡ് ആയ ഒരു സമൂഹം നിലനിൽക്കുന്നത് പ്രിവിലേജുകൾ അനുഭവിക്കാത്ത അങ്ങനെയല്ലാത്ത ഒരു കൂട്ടം മനുഷ്യർ ഉള്ളതുകൊണ്ടാണ്. ഇന്ത്യാവിഭജനത്തിന് ശേഷം മുസ്ലീം ഒരു ന്യൂനപക്ഷമായി ചുരുങ്ങുകയും ഹിന്ദുത്വം ഭീകരവാദത്തിന്റെ മൂടുപടം എടുത്ത് അണിഞ്ഞപ്പോൾ മുസ്ലീം സ്വത്വവാദികളെ ഭീകരവാദി, തീവ്രവാദി എന്ന പറഞ്ഞ് മുദ്രകുത്തി വെറുപ്പിന്റെ രാഷ്ട്രീയം പ്രസരണം ചെയ്യാൻ ഹൈന്ദവ ഭീകരത എക്കാലത്തും ശ്രമിച്ചിരുന്നതുകൊണ്ടുമാണ്. അതിന്റെ ചീളുകൾ എല്ലായ്പ്പോഴും നമ്മുടെ സാംസ്കാരിക മണ്ഡലത്തിൽ നിറഞ്ഞുനിന്നിരുന്നു. ഒരുപക്ഷേ മലയാള സിനിമപോലും മുസ്ലിം സമുദായം ഭൂരിപക്ഷ സമുദായങ്ങളുടെ എതിർപ്പ് നേരിടുന്നതായി കാണിക്കാൻ എന്നും ശ്രമിച്ചിരുന്നതായി കാണാം. ഇനി സമ്പത്തുള്ള മുസ്ലിം ആണെങ്കിൽ പോലും അവനെ അധികാരത്തിന്റെ രാഷ്ട്രീയ പരിസരത്ത് ലവലേശം പോലും അടുപ്പിക്കില്ല. അതിന് അവന് കള്ളക്കടത്ത്, കുഴൽപ്പണം, ഭീകരപ്രവർത്തനം എന്നൊക്കെ ആരോപിച്ച് വിലകുറച്ച് കാണിക്കുകയും സ്വാഭാവികമായി അവൻ അരികുവത്കരിക്കപ്പെടുകയും ചെയ്യുന്നു. അതുകൊണ്ട് തന്നെ മുസ്ലീം നാമധാരിയായ ഒരു ഹിന്ദുപേരുള്ള ഒരു യുവാവിനെ സംബന്ധിച്ചിടത്തോളം ആ ഒരൊറ്റ പേര് മതി ആജീവനാന്തം ജയിലിൽ അകപ്പെടാനും വിചാരണവരെയുള്ള അവന്റെ മനുഷ്യാവകാശം സംരക്ഷിക്കപ്പെടാതിരിക്കാനുമുള്ള കാരണങ്ങൾ.

ഈയടുത്ത കാലത്ത് പൊലീസിൽ സംഭവിച്ച കസ്റ്റഡി മരണങ്ങളുടെ പശ്ചാത്തലത്തിൽ നിരപരാധികളെ അപരാധികളാക്കുന്ന പൊലീസിന്റെ വികൃതമുഖങ്ങളെ അനാവരണം ചെയ്യുന്ന സിനിമയാണ് 'കുപ്രസിദ്ധ പയ്യൻ'. നീതി നടപ്പിലാക്കാൻ നീതിന്യായ വ്യവസ്ഥയെ സഹായിക്കുക എന്ന കർമ്മമാണ് പൊലീസിനും ക്രൈംബ്രാഞ്ചിനും. ഏതൊരു പ്രവൃത്തിയിലും ധാർമ്മികത ഇല്ലാതാകുന്ന നിമിഷം ഓരോ മനുഷ്യനും പേടിച്ചു ജീവിക്കേണ്ട അവസ്ഥ കൈവരുന്നു. ക്രൈംബ്രാഞ്ച് കേസ് ഏറ്റെടുത്ത് ഒരാഴ്ചയ്ക്കുള്ളിൽ കുറ്റവാളിയെ കണ്ടുപിടിക്കുന്നു. ചെമ്പകമാളിന്റെ പേഴ്സും കൊലപാതകം നടത്തിയ ദിവസത്തെ ടീഷർട്ടും അജയന്റെ മുറിയിൽ കൊണ്ടുവെയ്ക്കുന്നു. കടുത്ത മർദ്ദനമുറകളിലൂടെ കുറ്റം സമ്മതിപ്പിക്കുന്നു. അവസാനം കൊലയ്ക്ക് ഉപയോഗിച്ച കത്തി അജയനെ

ക്കൊണ്ടുതന്നെ കുളത്തിലിടീക്കുന്നു. എത്ര വ്യാജമായിട്ടാണ് അജയനെതിരെ പൊലീസ് തെളിവുകൾ സൃഷ്ടിച്ചത്. ഇന്നല്ലെങ്കിൽ നാളെ സാമൂഹിക പ്രക്ഷോഭത്തിന്റെ ഭാഗമായി അധികാരികളുടെ സമ്മർദ്ദത്തിനുമേൽ നാളെ ആരും പ്രതിയാക്കപ്പെടാം. അതിനുവേണ്ടി തെളിവുകൾ സൃഷ്ടിക്കപ്പെട്ടേക്കാം. അവന്റെ മാനുഷികാവകാശത്തിനും ഇന്ത്യൻ ഭരണഘടന അനുശാസിക്കുന്ന മൗലികാവകാശത്തിന് പോലും അഞ്ചു പൈസയുടെ വിലപോലും ആരും കാണില്ല. പ്രത്യേകിച്ചും പ്രിവിലേജ്ഡ് അല്ലാത്ത ഒരു വിഭാഗത്തിൽ നിന്നുള്ള പ്രതിയാണെങ്കിൽ അതിന്റെ കാഠിന്യം കൂടുതലാവും. അതുകൊണ്ടുതന്നെ അവനുവേണ്ടി ഒരു തൂക്കുമരം ഒരുക്കാൻ എളുപ്പമാണ്. ഇത് അനാഥനായ, പാവപ്പെട്ടവനായ, നിസ്സഹായനായ ഒരു അജയന്റെ മാത്രം ഗതികേടല്ല. ഇത്തരത്തിൽ ജീവിക്കുന്ന ധാരാളം അജയന്മാരുടെ അരക്ഷിതമായ ജീവിതപരിസരത്തിലേക്കാണ് സിനിമ വിരൽ ചൂണ്ടുന്നത്. ആനന്ദിന്റെ ഗോവർധനന്റെ യാത്രകളിൽ ചൗപട് രാജാവ് തൂക്കുകയറിന്റെ കുടുക്ക് കൊമ്പാലിന്റെ കഴുത്തിൽ കടക്കുന്നില്ലെന്നതിനാൽ കഴുവിലേറ്റുവാൻ കൊണ്ട് പോകപ്പെടുന്ന, കുടുക്കിന് ഇണങ്ങിയ കഴുത്തുള്ള ഗോവർധനെപോലെ കരുതിയിരിക്കേണ്ട അജയന്മാർ ഇന്നിന്റെ പരിസരത്തിൽ ധാരാളമാണ്.

കോടതിയിൽ വാദം നടക്കുമ്പോൾ അനാഥനായ അജയനെ അനാഥാലയത്തിലേക്ക് എത്തിച്ച മുസ്ലീം മതവിശ്വാസിയാണ് അജ്മൽ എന്ന പേര് ചാർത്തിക്കൊടുത്തത് എന്ന് പൊലീസ് പറയുന്നുണ്ടെങ്കിലും അങ്ങനെ ഒരു കഥപോലും അജയൻ ആദ്യമായാണ് കേൾക്കുന്നത്. പൊലീസ് മുസ്ലീം ഐഡന്റിറ്റിയെ വിശ്വസനീയമായ വിധത്തിൽ അത്ര കൃത്യമായാണ് അതിൽ ഉപയോഗിച്ചിരുന്നത്. ഹോട്ടൽ ഉടമയെ ക്രൈംബ്രാഞ്ച് ഓഫീസർ അജയനെതിരെ മൊഴി കൊടുക്കാൻ ഭീഷണിപ്പെടുത്തുന്നത് തീവ്രവാദ പാരമ്പര്യം ചൂണ്ടികാണിച്ചിട്ടാണ്. സിനിമയിൽ അത് പറയുന്നതിങ്ങനെ "തന്റെ ബാപ്പ നന്നായി ഓടിക്കൊണ്ടിരുന്ന ഹോട്ടൽ പൂട്ടേണ്ട കാരണം അനക്ക് അറിയുമോ?" അന്ന് ഹോട്ടലിന്റെ ചുവരിൽ ഒട്ടിച്ചുവെച്ച ഇന്ത്യയുടെ മാപ്പിൽ ഇന്ത്യയുടെ തല ഉണ്ടായിരുന്നില്ല" കാശ്മീർ ഉണ്ടായിരുന്നില്ല എന്ന് പറഞ്ഞാണ്.

മുസ്ലീം ഐഡന്റിറ്റി തീവ്രവാദവും ഭീകരപ്രവർത്തനവും കള്ളക്കടത്തും അമിത ലൈംഗികതയുടെയും ബിംബങ്ങൾ പേറി നിൽക്കുന്നതാണെന്നുള്ള പൊതുബോധത്തിന്റെ മുൻധാരണകളെ അക്കമിട്ട് ഉറപ്പിക്കുന്ന ഒരു കാഴ്ചയായിരുന്നു അത്. അതുകൊണ്ട് തന്നെ ആ മുസ്ലീം ഐഡന്റിറ്റിയെ ഭീഷണിപ്പെടുത്താനുള്ള ആയുധമായി പൊലിസ് അവിടെ വിനിയോഗിച്ചു. മുസ്ലീങ്ങൾ ക്രിമിനൽ മെന്റാലിറ്റി ഉള്ളവരാണെന്ന ചിന്തയെ ഊട്ടി ഉറപ്പിക്കുകയാണ് പൊലീസ് ചെയ്തത്.

നീതിന്യായ വ്യവസ്ഥയ്ക്ക് മുന്നിൽ പ്രതിയാക്കപ്പെട്ട അജയൻ അരികുവൽക്കരിക്കപ്പെട്ടവന്റെ നിശ്ശബ്ദതയാണെങ്കിൽ ഹന്ന

എലിസബത്ത് പുരുഷാധിപത്യസമൂഹത്തിൽ തൊഴിലിന്റെയും ജെൻഡറിന്റെയും പദവിയുടെയും അടിസ്ഥാനത്തിൽ നിരവധി ആളുകളുടെ പ്രതിനിധിയായി പാർശ്വവത്ക്കരിക്കപ്പെട്ടവർക്കു വേണ്ടിയുള്ള ശബ്ദമാവുകയാണ്. അജയൻ നിരപരാധിയാണെന്ന് മനസ്സിലാക്കിയ നിമിഷം മുതൽ ഹന്ന അവനെ രക്ഷിച്ചെടുക്കാനുള്ള തെളിവുകൾ ശേഖരിക്കുകയാണ്. അങ്ങനെ സത്യങ്ങൾ കണ്ടെടുക്കാനുള്ള ശ്രമത്തിന് ഇടയിലാണ് ചെമ്പകമാളിന്റെ ജീവിതരഹസ്യവും തേടിപിടിക്കുന്നത്. മോഷണമായിരുന്നു ചെമ്പകമാളിന്റെ കൊലപാതകത്തിന് പിന്നിലെന്ന് പറഞ്ഞ് പൊലീസ് കള്ളതെളിവുകൾ ഹാജരാക്കുമ്പോഴും അജയനെ 'മോഷ്ടാവ്' എന്ന പട്ടം ചാർത്തികൊടുക്കുമ്പോഴും ഹന്ന അജയനിൽ ഉറച്ചുനിന്നത് തന്റെ മേൽ 6000 രൂപ വിലയുള്ള പുസ്തകം മോഷ്ടിച്ചു" എന്ന സീനിയർ അഡ്വക്കേറ്റ് ആരോപിച്ച കള്ളക്കഥ അവളിൽ മുറിവേൽപ്പിച്ച വേദനകൊണ്ടാണ്. അതുകൊണ്ടുതന്നെ ഹന്ന അജയനോടൊപ്പം ശക്തമായി തന്നെ ഉറച്ച് നിൽക്കുകയും ചെയ്തു.

'കുപ്രസിദ്ധ പയ്യൻ' ഒരു ക്രൈം ഡ്രാമ ത്രില്ലർ എന്നതിലുപരി ഒരു സ്ത്രീ തൊഴിലിടങ്ങളിൽ നിന്നും അനുഭവിക്കുന്ന അടിച്ചമർത്തലിന്റെയും വ്യക്തിഹത്യയുടെയും ആന്തരിക സംഘർഷങ്ങളുടെയും നേർചിഹ്നം അനുഭവവേദ്യമാക്കുന്നു. സീനിയർ അഡ്വക്കേറ്റ് ആയ നെടുമുടിവേണു തന്റെ അഭിഭാഷകസംഘത്തിൽനിന്നും തെറ്റിപ്പിരിഞ്ഞ ഹന്ന എന്ന ജൂനിയർ അഭിഭാഷകയോട് പറയുന്ന ഒരു സംഭാഷണമുണ്ട്.

"നീ കില്ലറിന് വേണ്ടി വാദിച്ച് വാദിച്ച് അവസാനം അവന്റെ കൂടെ പൊറുതി തുടങ്ങുമോ" എന്ന്.

സ്ത്രീക്കെതിരെ പുരുഷാധിപത്യസമൂഹം അവസാനമായി എടുക്കുന്ന ആയുധമാണ് 'ലൈംഗികത', 'അശ്ലീലപ്രയോഗം' എന്നിവ. പക്ഷേ അതിലൊന്നും ഹന്ന തകർന്നുപോകുന്നില്ല. മേലുദ്യോഗസ്ഥരുടെ ഈഗോസെന്റ്രിക് ആയ സ്വഭാവങ്ങൾക്ക് ഇരയാവേണ്ടി വരുന്ന സ്ത്രീകളുടെ പ്രശ്നങ്ങളെ അതീവ ഗൗരവമായി തന്നെ സിനിമ ചർച്ച ചെയ്യുന്നുണ്ട്. നെടുമുടി വേണു തന്റെ അധികാരവൃത്തങ്ങൾക്കുള്ളിൽ കീഴ്ജീവനക്കാരെ ഒതുക്കി നിർത്തിയിരുന്നു. അതിൽനിന്നും പുറത്തുപോയ ഒരു സ്ത്രീയെ ഉൾക്കൊള്ളാൻ അയാളുടെ അധികാര ധാർഷ്ട്യത്തിന് കഴിഞ്ഞിരുന്നില്ല. അതുകൊണ്ടുതന്നെ ഹന്നയെ പൊതുസ്ഥലങ്ങളിൽ വെച്ച് മോഷണത്തിന്റെ പേരു പറഞ്ഞ് അശ്ലീലമായ സംഭാഷണംകൊണ്ട് വ്യക്തിഹത്യ ചെയ്യുന്നതിൽ അയാൾ ആനന്ദം കണ്ടെത്തിയിരുന്നു. വാദം നടക്കുമ്പോഴും എന്റെ മുൻ അസിസ്റ്റന്റ് എന്ന് ആവർത്തിച്ച് പറയുന്നതിലൂടെ എത്രമാത്രം വ്യക്തി വൈരാഗ്യം ഹന്നയോട് പ്രകടിപ്പിക്കുന്നുവെന്നും വ്യക്തമാണ്. തൊഴിൽ സ്ഥലങ്ങളിൽ സ്ത്രീകൾ അനുഭവിക്കുന്ന മാനസികപീഡനങ്ങളുടെ നേർക്കാഴ്ചയാണ് നെടുമുടി വേണുവിന്റെയും നിമിഷയുടെയും കഥാപാത്രങ്ങളിലൂടെ വെളിപ്പെടുത്തുന്നത്.

ഗൃഹാന്തരീക്ഷത്തിൽ നിന്നും ഒരു സ്ത്രീ അനുഭവിക്കുന്ന മാനസിക പീഡനങ്ങളെപ്പോലെ തന്നെ ശക്തമാണ് തൊഴിലിടങ്ങളിലും എന്ന അടിവരയിടുന്നു. നിമിഷ ചെയ്ത ഹന്ന എന്ന കഥാപാത്രത്തിലൂടെ നിരപരാധിയായ അജയനെ എങ്ങനെയെങ്കിലും രക്ഷപ്പെടുത്തണം എന്ന ചിന്ത അവളിൽ മാത്രമായിരുന്നു കാണാൻ കഴിഞ്ഞത്. ഒരുപക്ഷേ അജയന്റെ പ്രണയിനി ജലജയ്ക്ക് പോലും ഇക്കാര്യത്തിൽ നിസ്സഹായമായി നോക്കിനിൽക്കാനേ കഴിയുന്നുള്ളൂ. അതിന് അവളുടെ ജീവിത സാഹചര്യവും കാരണമാകുന്നുണ്ട്. ഒരു ഹോട്ടലിന്റെ പിന്നാമ്പുറത്തുള്ള ജീവിതാന്തരീക്ഷത്തിൽനിന്നും ജലജ എങ്ങനെയാണ് നീതിതേടി പോവുക? അജയന്റെ മനുഷ്യാവകാശം സംരക്ഷിക്കാൻ എങ്ങനെയാണ് ഇറങ്ങിപുറപ്പെടുക? ഇവിടെ തികച്ചും നിസ്സഹായമായ ഒരു സാധാരണ പ്പെണ്ണിനെയാണ് ജലജയിൽ കാണുന്നതെങ്കിൽപ്പോലും അജയനെ ജീവി പ്പിക്കാനുള്ള പ്രതീക്ഷ പ്രണയംകൊണ്ട് ജലജ സാധ്യമാക്കുന്നുണ്ട്. അത്തരത്തിലുള്ള പശ്ചാത്തലത്തിൽ നിന്നുകൊണ്ട് ജലജയും ഒരു ശക്തമായ സ്ത്രീകഥാപാത്രം എന്ന നിലയിൽ സിനിമയിൽ കാണാവു ന്നതാണ്.

ചെമ്പകമാളിനെ അജയനുള്ള പരിചയം ഹോട്ടലിലേക്കുള്ള ഇഡ്ഡലി എടുക്കാൻ വരുന്നതിലൂടെയാണ്. അതുകൊണ്ടുതന്നെ അവരുടെ ഒറ്റ യായുള്ള ജീവിതത്തിന്റെ വ്യത്യസ്തമായ മാനസികാവസ്ഥകളൊക്കെ നിത്യേനെ അജയൻ വീക്ഷിക്കാറുണ്ട്. അതിനു പുറമേ ചെമ്പകമാളിന് അജയനോട് സ്നേഹവും സഹതാപവും തോന്നിയിരുന്നു. ഒറ്റയ്ക്ക് പോകാൻ പറ്റാത്ത സ്ഥലങ്ങളിൽ അജയനെ കൂട്ടിയാണ് ചെമ്പകമാൾ പോയിരുന്നത്. അത് മാത്രമല്ല അജയന് അമ്മയോടെന്നപോലെയുള്ള സ്നേഹമായിരുന്നു ചെമ്പകമാളിനോട്. അങ്ങനെയുള്ള ഒരാളെ എങ്ങനെ യാണ് ഞാൻ കൊല്ലുക എന്ന് അജയൻ ചോദിക്കുന്നുണ്ട്. ഇതേ അവസ്ഥയിലൂടെ തന്നെയാണ് യഥാർത്ഥ സംഭവകഥയിലെ ജയേഷും കടന്നുപോയത്. സ്വന്തം അമ്മയെപ്പോലെയാണ് ജയേഷ് സുന്ദരിയമ്മയെ കരുതിയിരുന്നത്. അങ്ങനെയുള്ള ഒരാളെ എങ്ങനെയാണ് ഞാൻ കൊല്ലുക എന്ന് ആവർത്തിച്ച് ആവർത്തിച്ച് ജയേഷ് ഇപ്പോഴും ചോദി ക്കുന്നുണ്ട്.

ചെമ്പകമാൾ ശരീരഭാഷകൊണ്ടും കച്ചവട നൈപുണ്യംകൊണ്ടും ഒറ്റയ്ക്ക് ജീവിക്കുന്ന ഒരു സ്ത്രീ എന്ന നിലയിലും മറ്റുള്ളവരാൽ ശ്രദ്ധിക്ക പ്പെട്ടിട്ടുണ്ട്. ചിത്രത്തിൽ കേന്ദ്രകഥാപാത്രമാണെങ്കിലും അവരുടെ മുൻകാലജീവിതം ഏറെ ചിന്തകൾക്കും ചർച്ചകൾക്കും വഴിയൊരുക്കു ന്നുണ്ട്. അവരുടെ ദുരൂഹതയാർന്ന ജീവിതത്തിൽ പൂർവ്വകാലപ്രണയ ത്തിന്റ ചീളുകൾ തിരയാനും അവരുടെ കൊലപാതകത്തിൽ ഒരു ദേശ ത്തിന്റെ ജാതീയമായ കലാപത്തിന്റെ ബാക്കിപത്രമാണെന്നും ഹന്ന കണ്ടുപിടിക്കുന്നു. പക്ഷേ അത്തരം കഥകളൊക്കെ തെളിവുകളായി കോടതിയിൽ വാദിക്കുമ്പോൾ അതൊക്കെ വെറും കെട്ടുകഥകളാക്കി

അത്തരം സ്ത്രീകൾക്ക് എന്തു സംഭവിച്ചു?

ചിത്രീകരിക്കാൻ സീനിയർ അഡ്വക്കേറ്റിന്റെ വ്യഗ്രത കടുത്ത ഇൻഫീരിയോറിറ്റി കോംപ്ലക്സിൽനിന്നും ഉരുത്തിരിഞ്ഞതാണ്. അത് ഒരു സാധാരണ കുടുംബത്തിൽ സാധാരണ ജീവിതം നയിച്ചിരുന്ന ഒരു പെൺകുട്ടിയുടെ ജോലിയിലുള്ള അർപ്പണബോധംകൊണ്ട് മാത്രമല്ല അജയനെന്ന നിരപരാധിയോടുള്ള മാനുഷിക പരിഗണനകൊണ്ട് കൂടിയാണ്. അത്യന്തികമായി 'ഒരു കുപ്രസിദ്ധ പയ്യൻ' സ്ത്രീപക്ഷ സിനിമയാണ്.

നിസ്സഹായനായ ഒരു മനുഷ്യന്റെ ജീവിക്കാനുള്ള അവകാശത്തിന് വേണ്ടിയുള്ള ഒരു സ്ത്രീയുടെ പോരാട്ടത്തിന്റെ വിജയം. സീനിയർ അഭിഭാഷകൻ തൊടുത്ത് വിടുന്ന അസഭ്യമാർന്ന അപമാനവും വ്യക്തിഹത്യയും സഹിച്ച് അതിൽനിന്നും അഭിമാനക്ഷതം സംഭവിച്ച് മിണ്ടാതിരിക്കുന്ന പെണ്ണിനെയല്ല അതിൽനിന്നും ഊർജം ഉൾക്കൊണ്ട് സത്യത്തിന്റെ നേർമുഖം നീതിന്യായവ്യവസ്ഥയ്ക്ക് മുന്നിൽ വെളിപ്പെടുത്തുന്ന ആത്മവിശ്വാസമുള്ള, ആർജ്ജവമുള്ള പെണ്ണ് തന്നെയാണ് ഈ സിനിമയുടെ കാതൽ.

സിനിമയുടെ അവസാനം ഹന്ന എലിസബത്തിലൂടെ അനുഭവിച്ച ആ വിജയം തൊഴിലിടങ്ങളിൽ സ്ത്രീപുരുഷ വിവേചനത്തിന്റെ ഭാഗമായി സ്ത്രീയെ അടിച്ചമർത്തുന്ന മെയിൽഷോവനിസ്റ്റ് അധികാരിവർഗങ്ങളുടെ ധാർഷ്ട്യത്തിന് നേരെയുള്ള കനത്ത പ്രഹരമാണ്. അതിനപ്പുറം അരികുവത്കരിക്കപ്പെട്ട ജന്മങ്ങളുടെ ജീവിതത്തിന് നേരെവെച്ച നേർകണ്ണാടിയാണ് 'കുപ്രസിദ്ധ പയ്യൻ'. ∎

പ്രകാശം പരത്തുന്ന പെണ്ണുങ്ങൾ

"എങ്ങനെയാണ് നിന്നോട് പറയേണ്ടത് എന്നെനിക്കറിയില്ല. ഭയമുള്ളതു കൊണ്ടല്ല. ഇത്രയുംകാലം ഭയമില്ലാതെ ജീവിച്ച എനിക്ക് എന്തിനാണ് ഇപ്പോൾ ഭയം? അല്ല ഭയമല്ലേയല്ല. പിന്നെ ഈ ഭയം എന്നൊക്കെ പറയുന്നത് രഹസ്യങ്ങൾ സൂക്ഷിച്ചു വെയ്ക്കുന്നവർക്കല്ലേ ഉണ്ടാവുക? എന്റെ ജീവിതത്തിൽ ഒരിക്കലും രഹസ്യങ്ങളുണ്ടായിരുന്നില്ല. തെറ്റാണ് എന്ന് ഞാൻ കരുതിയ ഒന്നും ഒരിക്കലും ചെയ്തിട്ടുമില്ല."

മലയാള ചെറുകഥയുടെ കുലപതി ടി. പത്മനാഭന്റെ 'കടൽ' എന്ന കഥയിൽ അമ്മ മകളോട് പറയുന്ന വാക്കുകളാണിത്. സ്വന്തം അമ്മയ്ക്ക് സംഗീതം പഠിപ്പിച്ച അധ്യാപകനുമായുണ്ടായ അഗാധമായ പ്രണയം അവർ തമ്മിൽ പരസ്പരം അയച്ച കത്തിൽനിന്നും ഒരു ഞെട്ടലോടെ വായിച്ചറിഞ്ഞ മകളുടെ മുന്നിൽ അമ്മ ഭയത്തിന്റെയോ ലജ്ജയുടെയോ, സദാചാരത്തിന്റെയോ പുകമറയില്ലാതെ വ്യക്തവും സ്ഫുടതയുമുള്ള തെളിഞ്ഞ ശബ്ദത്തിൽ രഹസ്യങ്ങളില്ലാതെ പ്രണയജീവിതത്തിന്റെ ചുരുൾ അഴിക്കുന്ന സന്ദർഭമാണിത്.

ഒരു സ്ത്രീ എങ്ങനെയായിരിക്കണമെന്നും അവൾ എങ്ങനെ പ്രണയിക്കണമെന്നും ഏറ്റവും കൂടുതൽ നമ്മൾ പഠിച്ചത് കവി വർണ്ണനകളിൽ നിന്നും എഴുത്തുകാർ സൃഷ്ടിച്ചെടുത്ത നാരീരൂപങ്ങളിൽ നിന്നുമാണ്. അങ്ങനെ പാടിയും പറഞ്ഞും അടിച്ചേൽപ്പിച്ചും സ്ത്രീസങ്കൽപ്പങ്ങൾ ഉദാത്തമായ മാതൃകകളായി കുടുംബത്തിലും സമൂഹത്തിലും വിലസുന്ന കാലഘട്ടത്തിലാണ് മലയാള ചെറുകഥയുടെ അതികായൻ വ്യവസ്ഥിതിയെ തല്ലിതകർത്ത റിബലുകളായ സ്ത്രീ കഥാപാത്രങ്ങൾക്ക് ജീവൻ നൽകുന്നത്.

അനന്യവും അസാധാരണവുമായ സ്ത്രീ കഥാപാത്രങ്ങളെ സൃഷ്ടിച്ച് മലയാള വായനക്കാരെ അത്ഭുതപ്പെടുത്തിയ എഴുത്തുകാരനാണ് ടി. പത്മനാഭൻ ലളിതമനോഹരമായ ആഖ്യാനശൈലിയിലൂടെ മനുഷ്യജീവിതത്തിന്റെ സങ്കീർണ്ണമായ തലങ്ങളെ ഇത്രമേൽ വേർതിരിച്ച മറ്റൊരു കഥാകാരൻ വേറെയുണ്ടാവില്ല. അതുകൊണ്ടുതന്നെ മലയാള ചെറുകഥാ പ്രസ്ഥാനത്തിൽ ആർക്കും പകരം വെക്കാനാവാത്ത ഇടമാണ് അദ്ദേഹം

നേടിയെടുത്തത്. ആ ഇടത്തിൽ മലയാളത്തിലെ എക്കാലത്തെയും മികച്ച സ്ത്രീകഥാപാത്രങ്ങളെ കാണാൻ കഴിയും.

അദ്ദേഹത്തിന്റെ കഥകളിൽ കൂടുതലും ആത്മകഥാംശം നിറഞ്ഞ് നിൽക്കുന്നതുകൊണ്ടുതന്നെ ഓരോ കഥാപാത്രത്തിനും ജീവൻ തുടിക്കുന്നത് കാണാൻ കഴിയും. അവ ഒരേ സമയം വായനക്കാരോട് സംവദിക്കുന്നു, കലഹിക്കുന്നു, സമരസപ്പെടുന്നു.

ടി. പത്മനാഭന്റെ സ്ത്രീ കഥാപാത്രങ്ങളിൽ ഏറെയും പെൺകുട്ടികളാണ്. ചില കഥാപാത്രങ്ങൾ പേരോടുകൂടി ജനിക്കും ചിലർ പെൺകുട്ടി മാത്രമായി ഒതുങ്ങും. ഒരു സ്ത്രീയുടെ ജീവിതത്തിലെ ഓരോ ഘട്ടങ്ങളിലുമുള്ള കഥാപാത്രങ്ങളെ അവരുടെ ജീവിതസന്ദർഭങ്ങളുടെ പശ്ചാത്തലത്തിലും വൈകാരിക പരിസരത്ത് നിന്നും മനോഹരമായി ആവിഷ്കരിക്കാൻ അദ്ദേഹത്തിന് കഴിഞ്ഞിട്ടുണ്ട്. തനിക്ക് ചുറ്റുമുള്ള കൗമാരക്കാരികളും കുട്ടികളും മധ്യവയസ്ക്കരും ചെറുപ്പക്കാരികളുമെല്ലാം കഥാപാത്രങ്ങളായി രൂപപ്പെടുത്തുന്നതിൽ അദ്ദേഹം പ്രത്യേകം ചാതുര്യം പ്രകടിപ്പിക്കുന്നുണ്ട്. അവരെല്ലാം സ്നേഹത്തിന്റെയും പ്രണയത്തിന്റെയും ഉദാത്തമായ മാതൃകകളാണ്.

പത്മനാഭന്റെ മാസ്റ്റർപീസ് എന്നറിയപ്പെടുന്ന 'ഗൗരി' എന്ന കഥയിൽ വായനയ്ക്ക് ശേഷവും ഗൗരി ഒരു നൊമ്പരമായി അവശേഷിക്കുന്നു. അദ്ദേഹത്തിന്റെ സ്ത്രീകഥാപാത്രങ്ങളെല്ലാം സവിശേഷമായ വ്യക്തിത്വത്തിന് ഉടമകളാണെങ്കിലും ഗൗരിയുടെ ഉൾക്കരുത്തും നിശ്ചയദാർഢ്യവും പ്രത്യേകം പരാമർശിക്കേണ്ടത് തന്നെയാണ്. നിർമ്മലമായ സ്നേഹത്തിന്റെ പ്രതീകമായാണ് ഗൗരിയെ അവതരിപ്പിച്ചത്. സ്നേഹിക്കപ്പെടാനുള്ള അഗാധമായ അഭിവാഞ്ഛ പ്രകടിപ്പിച്ചവളും പ്രണയമെന്ന വികാരത്തെ ശ്വാസമായി അടക്കിപ്പിടിച്ചവളുമാണ് ഗൗരി. അതിന് തടസ്സം നിൽക്കുന്ന എന്തിനെയും തട്ടിമാറ്റി അവൾ അവളുടെതായ ലോകത്തേക്ക് പ്രണയമെന്ന ഉന്മാദത്തെ പ്രതിഷ്ഠിക്കുന്നു. ഇതിന് തെളിവാണ് ഗൗരിയുടെ ഈ വാക്കുകൾ.

"അങ്ങ് ഒരു തരത്തിലുമുള്ള സ്നേഹക്കുറവും ഒരിക്കലും എന്നോട് കാട്ടിയിട്ടില്ല. എങ്കിലും ഈയിടെയായി ഞാൻ ഒരു ഭാരമാകുന്നുണ്ടോ എന്ന്. സ്നേഹത്തിന്റെ കാണാക്കയങ്ങളിലേക്ക് അങ്ങയെ പിടിച്ചുകൊണ്ടുപോയത് ഞാനായിരുന്നല്ലോ? അങ്ങാണെങ്കിൽ ആദ്യമൊക്കെ ഒഴിഞ്ഞുമാറാൻ പരമാവധി ശ്രമിക്കുകയും ചെയ്തു. എന്നിട്ടും ഞാൻ, എനിക്കറിയാമായിരുന്ന അങ്ങയുടെ ഉള്ളിലും സ്നേഹമുണ്ടെന്ന്. എനിക്ക് സ്നേഹം വേണമായിരുന്നു അത് കൂടിയേ കഴിയുമായിരുന്നുള്ളൂ."

സ്ത്രീപുരുഷബന്ധങ്ങളെ മൂല്യവത്തായ രീതിയിൽ മാത്രമാണ് പത്മനാഭൻ തന്റെ കഥകളിൽ അഭിസംബോധന ചെയ്തത്. വിവാഹിതയും ഒരു കുഞ്ഞിന്റെ അമ്മയുമായിരുന്നിട്ടും അസ്വാരസ്യങ്ങൾ നിറഞ്ഞ തന്റെ ജീവിതത്തിൽ ജീവിക്കാനുള്ള ഒരു കച്ചിത്തുരുമ്പായി പ്രണയബന്ധത്തെ

ഗൗരി വാർത്തെടുക്കുന്നുണ്ട്. അവസാനം അയാൾ ഗൗരിക്ക് പറഞ്ഞു കൊടുക്കുന്ന കഥയിലും നഷ്ടപ്രണയത്തിന്റെ ലാഞ്ഛന കടന്നുവരുന്നു. കഥയിലെ പെൺകുട്ടിയുടെ ക്ഷീണിച്ച് വിളറിയ മുഖം ജീവിതാന്ത്യം വരെ ആ ചെറുപ്പക്കാരനെ വേട്ടയാടുന്നുണ്ട് എന്ന് പറയുമ്പോൾ ഒരിക്കൽ പ്രണയിച്ചാൽ ജീവിതാന്ത്യം വരെ പ്രണയിനികൾ കാമുകീ കാമുകന്മാരായി തുടരുമെന്ന നഗ്നസത്യത്തെയാണ് ഇതിലൂടെ വെളിപ്പെടുത്തുന്നത്.

വ്യവസ്ഥിതിയോട് സമരസപ്പെട്ട് കിടക്കുന്ന സ്ത്രീയല്ല ഗൗരി. വ്യവസ്ഥിതിക്ക് പുറം തിരിഞ്ഞ് നിന്ന് തന്റേതായ സ്വത്വത്തെ ജീവിതത്തിൽ പ്രതിഷ്ഠിച്ചവളാണ്. വ്യക്തി ജീവിതത്തിലുള്ള എല്ലാ വെല്ലുവിളികളും ഭേദിച്ച് ഗൗരി വിവാഹേതരബന്ധത്തിലുള്ള പ്രണയത്തിൽ പൂർണ്ണത നേടുന്നുണ്ട്. കാലമെത്ര കടന്നുപോയാലും മനുഷ്യശരീരങ്ങൾ വാർദ്ധക്യത്തെ പുൽകിയാലും പ്രണയമെന്ന വികാരം അനശ്വരതയെ പ്രാപിക്കുമെന്ന് ഗൗരിയിലൂടെ കഥാകാരൻ തെളിയിക്കുന്നു.

ഗൗരിയിലെ പുരുഷൻ സ്ത്രീയെ അങ്ങേയറ്റം ബഹുമാനത്തോടെയും ആദരവോടും കൂടിയുമാണ് കാണുന്നത്. അവളുടെ ഇംഗിതത്തിന് അനുസരിച്ച് അവളുടെ ആഗ്രഹപ്രാപ്തിക്കായി അവൾക്ക് താങ്ങും തണലുമായി അവളുടെ കലുഷിതമായ ജീവിതത്തിലേക്ക് സ്നേഹത്തിന്റെ പൂച്ചെണ്ടുകളുമായാണ് അയാൾ കടന്നു വരുന്നത്.

കടലിലെ അമ്മയും ഗൗരിയെപ്പോലെ മധ്യവയസ്കയാണ്. തീക്ഷ്ണവും അസാധാരണവുമായ വ്യക്തിത്വംകൊണ്ട് വായനക്കാരന്റെ മനസ്സിൽ ഇടംപിടിച്ച മറ്റൊരു കഥാപാത്രം വേറെയില്ലെന്ന് തന്നെ പറയാം. കടലിലെ നായിക അമ്മയാണ്, ഭാര്യയാണ്, കാമുകിയുമാണ്. എന്നിട്ടും കുടുംബത്തിന്റെ ചട്ടകൂടുകളിലൊന്നും പ്രണയത്തെ തളച്ചിടുവാൻ അവർ ആഗ്രഹിച്ചിരുന്നില്ല. ഗൗരിയെപോലെതന്നെ വിവാഹത്തിനപ്പുറത്ത് നിന്നാണ് അമ്മയും പ്രണയിച്ചിരുന്നത്. കഥാകാരൻ ഇവിട കഥാപാത്രത്തിന് പേര് നൽകുന്നില്ല. അമ്മ എന്നാണ് പറയുന്നത്. വിഗ്രഹവത്ക്കരിക്കപ്പെട്ട പദമായതുകൊണ്ടുതന്നെ അമ്മക്ക് പ്രണയിച്ചുകൂടെ എന്ന് നിശ്ശബ്ദമായി വായനക്കാരോട് കഥാകാരൻ ചോദിക്കുന്നുണ്ട്. ഒരമ്മ എങ്ങനെയായിരിക്കണം എന്ന് നിഷ്കർഷിച്ചു വ്യവസ്ഥിതിക്ക് എതിരായി നിന്ന് അമ്മ എന്ന സങ്കല്പത്തെപ്പോലും മറികടക്കുന്ന വേറിട്ട വ്യക്തിത്വമാണ് അമ്മയിലൂടെ കഥാകാരൻ മുന്നോട്ട് വെക്കുന്നത്. അതുകൊണ്ടുതന്നെ ഭർത്താവിന്റെ മുന്നിലും മകളുടെ മുന്നിലും തന്റെ പ്രണയത്തെ മറച്ചുവെക്കാൻ അവർ ആഗ്രഹിച്ചില്ലെന്ന് മാത്രമല്ല അത് പരസ്യമായി പ്രഖ്യാപിക്കുകയും ചെയ്യുന്നു.

വിവാഹം കഴിഞ്ഞതിനുശേഷവും സംഗീതം അഭ്യസിച്ചിരുന്ന സമയത്ത് സംഗീത അധ്യാപകനും ശിഷ്യയും തമ്മിലുള്ള ആഴത്തിലുള്ള പ്രണയബന്ധം അവർ തമ്മിലുള്ള കത്തിടപാടിലൂടെ വായിച്ചറിഞ്ഞ ഭർത്താവ് ഭാര്യ അറിയാതെ കത്തുകൾ മാറ്റിവെക്കുന്നു. എന്നിട്ട്

ഭാര്യയോട് ചോദിക്കുകയാണ് നിങ്ങൾ ബനാറസ്സിൽ ഭാര്യാഭർത്താക്കന്മാരെപ്പോലെയാണോ ജീവിച്ചത്?

ആ ചോദ്യത്തിന് അവൾ കൊടുക്കുന്ന ഒരു മറുപടിയുണ്ട്.

"ഒരു സ്ത്രീയും പുരുഷനും തമ്മിലുള്ള സ്നേഹത്തിന്റെ വ്യാപ്തിയെക്കുറിച്ച് നിങ്ങളോട് സംസാരിക്കുന്നത് വെറുതെയാണെന്ന് എനിക്കറിയാം." വിവാഹത്തിന് അപ്പുറത്ത്നിന്ന് ഒരു സ്ത്രീയും പുരുഷനും തമ്മിലുള്ള ഏതൊരു ബന്ധത്തെയും തെറ്റായി വ്യാഖ്യാനിക്കുന്ന കപട സദാചാര സമൂഹത്തിന് പുറത്താണ് ആ മറുപടി വന്ന് വീഴുന്നത്. ഒടുവിൽ തനിക്ക് മുന്നിൽ പ്രണയസാഗരത്തെ സമർപ്പിച്ച് ഒരിക്കലും കാണാത്ത കടലിനെക്കുറിച്ചും അതിലെ ചുഴികളെക്കുറിച്ചും വർണ്ണിച്ച് കത്തെഴുതിയ ആൾ ജീവിച്ചിരിക്കുന്നില്ല എന്നറിഞ്ഞ നിമിഷം മുതൽ അവളുടെ മനസ്സും ശരീരവും മരണത്തിന് കീഴ്പ്പെടുകയായിരുന്നു.

രഹസ്യങ്ങളില്ലാതെ പരസ്യമായി തന്നെ നിർഭയത്വത്തോടെ കുടുംബത്തിനള്ളിൽനിന്നും പ്രണയിച്ച, പ്രണയിക്കപ്പെട്ട അവസാനം പ്രണയത്തിന് മുന്നിൽ ജീവൻ ത്യജിച്ച കടലിലെ അമ്മയെ അനശ്വരയാക്കുന്നതും അവരുടെ വ്യക്തിത്വ സവിശേഷതകൊണ്ടാണ്. പ്രണയത്തിന് മുന്നിൽ ശിരസ്സ് ഉയർത്തി പിടിച്ച് നടന്ന അമ്മ കാലാതിവർത്തിയായി ഇന്നും തുടരുന്നു.

പത്മനാഭന്റെ കഥകൾ ജീവിതാനുഭവപരിസരത്ത് നിന്നുള്ളതായതുകൊണ്ടുതന്നെ ഒരിക്കൽ ഒരു ഇന്റർവ്യൂവിൽ അദ്ദേഹം തുറന്ന് പറഞ്ഞിട്ടുണ്ട്. "എനിക്കുണ്ടായ പ്രണയമാണ് ഗൗരിയായി പിറന്നത്" എന്ന്. "ഗൗരിയുടെ ഒരു തുടർച്ചയെന്നോണമാണ് 'കടൽ' എന്ന ചെറുകഥ. ഗൗരിയാണ് കടലിലെ അമ്മയാവുന്നത്. ഗൗരിയുടെ വളർച്ചയുടെ വികാസമാണ് കടലിലെ അമ്മയുടേത്. ഗൗരിയുടെ പ്രണയത്തിന്റെ തുടർച്ച ചെന്നവസാനിക്കുന്നത് കടലിലെ അമ്മയിലേക്കാണ്. അവരുടെ അണയാത്ത ചിതയിൽനിന്നും ഉതിരുന്ന പുകയിൽപോലും പ്രണയത്തിന്റെ നേർത്ത സുഗന്ധം ഓരോ വായനക്കാരനും അനുഭവിക്കാൻ കഴിയും.

പത്മനാഭൻ തന്റെ എല്ലാ സ്ത്രീകഥാപാത്രങ്ങളെയും മാന്യതയോടും ബഹുമാനത്തോടുമാണ് അവതരിപ്പിച്ചത്. സ്വന്തമായ നിലപാടുള്ളവരും സ്ത്രീയെന്ന സ്വത്വത്തെ പ്രകാശിപ്പിച്ചവരും വ്യവസ്ഥിതിയോട് ഏറ്റുമുട്ടുന്നവരും വായനക്കാരനോട് അഭേദ്യമായ ബന്ധം സൂക്ഷിക്കുന്നവരുമാണ് അവരെല്ലാം. ഒരു ശില്പി കല്ലിൽ കൊത്തിവെച്ചപോലെ ഓരോ സ്ത്രീകഥാപാത്രങ്ങളെയും ഒരു വായനക്കാരന്റെ മനസ്സിൽ കൊത്തിവെച്ചതിനുശേഷമാണ് എഴുത്തുകാരൻ അവിടെനിന്ന് ഇറങ്ങി പോരുന്നത്. അപ്രകാരം കൊത്തിവെച്ച മറ്റൊരു ശില്പമാണ് "പ്രകാശം പരത്തുന്ന പെൺകുട്ടി."

ഏത് നിമിഷവും ജീവിതത്തിന്റെ അന്ത്യം പ്രതീക്ഷിച്ചു കഴിയുന്ന മനുഷ്യന്റെ മുന്നിൽ ജീവിക്കാൻ പ്രതീക്ഷ നൽകുന്ന പെൺകുട്ടി നിഷ്കള ങ്കമായ വ്യക്തിത്വത്തിന്റെ പ്രതിനിധിയാണ്. പൊതുവെ ചടുലവും ഊർജ്ജ സ്വലയുമായ പെൺകുട്ടിയുടെ മനോഹരമായ മുഖത്ത് വിടരുന്ന നിഷ്കള ങ്കമായ ചിരിക്ക് ഒരു ജീവൻ തന്നെ തിരിച്ച് പിടിക്കാനുള്ള കെല്പ്പുണ്ടാ യിരുന്നു.

അയാൾതന്നെ പറയുന്നു "പ്രകാശം പരത്തുന്ന ആ പെൺകുട്ടി: ഞാൻ അത്ഭുതപ്പെട്ടില്ല. അവളെ ഞാൻ എപ്പോഴും എവിടെയും പ്രതീക്ഷി ക്കുന്നുണ്ട്. ഇരുട്ട് നിറഞ്ഞ് കിടന്നിരുന്ന എന്റെ ജീവിതത്തിൽ ഒരു കൊള്ളിയാൻപോലെ അവൾ പെട്ടെന്ന് മിന്നിമറയുകയാണുണ്ടായത്. മായാത്ത ഒരോർമ്മയായി അവൾ അവശേഷിക്കുകയും ചെയ്തു. എന്റെ ആത്മാവിൽ എന്ന് തന്നെ പറയട്ടെ അവളെ വീണ്ടും ഞാൻ കാണുക യാണ്."

പ്രതീക്ഷകളാണ് മനുഷ്യനെ ജീവിപ്പിക്കുന്നത്. ആ പ്രതീക്ഷയ്ക്ക് മനുഷ്യൻ പല രൂപങ്ങളും പല ഛായങ്ങളും കൊടുക്കുന്നു. അത്തരത്തി ലുള്ള മനുഷ്യന്റെ പ്രതീക്ഷകളിലാണ് പിന്നീടുള്ള ജീവിതമെന്ന് പ്രകാശം പരത്തുന്ന പെൺകുട്ടിയിലൂടെ കഥാകാരൻ സാക്ഷ്യപ്പെടുത്തുന്നു.

അവഗണനയും ഒറ്റപ്പെടലും ഏകാന്തതയും നിരാശയും അനുഭവി ക്കുന്ന മനുഷ്യന് മുന്നിൽ ആഹ്ലാദത്തിന്റെ പൂത്തിരികൾ കത്തിച്ച് പ്രകാശം പരത്തിക്കൊണ്ടാണ് ആ പെൺകുട്ടി ഓടിയടുക്കുന്നത്. അയാ ളുടെ കൈ പിടിച്ചുകുലുക്കികൊണ്ട് ഇംഗ്ലീഷ് കഥ പറഞ്ഞു കൊടുക്കാൻ തിയറ്ററിൽ നിന്ന് അവൾ ആവശ്യപ്പെട്ടപ്പോൾ അംഗീകാരത്തിന്റെ നേർത്ത തലോടൽ അയാൾ അനുഭവിച്ചു. അവളുടെ മൂക്കുത്തിയിൽനിന്നുള്ള പ്രകാശം പിന്നീട് അയാളുടെ ജീവിതം കൂടുതൽ തിളക്കമുള്ളതാക്കു കയും ചെയ്യുന്നു. ഞെട്ടറ്റുവീണ ജീവിതത്തെ വീണ്ടും തളിർക്കുവാനും പുഷ്പിക്കുവാനുമുള്ള ആർജ്ജവവും തന്റേടവും പെൺകുട്ടിയിലൂടെ അയാൾ നേടിയെടുക്കുന്നുണ്ട്. ഒടുവിൽ 'നീ പൊയ്ക്കളയരുതേ' എന്ന് അയാൾ പറയുന്നതിലൂടെ ഒരു പുരുഷന്റെ ജീവിതത്തിൽ, അയാളുടെ മുന്നോട്ടുള്ള പ്രയാണത്തിൽ സ്ത്രീ എത്രമാത്രം ഒഴിച്ചുകൂടാനാവാത്ത ഒന്നാണ് എന്ന് അടിവരയിടുന്നു.

പത്മനാഭന്റെ സ്ത്രീകഥാപാത്രങ്ങളിൽ വേറിട്ട വ്യക്തിത്വം കാഴ്ച്ച വെച്ച സ്ത്രീകഥാപാത്രമാണ് കടയനല്ലൂരിലെ സ്ത്രീ. നിരാലംബയായ നിസ്സഹായയായ സ്ത്രീത്വത്തിന്റെ ആവിഷ്ക്കാരമെന്നോണം വരച്ചിട്ട കഥാപാത്രത്തിലൂടെ ഒരു സ്ത്രീയുടെ ജീവിതത്തിലുള്ള മോഹവും മോഹഭംഗവും കഥാകാരൻ അടയാളപ്പെടുത്തുന്നു. തീവ്രമായി പ്രണയി ക്കപ്പെടാനുള്ള ത്വര പ്രകടിപ്പിച്ച കഥാപാത്രമാണ് "കടയനെല്ലൂരിലെ സ്ത്രീയിലെ" റഹിമിന്റെ ഭാര്യ. ഗൗരിയെപോലെയും കടലിലെ അമ്മയെ

പ്പോലെയും വിവാഹേതരബന്ധത്തിന്റെ ഊഷ്മളതയിൽ കുടുംബത്തി ന്റേതായ എല്ലാ മതിൽകെട്ടുകൾക്കിടയിൽ നിന്നും റഹീമിന്റെ ഭാര്യ പ്രകടി പ്പിക്കുന്ന ഭാവങ്ങളൊക്കെയും ഇന്നത്തെ കുടുംബബന്ധങ്ങളിൽ സ്ത്രീ കൾ അനുഭവിക്കുന്ന വൈകാരിക തലത്തിന് സമാനമാണ്.

ആഗ്രഹിച്ചപോലുള്ള ജീവിതം ലഭ്യമാകാത്തതിന്റെയും അവഗണ നയും ഒറ്റപ്പെടലും ചേർന്ന് നിരാശയുടെ പടുകുഴിയിലേക്ക് എടുത്തെറിയ പ്പെട്ട പല സ്ത്രീകളിലും റഹീമിന്റെ ഭാര്യയെ കാണാൻ കഴിയും. പ്രകാശം പരത്തുന്ന പെൺകുട്ടിയിൽ ഒരു പുരുഷന്റെ ജീവിതനൈരാശ്യ ത്തിൽനിന്ന് ജീവിക്കാനുള്ള പ്രചോദനം നേടിയെടുക്കുന്നതിൽ ഒരു പെണ്ണ് കാരണമാകുന്നുണ്ടെങ്കിൽ കടയനെല്ലൂരിലെ സ്ത്രീയിൽ റഹീ മിന്റെ ഭാര്യയ്ക്ക് അവരുടെ ജീവിത വിഹ്വലതകളിൽ കൂട്ടിരിക്കാൻ തുണ യാകുന്നത് ഒരു പുരുഷനാണ്. സ്ത്രീ പുരുഷ ബന്ധങ്ങളിൽ സ്ത്രീയും പുരുഷനും എത്രമാത്രം പരസ്പരം പൂരകങ്ങളാണ് എന്ന് കഥാകാരൻ ഉറപ്പിക്കുന്നു.

"അവൾ അന്യമതക്കാരിയാണ്
മറ്റൊരാളുടെ ഭാര്യയാണ്"

എന്ന് ബാലചന്ദ്രൻ ചിന്തിക്കുന്നുണ്ടെങ്കിലും അത്യന്തികമായി മനുഷ്യൻ സ്ത്രിയെയും പരുഷനെയും തമ്മിൽ അകറ്റി നിർത്താൻ സൃഷ്ടിക്കുന്ന വേലിക്കെട്ടുകൾ മാത്രമാണ് അതെല്ലാമെന്നും അതിനപ്പുറത്ത് സ്ത്രീയും പുരുഷനും തമ്മിൽ വാക്കുകൾകൊണ്ട് നിർവ്വചിക്കാൻ പറ്റാത്തവിധം അഭേദ്യമായ ബന്ധമുണ്ടെന്നും കടയനെല്ലൂരിലെ സ്ത്രീയിലൂടെ കഥാ കാരൻ വ്യംഗ്യമായി വ്യക്തമാക്കുന്നു. എല്ലാ പ്രതിബന്ധങ്ങളെയും മറികടക്കാനുള്ള ശേഷി മനുഷ്യബന്ധങ്ങളിലെ സങ്കീർണ്ണമായ വൈകാ രിക തലത്തിന് ഉണ്ടെന്ന്'കടയനെല്ലൂരിലെ സ്ത്രീ' രേഖപ്പെടുത്തുന്നു.

ടി. പത്മനാഭൻ അദ്ദേഹത്തിന്റെ ഭാവനയിൽ കോറിയിടുന്ന സ്ത്രീ പുരുഷബന്ധങ്ങളിൽ സത്യത്തിന്റെയും വിശുദ്ധിയുടെയും നൈർമ്മല്യ മുണ്ട്. കഥാപാത്രങ്ങൾ സ്വന്തം സ്വത്വത്തോട് ആത്മാർത്ഥത പുലർത്തു ന്നുണ്ട്. അവർക്ക് സ്വന്തമായ വ്യക്തിത്വമുണ്ട്. അതേസമയം പ്രണയ ത്തിന്റെ ആർദ്രമായ കടൽ വായനക്കാരന് സമ്മാനിച്ചിട്ടും അതിൽ കാമന കളുടെ ഒരു ചീള്പോലും പെറുക്കിയെടുക്കാൻ വായനക്കാരന് കഴി യുന്നില്ല. റഹീമിന്റെ ഭാര്യയും ബാലചന്ദ്രനുമായുള്ള രതിയെ മറക്കു ന്നത് കോരിച്ചൊരിഞ്ഞ് പെയ്യുന്ന മഴയുടെ വിവിധ രൂപഭാവങ്ങളെ ചേർത്തുപിടിച്ചാണ്. പ്രകൃതിയ കൂട്ടിയിണക്കികൊണ്ട് പ്രണയത്തെയും കാമനകളെയും അനുഭവവേദ്യമാക്കാൻ കഥാകാരൻ ശ്രമിക്കുന്നുണ്ട്. വിവാഹേതരബന്ധങ്ങളിലെ പ്രണയത്തെക്കുറിച്ച് കഥകൾ രചിച്ച കഥാ കാരൻ രതിയുടെ ഭാവങ്ങളെ അകറ്റിനിർത്തുന്നത് എന്തുകൊണ്ടാണ് എന്ന് ചോദിച്ചാൽ അതിനുള്ള മറുപടിയും അദ്ദേഹം സൂക്ഷിക്കുന്നു. അദ്ദേഹം പറയുന്നു.

"മലർക്കെ തുറന്നിടുന്നതിലല്ല, അല്പം മാത്രം തുറന്ന് ബാക്കിയൊക്ക ഭംഗിയായി മറച്ച് വെക്കുന്നതിലാണ്, മറച്ചു വെച്ചതിന്റെ പിന്നിലെന്താ യിരിക്കുമെന്ന് അനുവാചകരെകൊണ്ട് ആലോചിപ്പിക്കുന്നതിലാണ് കല യുള്ളതെന്ന് വിശ്വസിക്കുന്നു" എന്നാണ്.

ഇതിൽ നിന്നും വ്യത്യസ്തമായ കഥയെന്ന നിലയ്ക്കാണ് 'മരയ' യിലെ സ്ത്രീകഥാപാത്രം കടന്നുവരുന്നത്. യഥാർത്ഥത്തിൽ മരയ ചർച്ച ചെയ്യപ്പെടുന്നതും ഒരു അപൂർവ്വമായ പശ്ചാത്തലത്തിൽനിന്നുമാണ്. മതവും വിശ്വാസവും സ്ത്രീകളുടെ സ്വത്വപ്രകാശത്തിന് വിഘാതം സൃഷ്ടിക്കുന്ന ലോകത്ത് മറ്റുള്ള സ്ത്രീ കഥാപാത്രങ്ങളിൽനിന്നും വിഭിന്നമായി ഒരു കന്യാസ്ത്രീയെയാണ് മരയയിലൂടെ അദ്ദേഹം ആവി ഷ്കരിക്കുന്നത്. മതസംഹിതകളും വിശ്വാസസംഹിതകളും ചേർന്ന് ഒരു സ്ത്രീയുടെ പ്രണയജീവിതത്തെ എത്രമേൽ അടിച്ചമർത്തുന്നു എന്ന് മരയയിലൂടെ കഥാകാരൻ വരച്ചിടുന്നു.

കന്യാസ്ത്രീകൾ ളോഹക്കുപ്പായമണിഞ്ഞാൽ സാധാരണ സ്ത്രീ കളെപ്പോലെ സമൂഹത്തിൽ ജീവിക്കാനുള്ള അവകാശം നിഷിദ്ധമാ വുകയാണ്. തുടർന്നുള്ള ജീവിതത്തിൽ അവളുടെ സ്വത്വനിർമ്മിതി മതത്തിന്റെ കുത്തകയാണ്. ഉടനെ അവൾ അവളല്ലാതാവുകയാണ്. പ്രണയത്തെയും കാമത്തെയും അകറ്റി നിർത്തുന്നു. സ്വന്തം ജീവിതം ക്രിസ്തുവിനു സമർപ്പിച്ച് ക്രിസ്തുവിന്റെ മണവാട്ടിയായി വാഴ്ത്ത പ്പെടുന്നു.

കന്യാസ്ത്രീ എന്ന പരിവേഷത്തിന്റെ അപ്പുറത്തേക്ക് നോക്കുവാനും ചിന്തിക്കാനും സമൂഹം അനുവദിക്കില്ല. വികാരവും വിചാരവുമുള്ള മനു ഷ്യൻ എന്ന പരിഗണനപോലും കൊടുക്കുന്നില്ല. അത് സമൂഹവും മതവും നിഷ്കർഷിച്ചിട്ടുള്ള വ്യവസ്ഥിതിക്ക് എതിരാണ്. അവിടെ നിന്നാണ് കഥാകാരൻ കന്യാസ്ത്രീയുടെ ഉടുപ്പിൽ നിന്നും ഒരു സ്ത്രീയെ പുറത്തെ ടുക്കുന്നത്. അവൾ സുന്ദരിയാണ് എന്ന് പറയുന്നു, അവൾ സൗണ്ട് ഓഫ് മ്യൂസിക് എന്ന സിനിമ കണ്ടിട്ടുണ്ടെന്ന് മാത്രമല്ല അൽഫ്രെഡ് നോയി സിന്റെ ഹൈവേമാൻ വായിച്ചിട്ടുണ്ടെന്നും അവളെക്കൊണ്ട് പറയിപ്പി ക്കുന്നു. ഇതെല്ലാം 'മരയ' സത്യസന്ധമായി സമ്മതിക്കുന്നുമുണ്ട്. അവ രുടെ പുഞ്ചിരിയിൽ പ്രണയത്തിന്റെ തിളക്കം കഥാകാരൻ വായിച്ചെടു ക്കുന്നു. മതവും വിശ്വാസങ്ങളും അനുശാസിക്കുന്ന ഒരു ജീവിതം നയിക്കു മ്പോഴും പ്രണയത്തിന്റെ വിഹ്വലതകളിൽ വീർപ്പുമുട്ടുന്ന സ്ത്രീയുടെ വൈകാരികതയെ മരയ പ്രതിഫലിപ്പിക്കുന്നു. ഒടുവിൽ മരയെകൊണ്ട് ആശാന്റെ വരികൾ ചൊല്ലിക്കുന്നുണ്ട്.

"സന്തതം മിഹിരിനാത്മ ശോഭയും
സ്വന്തമാം മധുകൊതിച്ച വണ്ടിനും"

ഈ വരികൾ ചൊല്ലിയതിനുശേഷം മരയ പൂർത്തിയാക്കാനാവാത്ത കവിതപോലെ കഥാകാരനെ യാത്രയാക്കുന്നുണ്ട്. അപ്പോൾ ഇത്രയും

കാലം ആഴക്കടലിനടിയിൽ ഒളിച്ചിരുന്ന സൂര്യൻ സുവർണ്ണശോഭയോടെ അവളുടെ മുഖത്ത് ഉദിച്ചുയരുകയായിരുന്നു.

ഞാൻ പെണ്ണാണ്, എന്നിൽ പ്രണയമുണ്ട്, എന്നിൽ കാമനകളുണ്ട്, ഞാൻ പ്രണയിക്കപ്പെടാൻ ആഗ്രഹിക്കുന്നുണ്ട് എന്നും മതമെന്ന കുപ്പായത്തിനെക്കൊണ്ട് ഇത്രയും കാലം ഞാൻ മറച്ചു പിടിച്ചതത്രയും ഒരു സ്ത്രീയെയായിരുന്നു എന്ന് ലോകത്തോട് വിളിച്ചു പറയുന്നു മരയ കഥാകാരൻ.

ഒരു സ്ത്രീ സ്ത്രീയെ വരച്ചിടുന്നതിൽ സത്യസന്ധതയുണ്ട്. പക്ഷേ ഒരു പുരുഷൻ സ്ത്രീയെ വരച്ചിടുന്നതിൽ എത്രമാത്രം സത്യസന്ധതയുണ്ട് എന്ന ചോദ്യത്തിന്റെ മറുപടിയാണ് ടി. പത്മനാഭന്റെ സ്ത്രീ കഥാപാത്രങ്ങൾ. പുരുഷാധിപത്യവും മതവും വിശ്വാസങ്ങളും കപടസദാചാരവും സ്ത്രീയ മാറ്റിനിർത്തുന്ന സമൂഹത്തിൽ സ്ത്രീയെ രണ്ടാംകിട പൗരനായി മാത്രം കാണുന്ന ലോകത്ത് വ്യവസ്ഥിതിയുടെ നിയമങ്ങളാലും സംഹിതകളാലും എക്കാലവും ക്രൂശിക്കപ്പെട്ട സ്ത്രീ ജന്മങ്ങളുടെ യഥാർത്ഥ സ്വത്വത്തെ പ്രതിഫലിപ്പിക്കാൻ അദ്ദേഹത്തിന്റെ സ്ത്രീകഥാപാത്രങ്ങൾക്ക് കഴിഞ്ഞിട്ടുണ്ട്. കഥകളുടെ കൊച്ചു കൊച്ചു തുരുത്തുകൾ സൃഷ്ടിച്ച്, ആസ്വാദനത്തിന്റെ പവിഴദ്വീപുകൾ സമ്മാനിച്ച് എഴുപത് വർഷമായുള്ള കഥാകാരന്റെ ജൈത്രയാത്ര തുടരുകയാണ്. ഇനിയും ഇതിനിടയിൽ പ്രകാശം പരത്തുന്ന പെണ്ണുങ്ങളുടെ കഥകൾ എഴുതാനായി ആ തൂലിക ചലിക്കുമെന്നുറപ്പ്. ■

റഫറൻസ്

ടി. പത്മനാഭൻ, സമ്പൂർണ്ണ കൃതികൾ, ഡി. സി. ബുക്സ്,

ഇടിമുഴക്കത്തിന് ശേഷമുള്ള നക്സൽ ജീവിതങ്ങൾ

One who doesn't
dream and can't
make others
dream, can never
become a revolutionary

- Charu Mazumdar

അരുണപൂരിത സ്വപ്നങ്ങളുടെ ഉണർത്തുപാട്ടായി അറുപതുകൾക്കു ശേഷം പല ഇന്ത്യൻ ഗ്രാമങ്ങളിലും അലയടിച്ച ഒരു പ്രത്യയശാസ്ത്രത്തിന്റെ അനുരണനങ്ങൾ ഓർമ്മയുടെ ഞെരമ്പുകളെ ചൂടുപിടിപ്പിക്കുന്നതാണ്. 'വസന്തത്തിന്റെ ഇടിമുഴക്കം' എന്ന വിശേഷണം കേവലം കാവ്യാത്മകമായിരുന്നില്ല, കാലത്തിന്റെ ചുമരിൽ ചോരകൊണ്ട് കോറി വെച്ചതു തന്നെയായിരുന്നു. അപ്രകാരം ചിന്തയിലും പ്രവൃത്തിയിലും ഊണിലും ഉറക്കത്തിലുമടക്കം ജീവിതത്തിൽ ഉടനീളം വിപ്ലവത്തിന്റെ ഉന്മാദം നിറച്ച് അനീതിരഹിതമായ, സമത്വസുന്ദരമായ ലോകം വിഭാവനം ചെയ്ത ഏറെപ്പേരും മോഹഭംഗത്തിന്റെ അഗാധഗർത്തങ്ങളിലേക്ക് മാനസികമായും ശാരീരികമായും എടുത്തെറിയപ്പെട്ടിട്ടുണ്ട്. സായുധ വിപ്ലവത്തിലൂടെ വ്യവസ്ഥയെ മാറ്റിമറിക്കാമെന്ന് ചിന്തിച്ചവർ അതത്ര എളുപ്പമല്ലെന്ന് തിരിച്ചറിയുമ്പോൾ, ആ സ്വപ്നങ്ങൾക്കുവേണ്ടി ജീവിതത്തിലെ നല്ലഭാഗം ഹോമിച്ച് നിരാശരായതിനെക്കുറിച്ച് പിന്നീട് നെടുവീർപ്പോടെ ചിന്തിച്ച് കാലം കഴിച്ചിട്ടുണ്ട്.

അത്തരം നിരാശയുടെയും നിർവികാരതയുടെയും നെടുവീർപ്പുകൾ അവശേഷിപ്പിച്ച മനുഷ്യജന്മങ്ങളുടെ അല്ലെങ്കിൽ 'ദുരന്തജീവിത'ങ്ങളുടെ നിലവിളികൾ ഒപ്പിയെടുക്കുന്നു യുവഎഴുത്തുകാരികളിൽ ശ്രദ്ധേയയായ ഷീബ. ഇ.കെ 'മഞ്ഞനദികളുടെ സൂര്യൻ' എന്ന ആഖ്യായികയിൽ.

'മഞ്ഞ നദികൾ' എന്ന തലക്കെട്ട് പോലും അത്ര മാത്രം പ്രസക്തമാണ്. പ്രത്യേകിച്ചും സമകാലിക സാമൂഹിക സാഹചര്യത്തിൽ. അനീതി കൊണ്ട് മലീമസമായ നദികൾക്കു മുകളിൽ പ്രകാശിക്കുന്ന സൂര്യൻ

എന്ന് വേണമെങ്കിൽ അനുമാനിക്കാം. അനീതികളോട് സമരസപ്പെടാത്ത വിപ്ലവചിന്തകളുടെ വക്താക്കളുടെ ശിഷ്ടജീവിതത്തിൽ നിരാശയുടെ വേദനകളും തേങ്ങലുകളും വായിച്ചെടുക്കാൻ കഴിയുന്നതിലൂടെ ചരിത്രത്തിന്റെ പുനർപാരായണം കൂടിയാവുന്നു നോവൽ.

മനുഷ്യന്റെ സ്വാർത്ഥത നിറഞ്ഞ ജീവിത മനോഭാവമാണ് അനീതികൾ സൃഷ്ടിക്കുന്നത്. അപരനെ ഉൾക്കൊള്ളുക എന്നത് അവന്റെ നിഘണ്ടുവിൽ ഇല്ലാത്തിടത്തോളംകാലം അനീതികൾ ഉത്പാദിക്കപ്പെടും; സമ്പത്തുള്ളവൻ എക്കാലവും ഉള്ളവൻ ആവണമെന്നും അത് മറ്റുള്ളവന്റെ ജീവിതം ഉഴുതുമറിച്ചാണെങ്കിലും നേടിയെടുക്കണം എന്നുമുള്ള സ്വാർത്ഥ താത്പര്യങ്ങളാണ് സമൂഹത്തെ എന്നും ഭരിച്ചിട്ടുള്ളത്. അരികുവത്കരിക്കപ്പെട്ട ജീവിതങ്ങൾ, ഇരകൾ ഇത്തരം സമൂഹങ്ങളുടെ നിത്യരോദനമാണ്.

മനുഷ്യന്റെ കേവലമായ ആവശ്യങ്ങളിൽ നിന്നാണ് എല്ലാ ഇസങ്ങളും നാമ്പിട്ട് മുളച്ചത്. സമത്വസുന്ദരമായ മാനവികതയും സോഷ്യലിസ്റ്റ് ചിന്തകളും സ്വപ്നം കാണുന്ന പ്രത്യയശാസ്ത്രമായ കമ്മ്യൂണിസം ഉദയം ചെയ്തത് അടിച്ചമർത്തപ്പെട്ടവന്റെ ഉയിർത്തെഴുന്നേൽക്കാനുള്ള അഭിവാഞ്ഛയിൽ നിന്നാണ്. കമ്മ്യൂണിസം പല ധാരകളിലൂടെ, പല തീവ്രതകളിലൂടെ ലോകമെങ്ങും ഒഴുകിയിട്ടുണ്ട്. ജനാധിപത്യ രീതി, മൃദു സമീപനങ്ങൾ എന്നിവ മുഖേന വിപ്ലവ പ്രസ്ഥാനങ്ങളുടെ ലക്ഷ്യങ്ങൾ ഫലവത്താവില്ല എന്ന തിരിച്ചറിവിൽ നിന്നാണ് നക്സലിസം എന്ന തീവ്ര പ്രത്യയശാസ്ത്രത്തിന്റെ ഉദയം. തീക്ഷ്ണമായ വിപ്ലവപ്രവർത്തനങ്ങളിലൂടെ ഉള്ളവനിൽനിന്നും ഇല്ലാത്തവന് സമ്പത്ത് പിടിച്ചെടുത്ത് കൊടുക്കണമെന്നും അതിന്റെ പൂർണ്ണ അവകാശം പാവപ്പെട്ടവനും ആദിവാസികൾക്കും ആണെന്നുമുള്ള ബോധത്തിന് അടിസ്ഥാനപരമായ തറക്കല്ലിട്ടത് നക്സലിസമാണ്.

ബംഗാളിലെ നക്സൽബാരിയിലെ വിപ്ലവം ഈ ചിന്തകൾക്ക് ആക്കം കൂട്ടി. അതിന്റെ അവകാശികൾ ഇന്ത്യയിലെ പലപല ഗ്രാമപ്രദേശങ്ങളിലും ഇടിമുഴക്കം സൃഷ്ടിച്ചു; സ്വാഭാവിക മാറ്റൊലിയിൽ, കേരളത്തിലും നക്സൽ പ്രസ്ഥാനം വേരുറപ്പിച്ചു. നക്സൽ കാലം എന്ന് കേൾക്കുമ്പോൾ കനു സന്യാലും ചാരുമജൂംദാറും എ. വർഗീസും കുന്നിക്കൽ നാരായണനും സുചിത്ര മഹാതോയും കെ.ജി. സത്യമൂർത്തിയും കെ.പി. കോസലരാമദാസും ഗ്രോ വാസുവും ചോമൻ മൂപ്പനും മന്ദാകിനിയും മുണ്ടൂർ രാവുണ്ണിയും കെ. അജിതയും കെ. വേണുവും സിവിക് ചന്ദ്രനും പി.ടി. തോമസും ഫിലിപ്പ് എം. പ്രസാദും ഉൾപ്പെടെ ചെറുതും വലുതുമായ എത്രയെത്ര പേരുകൾ ഓർമ്മകളെ ത്രസിപ്പിക്കുന്നുണ്ടാവും. നക്സലിസം രാഷ്ട്രീയമായ പോരാട്ടം മാത്രമായിരുന്നില്ല, സാംസ്കാരികമായ പോരാട്ടത്തിനുള്ള ഊർജം കൂടിയായിരുന്നു. അങ്ങനെ കാല്പനിക സ്വപ്നങ്ങളിൽ തീ പടർന്നു. ജ്വലിച്ചു നിന്നവരിൽ ചിലർ പിന്നീട്

ജനാധിപത്യത്തിന്റെയും ആധ്യാത്മികതയുടെയും വഴികൾ തിരഞ്ഞെടുത്തപ്പോൾ നാം ഞെട്ടിത്തരിച്ചിട്ടുണ്ട്; മറ്റു ചിലർ നീണ്ട മൗനത്തിൽ അഭയംതേടി. ഇങ്ങനെ ആശാഭംഗം വന്നവരുടെ വലിയൊരു നിര നമുക്ക് മുമ്പിലുണ്ട്. അവരെ ഓർക്കാതെ നക്സൽ പശ്ചാത്തലത്തിലുള്ള ഒരു വായനയും പൂർണമാകില്ല. പാടിയാലും പറഞ്ഞാലും തീരാത്തത്ര സമ്പന്നമായ വിപ്ലവ ഭൂമികയിൽ തൂലിക ചാലിച്ചെഴുതുന്ന ഏതൊരു കൃതിയും ചരിത്രപരമായും രാഷ്ട്രീയമായും കൂടുതൽ നീതി പുലർത്തേണ്ടിയിരിക്കുന്നു. 'മഞ്ഞനദികളുടെ സൂര്യൻ' ചരിത്രത്തെ തെറ്റായി വ്യാഖ്യാനിക്കാതെ, രചനാത്മകമായ സ്വാതന്ത്ര്യത്തിലൂടെ സഞ്ചരിക്കുന്ന ആസ്വാദനാനുഭവമാണ്.

എന്തുകൊണ്ട് നക്സലിസം? എന്തായിരുന്നു നക്സലിസം? എന്തിന് വേണ്ടിയാണ് നക്സലിസം? എന്ന സമസ്യകളുടെ എണ്ണമില്ലാത്ത ഉത്തരങ്ങൾ അയവിറക്കുകയാണ് നോവലിലെ ഓരോ വിപ്ലവ കഥാപാത്രങ്ങളും. രഞ്ജൻ, ദുർഗാപ്രസാദ്, പത്മസേനൻ മാഷ്, സുബൈർ എന്നിവരൊക്കെയും തീവ്രമായ നക്സലിസത്തിന്റെ അസ്തിത്വം പേറുന്നവരാണ്. ഇവരുടെയൊക്കെ ശിഷ്ടജീവിതത്തെ ഭൂതകാലത്തിന്റെ ആശങ്കകളോടെ, നെടുവീർപ്പോടെയല്ലാതെ കാണാതിരിക്കാൻ കഴിയില്ല. സമൂഹം നിർമ്മിച്ചുവെച്ച വ്യവസ്ഥിതിക്കൊപ്പം നീങ്ങാൻ വിസമ്മതിച്ചവരൊക്കെയും റിബലുകളായി, ഒരിക്കലും സംതൃപ്തപ്പെടാത്ത ജീവിതം നയിച്ചവരാണ്. എന്നാൽ വ്യവസ്ഥിതിക്കുള്ളിൽനിന്ന് ജീവിതവും ചിന്തയും എഴുത്തും കൊണ്ട് റിബലായ ഒരു പെൺകഥപറച്ചിലുകാരിയാണ് മൺമറഞ്ഞ ചിത്രങ്ങൾ ചരിത്രത്തിൽനിന്ന് കുഴിച്ചെടുത്തത്, ഈ നോവൽ എഴുതിയത്. അതാണ് ഏറെ ശ്രദ്ധേയം. ഒരു കാലത്ത് 'നക്സൽ' എന്ന പദം അടക്കിപ്പിടിച്ചു പറഞ്ഞ ഒരു സമൂഹത്തിൽ നിന്നുകൊണ്ടാണ് നക്സൽ ജീവിതങ്ങളെ വരച്ചിടുന്നത് എന്നതുതന്നെ വിപ്ലവാത്മകമായ ചിന്തയാണ്.

നോവലിലെ പ്രധാന കഥാപാത്രമായ നിരുപമയിൽ എഴുത്തുകാരിയെ കാണാൻ കഴിയും. അജ്ഞാതമായ ഒരു ഇ–മെയിൽ പിന്തുടർന്ന് നക്സൽ ചരിത്രമുറങ്ങുന്ന മണ്ണിൽ യഥാർത്ഥ വിപ്ലവജീവിതങ്ങളെ അന്വേഷിച്ചു പോകുകയാണ് നിരുപമ. നോവലിനായി യഥാർത്ഥ ചിത്രം മനസ്സിലാക്കാൻ അവൾ സമീപിക്കുന്ന പത്മസേനൻ മാഷും രഞ്ജനുമൊക്കെ ജീവിച്ചിരിക്കുന്ന 'അപൂർണ്ണമായ നക്സൽ ജീവിത'ങ്ങളാണ്.

1960കളിലും പിന്നീട് അടിയന്തിരാവസ്ഥക്കാലത്തും നക്സലിസത്തിന്റെ മാറ്റൊലികൾ കേരളക്കരയിലും ഇടിമുഴക്കമായി കേട്ടിരുന്നു. അതിന്റെ അംശം ചിറയ്ക്കൽ എന്ന അതിപുരാതന പ്രദേശത്തുള്ള ചില ചിന്തകളെ സ്വാധീനിക്കുകയും ചെയ്തു. പ്രത്യയശാസ്ത്രപരമായ അടിത്തറയ്ക്കുവേണ്ടി സ്വന്തം ജീവിതത്തെ ബലികഴിപ്പിച്ച് സമൂഹത്തിലെ അതിരുകളെ ഇല്ലാതാക്കാൻ സ്വപ്നംകണ്ട കുറച്ച് ജീവിതങ്ങളുടെയും ദുരന്തങ്ങളുടെയും നേർക്കാഴ്ചകളാണ് ഈ നോവലിന്റെ പ്രധാന പ്ലോട്ട്. ഭൂതകാലങ്ങളിൽ നക്സലൈറ്റ് ആയി പ്രവർത്തിക്കുകയും വർത്തമാന

കാലത്തിൽ അതിജീവനത്തിനായി പൊരുതുന്നതുമായ ജീവിതങ്ങളെ നിരുപമയുടെ കണ്ണിലൂടെ വരച്ചു കാട്ടുന്നുണ്ട് നോവലിൽ.

പ്രധാന നായികയായ നിരുപമ അത്രത്തോളം റിബലായിരുന്നു. ജീവിതത്തിൽ ഉടനീളം താൻ അനുഭവിച്ച സ്നേഹം ഒരു അനാഥയോടുള്ള സഹതാപം മാത്രമാണെന്ന അവളുടെ ധാരണ, അവളെ സ്വന്തം മകളെപ്പോലെ സ്നേഹിച്ച 'മാതാപിതാക്കൾ'ക്ക് വേദനയായിരുന്നു. ജീവനെപ്പോലെ സ്നേഹിച്ച അമ്മയെയും അച്ഛനെയും ഏട്ടനെയും ഉപേക്ഷിച്ച് പ്രണയിച്ച പുരുഷനോടൊപ്പം വ്യവസ്ഥിതിയെ തല്ലിത്തകർത്തുകൊണ്ടായിരുന്നു നിരുപമ ഇറങ്ങിപ്പോയത്. പക്ഷേ അവൾ പ്രണയിച്ചവനാകട്ടെ സമൂഹത്തിലെ എല്ലാവിധ അധിക്ഷേപങ്ങളുടെയും ആകെത്തുകയാണ്. തന്റെ അമ്മയും പെങ്ങളുമൊക്കെ ജീവിക്കാൻ വേണ്ടി വേശ്യാവൃത്തി ചെയ്തിരുന്നു എന്നുപോലും അവൻ നിരുപമയോട് തുറന്ന് പറഞ്ഞിട്ടുണ്ട്. കുടുംബമഹിമ ഇല്ലാത്തവനോടൊപ്പം ജാതിയും മതവും നോക്കാതെ ഇറങ്ങിച്ചെന്ന നിരുപമയ്ക്ക് സ്വപ്നം കണ്ടപോലെ ജീവിക്കാൻ കഴിഞ്ഞിരുന്നില്ല എന്നത് സത്യമാണ്. കാരണം സ്വപ്നങ്ങളിൽ നിന്നും വളരെ അകലെയായിരുന്നു യാഥാർത്ഥ്യം .

സ്വന്തം ജീവിതത്തിന്റെ അസ്തിത്വങ്ങളെ അന്വേഷിക്കുന്നവനായിരുന്നു നിരുപമയുടെ കാമുകൻ ആദി. ദിവസങ്ങളെല്ലാം ഒരേപോലെ ജീവിക്കാൻ ഇഷ്ടമില്ലാത്തതുകൊണ്ടുതന്നെ രതിയുടെയും കാൽപ്പനികതയുടെയും പുതിയ പുതിയ മേച്ചിൽപ്പുറങ്ങൾ തേടി, ഒന്നിലും സംതൃപ്തി കിട്ടാതെ ലൈംഗികരോഗങ്ങളിലേക്കും കരൾരോഗങ്ങളിലേക്കും കൂപ്പുകുത്തിയ മനുഷ്യജീവിതമായിരുന്നു അയാളുടേത്. അതേസമയം പുരോഗമനപരമായ ആശയങ്ങൾ ഉൾക്കൊള്ളുമ്പോഴും സ്നേഹിച്ച പെണ്ണിനെ സ്വന്തമാക്കാൻ അമ്പലത്തിൽ പോയി പൂജ ചെയ്യുന്ന ഒരു വിശ്വാസിയെയും അയാളിൽ കാണാൻ കഴിയും. ചിറയ്ക്കൽ എന്ന അതിപുരാതനമായ ഐതിഹാസിക ചരിത്രങ്ങൾ ഉറങ്ങുന്ന മണ്ണിൽ വേരൂന്നിയ വിശ്വാസങ്ങളെ ഇത്തരം ഭാഗങ്ങളിലൂടെ അനാവരണം ചെയ്യുന്നു.

നിരുപമ ആഗ്രഹിച്ചതുപോലുള്ള പ്രണയസൗരഭ്യമാർന്ന ദാമ്പത്യജീവിതമല്ലായിരുന്നു അവൾക്ക് കിട്ടിയത്. നിരാശയുടെ ഓളങ്ങൾ വല്ലാതെ അലതല്ലുമ്പോൾ അവൾ എഴുത്തിലൂടെ വൈകാരികമായ ചിന്തകളെ മറികടക്കാൻ ശ്രമിച്ചിരുന്നു. ജീവിതത്തിലെ ഏകസമ്പാദ്യമായി കണ്ടത് സർക്കാർ ജോലിയാണ്. ജീവിതത്തിന്റെ പരക്കം പാച്ചിലിലും ചോരയുടെ ഗന്ധം പേറുന്ന മനുഷ്യശരീരത്തിന്റെ വഴുവഴുപ്പാർന്ന മാംസക്കഷ്ണങ്ങളിൽ തട്ടി തെന്നിവീഴുന്ന സ്വപ്നങ്ങൾ അവളെ വേട്ടയാടിയിരുന്നു. പിന്നീട് ഒരു അജ്ഞാതന്റെ ഇ-മെയിൽ സന്ദേശത്തിലൂടെ ചിറയ്ക്കൽ എന്ന പ്രദേശത്തെ നക്സൽ വിപ്ലവനേതാക്കളുടെ ചോരചിന്തിയ മണ്ണിൽ നിന്നും ബോധപൂർവം മറക്കാൻ ആഗ്രഹിക്കുന്ന കുറെ ജീവിത കഥകളെ വരച്ചിടുവാൻ കാരണമായി.

"വരൂ... കാണൂ. ഈ തെരുവുകളിലെ രക്തം..." പാബ്ലോ നെരൂദയുടെ വാചകങ്ങളെ പിന്തുടർന്ന നിരുപമ 1960കളിൽ കേരളീയ സമൂഹത്തെ തീവ്രപ്രത്യയശാസ്ത്രത്താൽ ഞെട്ടിപ്പിച്ച ഒരു പ്രസ്ഥാനത്തിന്റെ ഉൾ ജീവിതങ്ങളെ തേടി യാത്ര പുറപ്പെട്ടു. നോവലിലെ നായകൻ രഞ്ജൻ വിപ്ലവജീവിതത്തിന്റെ അണയാത്ത തീ മനസ്സിൽ കൊണ്ടുനടക്കുന്നവ നാണ്. അനീതികൾക്കെതിരെ തീക്ഷ്ണമായ സമരം ചെയ്ത് വീട്ടുകാരിൽ നിന്നും നാട്ടുകാരിൽനിന്നും ഉപേക്ഷിക്കപ്പെട്ട ഒരു ഭൂതകാലം രഞ്ജന് ഉണ്ടായിരുന്നു. പിന്നീട് കാലങ്ങൾക്ക് ശേഷമാണ് സമൂഹം അനുശാസി ക്കുന്ന ഒരു ജീവിതം കെട്ടിപ്പൊക്കിയത്. തീവ്രമായ ആശയങ്ങളും ആദർശ ങ്ങളും രഞ്ജനെ വ്യവസ്ഥിതിക്ക് പുറം തിരിഞ്ഞ് നിൽക്കുന്നവനാക്കി. നോവലിൽ രേഖപ്പെടുത്തിയപോലെ "ആ കാലഘട്ടത്തിലൂടെ കടന്നു പോയ ഒരു പോരാളിക്ക് കാലം സ്വസ്ഥത വിധിച്ചിട്ടുണ്ടാവില്ല."

ജീവിതത്തിലുടനീളം ആദർശങ്ങൾക്കും ആശയങ്ങൾക്കും ഒട്ടുമിണ ങ്ങാത്ത ചുറ്റുപാടിൽ ജീവിക്കുന്ന അസ്വസ്ഥനായ മനുഷ്യനെയാണ് അയാളിൽ കാണാൻ കഴിഞ്ഞത്. രണ്ടാംവിവാഹക്കാരിയെ ജീവിതപങ്കാളി യാക്കിയത് മുതൽ സമൂഹത്തിന്റെ വ്യവസ്ഥിതിയെ വെല്ലുവിളിച്ചാണ് ജീവിച്ചത്. കൂട്ടിനുള്ളതാവട്ടെ ഒരിക്കലും പ്രാവർത്തികമാക്കാൻ പറ്റാത്ത വിപ്ലവചിന്തകളും. രഞ്ജന്റെ കണ്ണുകളിലൂടെ സർക്കാർ വ്യവസ്ഥയിൽ കള്ളത്തരങ്ങളും അഴിമതിയും വരച്ചുകൊണ്ടിരുന്നു. അതോടൊപ്പം പാർട്ടി ഓഫീസിൽവെച്ച് ഇന്റർവ്യൂ കഴിഞ്ഞ് പ്രതിക്ഷയുടെയും നിരാശ യുടെയും ഭാരങ്ങൾ വഹിച്ച യൗവ്വനങ്ങളെയും കാണിച്ചുതരുന്നു.

ശരിക്കും പറഞ്ഞാൽ രഞ്ജന്റെ കണ്ണാവുന്ന ലൈവ് ക്യാമറയിൽ പതിയുന്ന അതിഥികളെപ്പോലെയാണ് മറ്റു പല ആ കഥാപാത്രങ്ങളും നിർമ്മിച്ചുവെച്ചത്. അതോടൊപ്പം ഹാസിനി എന്ന രഞ്ജന്റെ മരുമകളി ലൂടെ, കോഴ വാങ്ങിയുള്ള സ്വാശ്രയ മെഡിക്കൽ അഡ്മിഷനും സമൂഹ ത്തിന് ഒരുവിധ ഗുണവുമില്ലാതെ ഉത്പാദിപ്പിക്കപ്പെടുന്ന ഡോക്ടർ മാരുടെയുമെല്ലാം നേർചിത്രം വരച്ചുകാണിക്കുന്നു.

രഞ്ജന്റെ അസംതൃപ്തമായ ജീവിതത്തിന്റെ ബാക്കിപത്രമെന്ന വിധ ത്തിലാണ് അയാൾ ഏറെ പ്രതീക്ഷയോടെ നോക്കിക്കണ്ട തന്റെ മകളായ കീർത്തിയുടെ പ്രണയവും വിവാഹവും ചിത്രീകരിച്ചത്. സ്ത്രീധനം കൊടുക്കാൻ നിർബന്ധിക്കുന്ന ആൺവീട്ടുകാർ ഇന്നത്തെ കാലത്തിന്റെ പ്രതിനിധികളാണ്. പ്രണയത്തിന്റെ പേരിൽ വൈകാരികതയിലൂന്നിയ ജീവിത സന്ദർഭങ്ങൾ നിരവധിയുണ്ട്. തന്റെ ആദർശങ്ങളെയും ആശയ ങ്ങളെയും അടിയറവെച്ചിട്ടില്ല എന്നതും അതിൽ തന്റെ വ്യക്തിത്വം കാത്തുസൂക്ഷിച്ചുവെന്നതും കാലം മാറിയിട്ടും ജീവിതസാഹചര്യങ്ങൾ മാറിയിട്ടും ഉള്ളിലുള്ള പ്രത്യയശാസ്ത്രങ്ങളെ ഒന്നിനും മറികടക്കാൻ കഴിഞ്ഞിട്ടില്ല എന്നതും രഞ്ജൻ പലവട്ടം തെളിയിക്കുന്നു. തീർച്ചയായും അത് രഞ്ജൻ എന്ന വിപ്ലവനേതാവിന്റെ വിജയം തന്നെയാണെന്ന്

അനുമാനിക്കാം. എങ്കിലും കീർത്തിയുടെ ചിന്തകൾ ഏതൊരു സാധാരണ പ്പെണ്ണിനെയും പോലെയാണെന്നത് രഞ്ജനെ വേദനിപ്പിച്ചുകൊണ്ടിരുന്നു. സ്വന്തമായ ഒരു സ്വത്വം ഉണ്ടാക്കിയെടുക്കുന്നതിൽ കീർത്തി ഒരു പരാജയ മായിരുന്നു. വിദ്യാഭ്യാസവും ജോലിയുമൊക്കെ വേണ്ടെന്ന് വെച്ച് പ്രണയ ത്തിനും വൈവാഹിക ജീവിതത്തിനും കീഴ്പ്പെടുകയായിരുന്നു അവൾ. “women hold up the sky” എന്ന വാചകം എത്ര നിരർത്ഥകമാണെന്ന് രഞ്ജൻ ചിന്തിച്ച നിമിഷവും ഇതായിരുന്നു. നാടിനെ വിപ്ലവചിന്തയി ലേക്ക് ആനയിക്കാൻ പരിശ്രമിച്ച പല നേതാക്കളും അത്തരം ആദർശ ങ്ങളും ആശയവും സ്വന്തം കുടുംബത്തിൽ നടപ്പാക്കാനായില്ലല്ലോ എന്ന് ആലോചിച്ച് വേദനിക്കാറുണ്ടെന്നത് ഒരു സാമൂഹ്യ യാഥാർത്ഥ്യം തന്നെ യാണല്ലോ.

ചിറയ്ക്കൽ പ്രദേശത്തെ ഞെട്ടിക്കുന്ന വിപ്ലവ ഓർമ്മകളെ താലോലി ക്കുന്ന പത്മസേനൻ മാഷും ദുർഗാപ്രസാദും സുബൈറുമൊക്കെ തീവ്ര വിപ്ലവങ്ങളെ മുറുകെപിടിച്ച് ജീവിതാവസാനംവരെ ആ ഓർമ്മകളെ താലോലിച്ച് നിരാശരായ കഥാപാത്രങ്ങളാണ്. എന്തുകൊണ്ടായിരിക്കും ഒരു കാലത്ത് നക്സൽചിന്തകളെ കൂട്ടുപിടിച്ചവർ പിന്നീട് അസംതൃപ്ത മായ ജീവിതം നയിക്കുന്നത് എന്ന് ചോദ്യത്തിന്റെ ഉത്തരങ്ങളാണ് മരിച്ചു പോയ ദുർഗാപ്രസാദും ജീവിച്ചിരിക്കുന്ന പത്മസേനൻമാഷും സുബൈറു മൊക്കെ.

മാവോയിസ്റ്റ് സംഘടനകളുടെ നീക്കങ്ങൾ, സാന്നിധ്യം വാർത്ത കളായി പ്രചരിക്കാൻ തുടങ്ങിയാൽ അരക്ഷിതാവസ്ഥയിലാകുന്നതും ഇത്തരം ജീവിതങ്ങളാണ്. പിന്നീട് പൊലീസിന്റെ അന്വേഷണങ്ങളിൽ പ്രതികളാകുന്നതും മുൻകാല നക്സൽ ജീവിതം നയിച്ചവരാണെന്നുള്ള പച്ചയായ യാഥാർത്ഥ്യവും ഇവരുടെ ജീവിതം തുറന്നുകാണിക്കുന്നതി ലൂടെ എഴുത്തുകാരി അടിവരയിടുന്നു. സുബൈറിന്റെ ജീവിതം ഇതിന് ഉദാഹരണം.

നോവലിൽ പറയുന്നതുപോലെ, വസന്തത്തിന്റെ ഇടിമുഴക്കം വെറും ശൂന്യതയാണെന്നു തിരിച്ചറിഞ്ഞ നിരാശരായ കാലത്ത് വിപ്ലവകാരിക ളെല്ലാം മദ്യത്തിലേക്കും ലഹരിമരുന്നിലേക്കും കൂപ്പുകുത്തുന്നു. അത്തരം അവസ്ഥയുടെ പ്രതിനിധിയാണ് സുബൈർ. വിപ്ലവചിന്തകൾ അവന് സമ്മാനിച്ചത് ദുരിതവും കഷ്ടതകളും പട്ടിണിയും മാത്രമാണ്. അവി ടെയും ഭൂതകാലം അവന് ജീവിതത്തിലുടനീളം ഭാരമാവുകയാണ്.

ഏറെ ഞെട്ടിച്ച ഒരു കഥാപാത്രമാണ് നോവലിലെ ദുർഗാപ്രസാദ്. ചെറിയ ഒരു സർക്കാർ ഉദ്യോഗസ്ഥനായ ദുർഗാപ്രസാദിന്റെ പ്രത്യയ ശാസ്ത്രപരമായ, തീക്ഷ്ണമായ നിലപാട് നക്സലൈറ്റ് പ്രസ്ഥാനത്തിന്റെ തീവ്രമുഖം തന്നെ ചിത്രീകരിച്ചു. നക്സൽബാരി സംഭവവും തോട്ടം തൊഴിലാളികളുടെ സമരവും നടക്കുന്ന സമയത്ത് നിരന്തരമായി പൊലീസ് സ്റ്റേഷൻ അക്രമിക്കപ്പെട്ടതും വാർത്തകളിൽ നിറഞ്ഞുനിന്നിരുന്നു. ഇതേ

സമയത്തായിരുന്നു ദുർഗാപ്രസാദ് പൂട്ടികിടക്കുന്ന കമ്പനി തുറക്കാൻ മുൻപന്തിയിൽ നിന്നത്. മാവോയുടെയും ചാരുമജുംദാറിന്റെയും പ്രസംഗങ്ങളും ലഘുലേഖകളുമൊക്കെ രഹസ്യമായി കൈമാറാൻ ചെറുപ്പക്കാരുടെ ഒരു കൂട്ടം രൂപപ്പെട്ടതും ഈ കാലത്താണ്. ഇതിനിടയ്ക്കാണ് ദുർഗാപ്രസാദും അറസ്റ്റ് ചെയ്യപ്പെടുന്നത്.

കക്കയം ക്യാമ്പിലേക്ക് കൊണ്ട് പോകുന്നതിനിടെ പെട്രോൾ ഒഴിച്ച് താനടക്കം സഞ്ചരിച്ച ജീപ്പ് കത്തിക്കുകയായിരുന്നു ദുർഗാപ്രസാദ്. വെന്തുരുകുന്ന ഒരു ശവശരീരം മുദ്രാവാക്യം വിളിക്കുന്ന രംഗം ഞെട്ടലോടെ മാത്രമേ വായിക്കാൻ സാധിക്കുകയുള്ളൂ. അങ്ങാടിപ്പുറം ബാലകൃഷ്ണൻ എന്ന പോരാളിയുടെ രക്തസാക്ഷിത്വം മറ്റൊരു പേരിൽ എഴുതിവെച്ചതു പോലെ. 1976 മാർച്ച് എട്ടിന് കക്കയത്തേക്കുള്ള പൊലീസ് ജീപ്പിന്റെ പുറകിൽ മർദ്ദിച്ചുകയറ്റിയ അവശനായ ബാലകൃഷ്ണൻ സ്വയം തീപ്പന്തമായ് മാറിയ ചരിത്രം; വെളിമുക്ക് എന്ന സ്ഥലത്തെത്തിയപ്പോൾ ജീപ്പിലുണ്ടായിരുന്ന ഇന്ധനത്തിന് തീകൊളുത്തിയ ബാലകൃഷ്ണൻ പന്തംപോലെ നിന്നു കത്തുമ്പോൾ "മാവോ സേതൂങ് സിന്ദാബാദ്, ചാരുമജുംദാർ സിന്ദാബാദ്..." എന്ന മുദ്രാവാക്യം വിളിച്ചതായി രേഖപ്പെടുത്തപ്പെട്ടിട്ടുണ്ട്. നോവലിൽ ദുർഗാപ്രസാദ് അങ്ങാടിപ്പുറം ബാലകൃഷ്ണന്റെ പ്രതിരൂപമാകുന്നു. ആശയങ്ങൾക്ക് ജീവനെക്കാൾ വിലയും കരുത്തുമുണ്ടെന്നത് ദുർഗാപ്രസാദിന്റെ വിപ്ലവജീവിതം തുറന്നു കാണിക്കുന്നു.

"വേട്ടയാടുന്ന കാപാലികരെ നിങ്ങളുടെ നാളുകൾ എണ്ണപ്പെട്ടു" എന്ന വാക്കുകൾ ഇപ്പോഴും ഈ പ്രദേശമാകെ മുഴങ്ങി കൊണ്ടിരിക്കുന്നപോലെ അനുഭവപ്പെടുന്നു. ദുർഗാപ്രസാദ് ആശയങ്ങൾക്ക് മുന്നിൽ സ്വയം രക്തസാക്ഷിയാവുകയായിരുന്നു. നിരുപമയോട് പത്മസേനൻ മാഷ് പറഞ്ഞ കഥയിലൂടെയാണ് ദുർഗാപ്രസാദിന്റെ ജീവിതം ചുരുളഴിയുന്നതെങ്കിലും പ്രതാപമുള്ള കുടുംബത്തിൽ ജനിച്ച പത്മസേനൻ മാഷ് നക്സാൽബാരി പ്രസ്ഥാനത്തിൽ സ്വാധീനിക്കപ്പെടുകയും പിന്നീട് പൊലീസിനാൽ വേട്ടയാടപ്പെടുകയുമാണ്. അടിയന്തരാവസ്ഥക്കാലത്തെ പൊലീസ് രാജ് ഒരു ദുഃസ്വപ്നം പോലെ ഉള്ളിൽ കൊണ്ടുനടക്കുന്നയാളാണ്. എന്നിരുന്നാലും ഒളിവു ജീവിതവും പൊലീസ് മർദ്ദനവും കടുത്ത തടവറ ജീവിതവും പത്മസേനൻ മാഷിന്റെ ആശയങ്ങളെ തച്ചുടക്കാൻ കഴിഞ്ഞിട്ടില്ല. പക്ഷേ വർത്തമാനകാലത്തിൽ ജീവിച്ചിരിക്കുന്ന നക്സൽ നേതാക്കൾക്ക് ഭൂതകാലം ഭാരമായി മാറുകയാണ്. ഇന്നുണ്ടാകുന്ന കലാപങ്ങൾക്ക് ഉത്തരം പറയുക എന്ന കാര്യവും അവരുടെതാണ്. ഒരു തരം അരക്ഷിതാവസ്ഥയും നിരാശയുമാണ് ഈ ജീവിതങ്ങളുടെയെല്ലാം മേലാപ്പാവുന്നത്.

നക്സലൈറ്റ് സംഭവങ്ങളുടെ വെളിച്ചത്തിൽ എഴുതിയ ഈ നോവൽ ഒരു കാലഘട്ടത്തിൽ കേരളസമൂഹത്തിൽ അന്തർലീനമായ വിപ്ലവചിന്തകളെയും സായുധ പ്രസ്ഥാനങ്ങളെയും റിയലിസ്റ്റിക്കായി വരച്ചിടുന്നു.

കൃതിയിൽ നിഴലിക്കുന്ന ജീവിതങ്ങളൊക്കെയും ഭൂതകാലത്തെ സ്നേഹിച്ച് അസംതൃപ്തമായ ജീവിതം നയിക്കുന്നവരാണ്. അങ്ങനെയുള്ള എത്ര എത്ര ജീവിതങ്ങളാണ് നമുക്കു മുന്നിൽ. ഈ അസംതൃപ്തമായ ജീവിതത്തിന് മുന്നിൽ കെടാത്ത ഒരു ആശ ബാക്കിയുണ്ട്: "സമത്വസുന്ദരമായ ഒരു ലോകം". ആ സ്വപ്നത്തോടും ആ ജീവിതങ്ങളോടുമാണ് കടപ്പെടേണ്ടത്. അനീതികൾ കൊണ്ടും നീതി നിഷേധം കൊണ്ടും മലിനമാക്കപ്പെട്ട മഞ്ഞനദികൾക്ക് മീതെ ഒരു സൂര്യൻ ഉദിക്കുമെന്ന് പ്രതീക്ഷയോടെയാണ് നോവൽ അവസാനിക്കുന്നത്. ഇന്നുവരെ പറയാത്തതും കേട്ടിട്ടും പറയാൻ ധൈര്യപ്പെടാത്തതുമായ നക്സൽജീവിതങ്ങളെ വായനക്കാരുടെ മുന്നിൽ ആവിഷ്കരിക്കുക എന്ന കർത്തവ്യം ഷീബ ഇ.കെ ലളിതസുന്ദരമായി നിർവഹിക്കുന്നു. ഈ താളുകളിലൂടെ മറ്റുള്ള വർക്കായി ജീവിച്ചവരെ ഓർമ്മയിൽ പ്രതിഷ്ഠിക്കാം.

കുട്ടിക്കാലത്ത് എഴുത്തുകാരിയോട് നീ ഏതു പാർട്ടിയിലാണ് എന്നു ചോദിച്ചപ്പോൾ 'ഞാൻ നക്സലൈറ്റ്' ആണ് എന്ന് മറുപടി പറഞ്ഞപ്പോൾ, കുഞ്ഞുക്കണ്ണിൽ നിഴലിച്ച നിഷ്കളങ്കമായ ആവേശമാവും ഇത്തരമൊരു ഒരു കഥപറച്ചിലിന് പ്രേരണയായത്. നക്സൽ ജീവിതങ്ങളുടെ അപൂർണ്ണമായ ഭൂതകാലം ചുരുളഴിച്ച ഷീബ ഇ.കെ. കാലത്തോടും കലയോടും ഒരുപോലെ നീതി പുലർത്തുന്നു. ∎

ബിനാലെ - ഒരു ജീവിതാനുഭവം

"All art is an uncommitted crime"

പ്രസിദ്ധനായ ജർമ്മൻ ഫിലോസഫർ അഡോർണോയുടെ വാക്കുകളാണ് ഇത്. കല സൃഷ്ടിക്കപ്പെടുന്ന ആ നിമിഷം മുതൽ അത് സകലതിനെയും വെല്ലുവിളിക്കുന്നു. കാരണം എല്ലാ കലകളും ഒരു രാഷ്ട്രീയം മുന്നോട്ട് വെക്കുന്നുണ്ട്. അത് ഉടലെടുക്കുന്നത് പൊതുസമൂഹത്തിൽ ആയതുകൊണ്ടുതന്നെ നിലനിൽക്കുന്ന സർവ്വപ്രത്യയശാസ്ത്രങ്ങളിലും ഭരണവ്യവഹാരങ്ങളിലും അത് സജീവമായിത്തന്നെ ഏർപ്പെടുന്നു എന്നതാണ് അദ്ദേഹത്തിന്റെ വിശദീകരണം. ഇതിന് ഒരു ഉദാഹരണം എന്ന നിലയിൽ പ്രശസ്ത ചിത്രകാരനായ പാബ്ലോ പിക്കാസോയുടെ 'Guernica' എന്ന എണ്ണച്ചായാച്ചിത്രമെടുക്കാം. ലോകജനശ്രദ്ധ പിടിച്ചു പറ്റിയ ചിത്രമായിരുന്നു അത്. യുദ്ധത്തിന്റെ ഭിന്ന മുഖങ്ങളാണ് അത് അനാവരണം ചെയ്തത്. ആ മുഖങ്ങൾ യുദ്ധത്തിന്റെ ഇരകളുടേതായിരുന്നു. പ്രത്യേകിച്ചും സാധാരണയിൽ സാധാരണ ജനതയുടേത്. അവരുടെ അന്യമായ ജീവിതത്തെക്കുറിച്ചായിരുന്നു അത്. ആ ചിത്രം ജനങ്ങളുടെ ഹൃദയത്തിൽ സ്പർശിച്ചിരുന്നു. ആ യുദ്ധത്തിന്റെ ഭയാനതകളെ ഓർമ്മപ്പെടുത്തി എന്ന് മാത്രമല്ല യുദ്ധത്തിന് എതിരായ പ്രതീകാത്മക ചിഹ്നമായി മാറുകയും ചെയ്തു. പാബ്ലോ പിക്കാസോയുടെ ആ ചിത്രം ഒരു രാഷ്ട്രീയമാണ് ലോകം മുഴുവൻ പ്രസരിപ്പിച്ചത്. ആ രാഷ്ട്രീയം മാനവികതയുടെ രാഷ്ട്രീയമായിരുന്നു. അതുകൊണ്ട് തന്നെ കല അത്യന്തികമായി സമൂഹത്തിന് വേണ്ടി തന്നെയാണ് എന്നാണ് എല്ലാ കലകളും പറഞ്ഞുകൊണ്ടിരിക്കുന്നത്. കല കലയ്ക്ക് വേണ്ടി എന്ന വാദങ്ങൾ നിലനിൽക്കുന്നുണ്ടെങ്കിലും കല അതിന്റെ ചുറ്റുപാടിനോട് കൂടിയല്ലാതെ നിലനിൽക്കാനാവാത്തവിധം അത് സമൂഹവും ചുറ്റുപാടുമായി ബന്ധപ്പെട്ട് കിടക്കുന്നു. എല്ലാ കലയും രാഷ്ട്രീയത്തിൽ നിന്നും മാത്രമേ സൃഷ്ടിക്കപ്പെടുകയും അതിജീവിക്കുകയും ചെയ്യുന്നുള്ളൂ എന്നാണ് അത് വ്യക്തമാക്കുന്നത്.

കല സമൂഹനിർമ്മിതിയായതുകൊണ്ട് തന്നെ കലയ്ക്ക് സമൂഹത്തിനെയും സമൂഹത്തിന് കലയെയും സ്വാധീനിക്കാൻ കഴിയുമെന്നാണ്

എല്ലാ കലകളും പഠിപ്പിക്കുന്നത്. അതാണ് എല്ലാ കലാപ്രദർശനങ്ങളും മുന്നോട്ട് വെക്കുന്ന രാഷ്ട്രീയം. എന്നാൽ അതിനപ്പുറം അത് നടക്കുന്നത് പൊതുഇടങ്ങളിൽ ആണെന്നുള്ളതുകൊണ്ട് അതൊരു സാംസ്കാരിക കൂട്ടായ്മതന്നെ സൃഷ്ടിക്കുന്നുണ്ട്. ആ കൂട്ടായ്മയിൽനിന്നും ഉരുത്തിരിയുന്ന രാഷ്ട്രീയത്തിന് സമൂഹത്തിലെ തിന്മകളെ, ഉച്ചനീചത്വത്തെ, വർഗീയതയെ, അന്യവത്ക്കരണത്തെ, ഫാസിസത്തെ പ്രതിരോധിക്കാൻ കഴിയുമെന്നുള്ള സത്യം നമ്മൾ ഉൾക്കൊണ്ടിട്ടുണ്ട്. മാത്രമല്ല അതിന് ഒരാത്മവിശ്വാസമുള്ള ജനാധിപത്യ കേന്ദ്രീകൃതമായ ഒരു സമൂഹത്തെ പുനഃസൃഷ്ടിക്കാൻ കഴിയും എന്ന് ബിനാലെ പോലുള്ള കലാപ്രദർശനങ്ങൾ നമ്മെ ഓർമ്മപ്പെടുത്തികൊണ്ടിരിക്കുന്നു.

2010ൽ ബിനാലെ തുടങ്ങിയ കാലത്ത് ജനങ്ങളുടെ ഇടയിൽ അതിനെക്കുറിച്ചുള്ള ധാരണ ബുദ്ധിജീവി സമൂഹത്തിന് മാത്രമാണ് ആ കലാവതരണങ്ങൾ മനസ്സിലാക്കാൻ കഴിയുക എന്നാണ്. ഒരു ശരാശരി മനുഷ്യന് മനസ്സിലാക്കാൻ ബുദ്ധിമുട്ടാണ് ബിനാലെയിലെ കലാവതരണങ്ങൾ എന്ന തെറ്റായ ധാരണയെ തിരുത്തും വിധം ജനങ്ങളുടെ അഭൂതപൂർവ്വമായ ഒഴുക്കായിരുന്നു ബിനാലെയിലേക്ക്. “അന്യതയിൽ നിന്ന് അന്യോന്യതയിലേക്ക്” എന്ന വിഷയമാണ് 2018 ബിനാലെയുടെ പ്രമേയം. വിദേശ കലാകാരന്മാരുടെ പങ്കാളിത്തംകൊണ്ട് ശ്രദ്ധേയമാണ് ഈ വർഷത്തെ ബിനാലെ. 132 കലാകാരന്മാർ 32 രാജ്യങ്ങളിൽനിന്ന് ബിനാലെയിൽ പങ്കെടുക്കുന്നുണ്ട്. പ്രളയാനന്തര കേരളത്തിന് ഐക്യദാർഢ്യം പ്രഖ്യാപിച്ചുകൊണ്ടാണ് ബിനാലെയുടെ നാലാംപതിപ്പ് അരങ്ങേറിയത്. ഫോർട്ട് കൊച്ചി, ദർബാർ ഹാൾ, മട്ടാഞ്ചേരി എന്നീ സ്ഥലങ്ങളാണ് പ്രധാന വേദികൾ. എക്കാലത്തേതിൽ നിന്നും വ്യത്യസ്തമായി ആദ്യമായാണ് ഒരു വനിത ബിനാലെയുടെ ക്യുറേറ്റർ ആയി എത്തുന്നു എന്നുള്ളതും 2018 ബിനാലെയുടെ സവിശേഷതയാണ്. അനിത ദുബൈയാണ് 2018 ബിനാലെയുടെ ക്യുറേറ്റർ. പതിനൊന്നോളം മലയാളി കലാകാരന്മാരും ഇപ്രാവശ്യത്തെ ബിനാലെയിൽ ഇടംപിടിച്ചിട്ടുണ്ട്.

ബിനാലെ കാണാൻ ട്രെയിനിൽ കൊച്ചിയിലേക്ക് കയറിയപ്പോൾ മുതൽ അതിനെക്കുറിച്ചുള്ള മുൻധാരണകളായിരുന്നു എന്നെ ഭരിച്ചത്. കലാവതരണങ്ങളൊക്കെ മനസ്സിലാക്കാൻ കഴിയുമോ എന്ന ചിന്ത വല്ലാതെ അലോസരപ്പെടുത്തിയിരുന്നു. ബിനാലെ കാണാൻ പോകുമ്പോൾ ഞാൻ പഠിപ്പിക്കുന്ന സർവ്വകലാശാലയിലെ വിദ്യാർത്ഥികളെയും ഗവേഷകരെയും കൂടെ കൂട്ടിയിരുന്നു. എല്ലാവരുടെ മുഖത്തും ബിനാലയെക്കുറിച്ച് അമിത പ്രതീക്ഷ നിഴലിച്ചിരുന്നു. അവിടെ എത്തിയപ്പോൾ ഹൃദ്യമായ സ്വീകരണമായിരുന്നു സംഘാടകരുടെ ഭാഗത്തുനിന്നും. ആദ്യം ഞങ്ങൾ വിദ്യാർത്ഥികളെയും അധ്യാപകരെയും രണ്ട് ഗ്രൂപ്പാക്കി. ഓരോ വിഭാഗത്തിനും ഓരോ ഗൈഡിനെയും നൽകി. ഞങ്ങളുടെ ഗ്രൂപ്പിന്റെ ഗൈഡ് ദാസ് എന്ന വ്യക്തിയായിരുന്നു. ഹൃദ്യമായ പെരുമാറ്റംകൊണ്ട്

ദാസ് അപ്പോഴെക്കും ഞങ്ങളുടെ ഇടയിൽ ഒരാളായി മാറി. ഓരോ കലാവതരണം കാണുന്നതിനു മുൻപ് ദാസിന്റെ ഒരു വിവരണം ക്ലാസ്സ്മുറിയിലെ അധ്യാപകന്റേതുപോലെയായിരുന്നു. അതോടൊപ്പം ഞങ്ങളുടെ സംശയങ്ങളൊക്കെ തുറന്ന ചർച്ചകൾക്ക് വഴിമാറി. ഒരു ദിവസം മുഴുവൻ കലയെ കലാപരമായും ബൗദ്ധികപരമായും അനുഭവിക്കുകയായിരുന്നു. അത് മനസ്സിനെ എന്നപോലെ ശരീരത്തിനെയും ആഴത്തിൽ സ്പർശിച്ചുകൊണ്ടേയിരുന്നു.

ബിനാലെയുടെ പ്രധാന കവാടം കടന്നതിന് ശേഷം മരങ്ങൾ തിങ്ങി നിറഞ്ഞ വളരെ മനോഹരമായ ഒരു സ്ഥലത്തേക്കാണ് ഞങ്ങൾ നടന്നത്. അവിടവിടങ്ങളിൽ താഴ്ന്ന് കിടക്കുന്ന മരത്തിന്റെ ചില്ലയിൽ തൂങ്ങിക്കിടക്കുന്ന തളിർ ഇലകൾ ചവച്ചരയ്ക്കുന്ന ആട്ടിൻ കുട്ടികൾ. പ്രവേശന കവാടം കടന്നപ്പോഴും ആ കാഴ്ച കനത്ത ചൂടിലും ഞങ്ങളെ തണുപ്പിച്ചു. ഓരോ കലാവതരണങ്ങളും കാണാനായി ഞങ്ങൾ ദാസിന്റെ കൂടെ നടന്നു. അറബിക്കടലിൽനിന്നും വരുന്ന ഉപ്പുരസമുള്ള കാറ്റ് ഇടയ്ക്കിടെ ശരീരത്തെ തഴുകിപോകുന്നതിനാൽ ചൂട് എന്താണെന്ന് പോലും അറിഞ്ഞില്ല. സ്റ്റാളുകളിലേക്ക് കയറാൻ തുടങ്ങിയപ്പോൾ നിറയെ വിവിധ വർണ്ണങ്ങളുള്ള ഫാബ്രിക്ക് കയർ തൂക്കിയിട്ട വലിയ മാവിനെ ചൂണ്ടിക്കാണിച്ച് ദാസ് പറഞ്ഞു ശാന്ത കെ.വി. എന്ന കലാകാരിയുടെ കലാവതരണമാണ്. മരങ്ങളിലേക്ക് ജാതി, മതം എന്നിവ അടങ്ങിയ വർഗീയത മനുഷ്യൻ കൊണ്ടുവരുന്നതിനെയാണ് അവർ ഈ കലാവതരണത്തിലൂടെ അഡ്രസ്സ് ചെയ്യുന്നത്. ഉദാഹരണത്തിന് നമ്മൾ ആൽമരത്തിനെ ദൈവികമായി കാണുന്നു. പക്ഷേ ഇവിടെ മാവ് ഒരു ആൽമരമായി ആക്കിയെടുത്തതാണ്. എല്ലാ ആൽമരവും ഒരു നൂറ് കൊല്ലത്തിന്റെ ഇടയിലും അടുത്ത മരമായി കഴിഞ്ഞിട്ടുണ്ടാകും. പിന്നീട് ഇത് എവിടെനിന്നാണ് തുടങ്ങിയത് എന്ന ചോദ്യം നമ്മുടെ മനസ്സിൽ സ്വാഭാവികമായും ഉണ്ടാകുന്നു. നമ്മുടെ സംസ്കാരംപോലെ അത് ലോകം മുഴുവൻ വ്യാപിക്കുന്നു. എന്നാൽ എല്ലാം വേരാണെങ്കിൽ കൂടി ഓരോന്നും ഘടനയിലും രൂപത്തിലും വ്യത്യസ്തത പാലിക്കുന്നു. ശാന്ത കെ.വി.യുടെ ടസാറ എന്ന ടെക്സ്റ്റൈൽ ഇൻസ്റ്റിറ്റ്യൂട്ട് ആണ് ഈ കലാവതരണം രൂപപ്പെടുത്തിയത്. ചുരുക്കത്തിൽ വൈവിധ്യങ്ങളിൽ നിന്നുള്ള ഏകത്വത്തെ പ്രകാശിപ്പിക്കുന്ന കലാവതരണം.

അടുത്ത കലാവതരണം കാണാൻ വലിയ ഒരു സ്റ്റാളിലേക്കാണ് നടന്നത്. ആ മുറിയിൽ മങ്ങിയ വെളിച്ചമായിരുന്നു. പ്രിയ രവീഷ് മെഹ്റയുടെ കലാവതരണമായിരുന്നു അവിടെ. പ്രിയ ഒരു ടെക്സ്റ്റൈൽ ആർട്ടിസ്റ്റ് ആണ്. കാൻസർ ബാധിതയായിട്ടായിരുന്നു അവരുടെ മരണം. കാൻസർ ബാധിതയായിരുന്നപ്പോൾ തെറാപ്പി എന്ന നിലയിൽ ചെയ്ത് തുടങ്ങിയ കാര്യമാണ് ഒരു കലയുടെ രൂപത്തിൽ പുനർജനിച്ചത്. അതൊരു വ്യത്യസ്തമായ കലയാണ്. കീറിപ്പോയ വസ്ത്രങ്ങൾ നന്നാക്കിയെടുക്കുന്നവരെ റെഫൂഗരിസ് എന്നാണ് വിളിക്കുന്നത്. അവർ

ആ വസ്ത്രം കീറിപ്പോയി എന്നറിയാത്ത വിധം അത് തുന്നിയെടുക്കും. എന്നാൽ ഈ കലാവതരണത്തിൽ പിന്നിപ്പോയ ഭാഗങ്ങളും കീറിപ്പോയ ഭാഗങ്ങളും വളരെ വ്യക്തമാക്കികൊണ്ടാണ് അവർ ഇത് ചെയ്തെടുത്തത്. രോഗം കാർന്നു തിന്നുന്ന തന്റെ ശരീരത്തിന്റെ വേദന ആ കലാരൂപത്തി ലേക്ക് സന്നിവേശിപ്പിക്കുകയാണ് ചെയ്തത്. ആ രീതിയിൽ നോക്കു മ്പോൾ ഒരു സ്ഥലത്ത് മുറിവ് ആയി തുടങ്ങിയിട്ട് പിന്നീട് സങ്കീർണ്ണത കൂടി മലീഷ്യസ് ആയി പിന്നീട് മുഴയായി മാറുന്ന കാഴ്ച. 'ഡാഫ്ന' എന്ന ചെടിയുടെ ഫൈബറിൽ നിന്നാണ് വസ്ത്രങ്ങൾക്ക് ജന്മം നൽകു ന്നത്. വസ്ത്രത്തിന്റെ ജനനം മുതൽ മരണം വരെയുള്ള സൈക്കിളാണ് ഇവിടെ കാണിച്ചിരിക്കുന്നത്. ഇതു കണ്ടു തീർന്നപ്പോഴേക്കും പ്രിയാ രവീഷ് മെഹ്റയുടെ കല മനസ്സിൽ ഒരു നീറ്റലായി മാറിക്കഴിഞ്ഞിരുന്നു.

സുനിൽ ജാന എന്ന കലാകാരന്റെ ഫോട്ടോ ഡോക്യുമെന്ററിയായി രുന്നു പിന്നീട് ഞങ്ങളെ കാത്തിരുന്നത്. വടക്ക് കിഴക്കൻ ഇന്ത്യയുടെയും ട്രൈബൽ ഇന്ത്യയുടെ ജീവനുള്ള ഫോട്ടോ ഡോക്യുമെന്റേഷൻ ആയി രുന്നു അത്. ചുമരിന്മേൽ നിരത്തിവെച്ചിരിക്കുന്ന ഫോട്ടോ കാണുമ്പോൾ അതിലെ ജനങ്ങൾ ദരിദ്രരായിരുന്നു എന്ന് തോന്നും. എന്നാൽ അവ രുടെ ആഭരണങ്ങളിൽ ആഢ്യത്വം എടുത്ത് കാണിക്കുന്നതായിരുന്നു. 1930 കാലഘട്ടത്തിലായിരുന്നു ഇവർ ജീവിച്ചിരുന്നത് എന്ന് വിശ്വസിക്കാൻ തന്നെ പ്രയാസം. അങ്ങനെ ഒരു ഗ്രാമീണ അന്തരീക്ഷത്തിൽ ജീവിക്കു മ്പോൾ തന്നെ ഒരു മാറ്റം തുടങ്ങിവെച്ചിട്ടുണ്ട് എന്ന് ഫോട്ടോഗ്രാഫി കണ്ടാൽ മനസ്സിലാകും. നെഹ്റുവിന്റെ കാലഘട്ടത്തിൽ ഇന്ത്യയ്ക്ക് സ്വാതന്ത്ര്യം കിട്ടികഴിഞ്ഞതിനുശേഷമുള്ള ആദിവാസി ജനതയുടെ ജീവിതം അവരുടെ മുഖത്തെഴുതിവെച്ചിട്ടുണ്ട് എന്ന് തോന്നും. മെലിഞ്ഞ് കവിളുന്തിയ ആ ശരീരപ്രകൃതം ദാരിദ്ര്യത്തിന്റെ അടിസ്ഥാനമല്ല അവ രുടെ സംസ്കാരത്തിന്റെ പ്രതീകാത്മകമായിട്ടാണ് കാണാൻ കഴിയുക. അത് അവർ ധരിച്ചിരുന്ന ആഭരണങ്ങളിൽ നിന്നും മനസ്സിലാവും. അവർ ദരിദ്രരാണ് എന്ന് പറയണം എന്നുണ്ടെങ്കിൽ അവരുടെ പ്രകൃതി വിഭവ ങ്ങൾ ഇല്ലാതാക്കണം. യഥാർത്ഥത്തിൽ അതാണ് അവരുടെ ദാരിദ്ര്യാ വസ്ഥ. അത്തരത്തിൽ പ്രകൃതി വിഭവങ്ങൾ ഇല്ലാത്ത ഒരുവസ്ഥ ആ കാല ഘട്ടത്തിൽ ഉണ്ടായിരുന്നില്ല എന്ന് വേണം പറയാൻ. പക്ഷേ ഇങ്ങനെ യൊക്കെ ആണേലും അവർ ചുറുചുറുക്കുള്ള വേട്ടക്കാർ ആണെന്ന് അവ രുടെ ശരീരഘടനയും ശരീരഭാഷയും വിളിച്ചോതുന്നുമുണ്ട്.

അവിടെനിന്ന് അരുൺ കുമാർ എച്ച്.ജിയുടെ നിർമ്മാണ സിരീസിലേ ക്കാണ് ദാസ് ഞങ്ങളുടെ ശ്രദ്ധ ക്ഷണിച്ചത്. അതുണ്ടാക്കിയത് പാഴ്ത്തടി യിൽ നിന്നാണ്. പാഴ്ത്തടി എന്ന് പറയുമ്പോൾ കാമ്പില്ലാതെ ഉപയോഗി ക്കാൻ പറ്റുന്ന തടി. ഈ തടി ശരിക്കും പൊള്ളയാണ്. സോളിഡ് അല്ല. നമ്മൾ എത്രത്തോളം പ്രകൃതിയുടെ ഭാഗമാണോ അത്രത്തോളം പ്രകൃതിക്ക് എതിരായിട്ടുള്ള ഒരു ജീവിതമാണ് നയിച്ചുകൊണ്ടിരിക്കുന്നത്

എന്ന യാഥാർത്ഥ്യം കാണിച്ചുതരുന്ന കലാവതരണം. അതിനു വേണ്ടിയാണ് മനപ്പൂർവ്വം കോൺക്രീറ്റ് പില്ലറുകൾ അതിൽ ഉപയോഗിച്ചിരിക്കുന്നത്. പ്രകൃതിക്ക് അനുകൂലമായി നിർമ്മിച്ച ഒരു കലാസൃഷ്ടിയിൽ കോൺക്രീറ്റ് തൂണുകൾ ഒരു ഓഡിറ്റി ആയി നമ്മൾക്ക് തോന്നിപ്പോകും. അരുൺ കുമാർ. എസ്.ജിയുടെ നിരയായി വെച്ചിട്ടുള്ള കലാവതരണം എത്രത്തോളം പ്രകൃതിക്കനുകൂലമായി ജീവിക്കാൻ തുടങ്ങിയാലും ബോധത്തിലോ അബോധത്തിലോ പ്രകൃതിക്ക് വിരുദ്ധമായി മനുഷ്യൻ പ്രവർത്തിച്ചുകൊണ്ടിരിക്കും എന്ന സന്ദേശം നൽകുന്നു. അതിനുശേഷം അദ്ദേഹത്തിന്റെ തന്നെ 'വൾനറബിൾ ഗാർഡിയൻസ്' എന്ന ഒരു ഫോട്ടോ സീരിസ് ആയിരുന്നു. മരത്തിലാണ് അത് പ്രിന്റ് ചെയ്തിരിക്കുന്നത്. കൃഷി ഉപജീവനമാർഗമാക്കിയ ജനങ്ങൾക്ക് വ്യത്യസ്ത തരത്തിലുള്ള സമ്മർദ്ദം കാരണം സിറ്റിയിൽ ജോലി ചെയ്യേണ്ടിവരുന്ന ദാരുണമായ അവസ്ഥയാണ് 'വൾനറബിൾ ഗാർഡിയൻസ്' സംസാരിക്കുന്നത്. അവരിൽ പലരും നിർമ്മാണ തൊഴിലാളികളായിട്ടാണ്. ചിലർ തോട്ടിപണികൾക്കും ചിലർ സെക്യൂരിറ്റി ജോലികൾക്കും പോകുന്നുണ്ട്. സത്യത്തിൽ നഗരം എന്ന സങ്കല്പം യാഥാർത്ഥ്യമാക്കിയതും അത് മെയിന്റയിൻ ചെയ്യുന്നതും അവരാണ്. നഗരത്തിന് കാവലിരിക്കുന്നതും അവരാണ്. പക്ഷേ നഗരം അവരെ ഉൾക്കൊള്ളുന്നില്ല. അവർ ജീവിക്കുന്നത് ചേരി പ്രദേശങ്ങളിൽ ആണ്. അരികുവത്ക്കരിക്കപ്പെട്ട ജന്മങ്ങളുടെ നേർക്കാഴ്ച. നഗരം ഉണ്ടാക്കാൻ അവരെ ആവശ്യമുണ്ട്. പക്ഷേ അതിനപ്പുറം അവരെ ഉൾനഗരത്തിന് വേണ്ട എന്ന് പറയുന്ന ചിത്രങ്ങൾ. സങ്കടമോ സഹതാപമോ ഇതിൽ രണ്ടിലേതാണ് ബാധിച്ചിരിക്കുന്നത് എന്ന് തിരിച്ചറിയാനാവാത്തവിധം കീഴ്പ്പെടുത്തുന്ന ചിത്രങ്ങളിൽ നിന്നും ശ്രദ്ധ തിരിച്ചത് എവിടെനിന്നോ വരുന്ന സിത്താറിന്റെ ശബ്ദതരംഗങ്ങൾ. നെയ്ത്ത് ഗ്രാമങ്ങളിൽനിന്നുള്ള സംഗീതമായിരുന്നു.

താനിയ തന്ദാനി എന്ന ആർട്ടിസ്റ്റിന്റെ കലാവതരണമായിരുന്നു അത്. ഇന്നത്തെ കാലത്ത് നെയ്ത്ത് എന്ന പ്രക്രിയ ഇല്ലാതായിക്കൊണ്ടിരിക്കുകയാണ്. പവർലൂമാണ് കൂടുതലും. അതുകൊണ്ടുതന്നെ നെയ്ത്തുപകരണത്തിന്റെ രൂപത്തിലുള്ള സിത്താറിൽ നിന്നും വരുന്ന ശബ്ദതരംഗങ്ങളിൽ ഒരു സങ്കടക്കടൽ അലയടിക്കുന്നുണ്ട്. ആഴത്തിൽ നമ്മളെ സ്പർശിച്ചുകൊണ്ടേയിരിക്കും. സാധാരണ രീതിയിൽ ഒരു സാരി നെയ്ത്തുപകരണത്തിൽ നിന്നും ഊട്, പാവ് എന്ന രണ്ട് സ്ട്രച്ചറുകളിൽ നിന്നും ഉരുത്തിരിയുന്നു. ഒരു മുണ്ട് ഉണ്ടാക്കണമെങ്കിൽ കസവ് കുറച്ചേ എടുക്കുന്നുള്ളൂ. എല്ലാം ഉണ്ടാക്കുന്ന പാറ്റേണുകളിൽ സമാനതകളുള്ളതിനാൽ അവർ പ്രവർത്തിപ്പിക്കുന്ന രീതിയിലും സമാനതകൾ ഉണ്ടാവുന്നു. അതിൽനിന്നും വരുന്ന സംഗീതവും ഒന്നായിരിക്കും. ഓരോ പാറ്റേണുകൾ ഉണ്ടാക്കിക്കഴിയുമ്പോഴേക്കും ഓരോ പാട്ടുകൾ ഉണ്ടായിക്കൊണ്ടിരിക്കും. പിന്നെ അതിന്റെ ആവർത്തനവും. ഇന്ന് ആ സംഗീതം

നഷ്ടപ്പെട്ടുകൊണ്ടിരിക്കുകയാണ്. തഞ്ചാവൂർ, ബനാറസ് എന്നീ സ്ഥലങ്ങളിലെ നെയ്ത്ത്ശാലകൾ അവിടെനിന്നും മാറ്റപ്പെടുകയാണ്. അതായത് നെയ്ത്തിന്റെ തനിമ നഷ്ടപ്പെടുന്ന അവസ്ഥ. അന്യംനിന്ന് പോയിക്കൊണ്ടിരിക്കുന്ന കാർഷികസമൃദ്ധിയിലെ ഗൃഹാതുരത്വത്തെ അനുഭവിക്കുന്ന സംഗീതകലയായിരുന്നു അത്.

അടുത്തത് 'തേജൽ ഷാ' എന്ന ഇന്ത്യൻ കലാകാരന്റെ വീഡിയോ ഇൻസ്റ്റാലേഷൻ ആയിരുന്നു. ചന്ദ്രക്കല കത്തി ചാരമായി അത് വീണ്ടും ചന്ദ്രക്കലയായി മാറുന്ന ഒരു ദൃശ്യം. മനുഷ്യൻ എന്ന് പറയുന്നത് ആണ്, പെണ്ണ് എന്ന ബൈനറികളിൽ നിലനിൽക്കുന്ന ഒന്നല്ല എന്നും ആളുകൾക്കൊക്കെ സ്പെക്ട്രം ഉണ്ട്. അതിൽ എല്ലാ തരത്തിലുള്ള ഇൻക്ലൂഷൻ നടക്കുന്നുണ്ട്. അതുകൊണ്ട് ബൈനറിയിൽനിന്ന് മാറിനിന്നിട്ട് ആളുകളെ മാറ്റിനിർത്താൻ കഴിയില്ല. ചന്ദ്രന്റെ മുഖം മാറുന്നതുപോലെ മനുഷ്യന്റെ സ്പെക്ട്രങ്ങൾ മാറാം എന്നാണ് ആ വീഡിയോ ഇൻസ്റ്റാലേഷൻ പറഞ്ഞുതരുന്നത്.

അതിനോടൊപ്പം തന്നെ ട്രാൻസ്ജെൻഡർ ഫോട്ടോ സീരിസുമുണ്ടായിരുന്നു. ഒരു ട്രാൻസ് ജെൻഡർ യശോദ കൃഷ്ണനെ കയ്യിലെടുത്ത് ചന്ദ്രക്കല കാണിച്ചുകൊടുക്കുന്ന അതിമനോഹരമായ ഒരു ഫോട്ടോ. യശോദയായിട്ട് ഒരു ട്രാൻസ്ജെൻഡറിനെ ഒരാൾക്ക് ഊഹിക്കാൻ കഴിയുമോ? പോപ്പുലർ റോളുകളിൽ ഇത്തരത്തിലുള്ള ട്രാൻസ്ജെൻഡർ പൗരനെ പ്രതിഷ്ഠിക്കുന്നത് സാധാരണമായി കാണാൻ കഴിയാത്ത സമൂഹത്തിന് മുന്നിൽ ആ ഫോട്ടോ ഒരു പ്രതിരോധം സൃഷ്ടിക്കുന്നുണ്ട്. സാധാരണ പാറ്റേണിൽനിന്നും മാറി ഒരു വ്യക്തിത്വം ഉണ്ടാക്കിയെടുക്കാൻ അവർ തന്നെ ശ്രമിക്കുന്ന ഒരു കാഴ്ചയാണ്. ഈ ഫോട്ടോയ്ക്ക് പിന്നിലുള്ള പിന്നാമ്പുറ കഥ ദാസ് പറഞ്ഞത് ഇങ്ങനെയായിരുന്നു. ഫോട്ടോ എടുക്കുമ്പോൾ അവർ പറഞ്ഞു ഒരു കുഞ്ഞിനെ എടുത്ത് ഫോട്ടോ എടുക്കണം എന്ന്. പാറ്റേണിൽനിന്ന് മാറി ചിന്തിക്കുമ്പോൾ കിട്ടുന്ന വ്യക്തിത്വം അവർ കാണിക്കാൻ ശ്രമിക്കുന്നു എന്നുള്ള കാര്യം ഇതിൽനിന്നും വ്യക്തമാണ്.

അതിനുശേഷം നേർത്ത സംഗീതത്തിന്റെ അലകൾ ഒഴുകിനടക്കുന്ന വരാന്തയിലൂടെ റൂല ഹൽവാനി എന്ന പലസ്തീൻ കലാകാരന്റെ കലാവതരണം കാണാനായി നടന്നു. പലസ്തീൻ-ഇസ്രായേൽ യുദ്ധത്തിനെയാണ് ഇത് ചിത്രീകരിക്കുന്നത്. പക്ഷേ പലസ്തീനിന്റെ കാഴ്ചപ്പാടിലൂടെ അവതരിപ്പിക്കുന്നത് സാമ്പത്തികമായ അവരക്ഷിതാവസ്ഥയാണ്. മിസൈലും ബോംബും വർഷിച്ചാലും വീണ്ടും അവിടുത്തെ ജനങ്ങൾ നശിച്ചുപോയ വീടിന്റെ സ്ഥലത്ത് ടെന്റ് കെട്ടി താമസിക്കുകയാണ്. അവരുടെ സ്ഥലം ക്ലെയിം ചെയ്യുകയാണ്. 'For My Father' എന്ന സീരിസിൽ അവർ തിരിച്ചുവരുമ്പോഴേക്ക് വീടുകളും മൈതാനങ്ങളും

നശിക്കുകയും കാറുകളും ബസ്സുകളും മാറി ടാങ്കറുകൾ വരുകയും ജനങ്ങൾ തമ്മിൽ കൈകൊടുക്കുന്നതും കെട്ടിപ്പിടിക്കുന്നതും നിർത്തിയിട്ട് ഐഡന്റിറ്റി കാർഡ് ചോദിക്കുന്നതും അവരുടെ ശരീരം പരിശോധിക്കുന്നതും കാണിക്കുന്നു. അതാണ് അവരുടെ ഇടയിലുള്ള ബന്ധത്തിന്റെ തീവ്രത എന്ന് തോന്നിപോകും. പിന്നെ ഒരു മതിൽ പലസ്തീനും ഇസ്രായേലിനും ഇടയിൽ കാണിക്കുന്നുണ്ട്. യുദ്ധം ബാധിച്ചിട്ടില്ലാത്ത ഒരു രാജ്യം യുദ്ധം ബാധിച്ച ഒരു രാജ്യത്തെ നോക്കിക്കാണുന്ന ദൃശ്യമാണ് ആ കലാവതാരം കാഴ്ചവെച്ചത്. ഒരു നെടുവീർപ്പോടെ അവിടെനിന്നും ഇറങ്ങി. അടുത്ത സ്റ്റാളിനെ ലക്ഷ്യമാക്കി നീങ്ങി.

അടുത്തതായി സാന്റു മോഫോക്കോങ്ങ് എന്ന ദക്ഷിണാഫ്രിക്കൻ കലാകാരന്റെ ഫോട്ടോസീരിസ് ആണ്. അതും അപ്പാർത്തീഡ് അബോളിഷിന്റെ കാലഘട്ടത്തിലുള്ള സാഹചര്യം വെളിപ്പെടുത്തുന്ന ഫോട്ടോഗ്രാഫ്സ് ആണ് അത്. ആളുകൾ പ്രക്ഷോഭത്തിനായി മുതിരുന്ന സമയം നെൽസൺ മണ്ടേല ജയിലിൽനിന്നും പ്രധാനമന്ത്രിയായിട്ടാണ് തിരികെ വരുന്നത്. അതിനുശേഷം വെള്ളക്കാർ മാത്രം ഉപയോഗിച്ച സാധനങ്ങൾ കറുത്ത വർഗക്കാർ എടുത്ത് ഉപയോഗിക്കുന്നു. ഇതൊക്കെ പ്രതിഷേധത്തിന്റെയും അടക്കിപിടിച്ച അമർഷത്തിന്റെയും ഭാഗമായിട്ടാണ് അവർ പ്രകടിപ്പിക്കുന്നത്. പക്ഷേ ആ സ്വാതന്ത്ര്യം പ്രകടിപ്പിക്കുന്ന സാഹചര്യത്തിൽ വെള്ളക്കാർ അതു ഉൾക്കൊള്ളുന്നില്ല. നിയമം മാറി എങ്കിലും അവരുടെ ഉള്ളിലുള്ള ബോധങ്ങളൊന്നും മാറുന്നില്ല. കറുത്ത വർഗക്കാർ അനുഭവിച്ചതത്രയും ടൂറിസ്റ്റ് കേന്ദ്രമാക്കി മാറ്റി. പക്ഷേ ജയിലിൽ കിടന്ന ഒരാൾ ടൂറിസ്റ്റ് ആയി അവിടം സന്ദർശിക്കുമ്പോൾ അയാളുടെ വികാരം എന്തായിരിക്കും എന്ന ചോദ്യം ഈ ചിത്രങ്ങൾ ബാക്കി നിർത്തുന്നു. ആ സീരിസിലെ അവസാനത്തെ ഫോട്ടോയാണ് വല്ലാതെ ഹൃദയത്തിൽ തട്ടിയത്. മരണശേഷമുള്ള കുഴിമാടങ്ങളിലെ കുരിശുകൾ ചേർത്തുവെച്ച് വലിയ ഒരു കുരിശിന്റെ ആകൃതിയിൽ നിർമ്മിച്ചിരിക്കുന്നു. ആ കാലഘട്ടവും കറുത്ത വർഗക്കാരും അനുഭവിച്ച തീവ്രത മുഴുവനും ചിത്രങ്ങളുടെ രൂപത്തിൽ ഞങ്ങളോട് സംവദിക്കുകയായിരുന്നു.

അവിടെനിന്ന് സോണിയ ഖുറാനെയുടെ Burden എന്ന വീഡിയോ ഇൻസ്റ്റോലേഷൻ കാണാനായി ദാസ് കൂട്ടിക്കൊണ്ട് പോയി. സമൂഹം സൗന്ദര്യം എന്ന നിർവ്വചിച്ചുവെച്ച ഒരു സങ്കൽപ്പത്തിലേക്ക് സ്ത്രീകളെ കടത്തിവിടുകയാണ്. സമൂഹം നിഷ്കർഷിച്ചുവെച്ചിട്ടുള്ള സൗന്ദര്യ സങ്കല്പങ്ങളിൽ കിടന്ന് വീർപ്പുമുട്ടുന്ന സ്ത്രീകളെയാണ് ഇതിൽ ചിത്രീകരിച്ചിരിക്കുന്നത്. നിറം, ആകൃതി എന്നിവയുടെ പേരിൽ സൗന്ദര്യത്തെ നിർവ്വചിച്ചുവെച്ചതുകൊണ്ട് ആ അളവുകോലിലേക്ക് എന്നാൽ അവൾ ശ്രമിച്ചുകൊണ്ടെയിരിക്കും. എത്താത്തവരെ ബോഡി ഷെയിം ചെയ്യുക എന്നത് സമൂഹത്തിന്റെ വിനോദമാണ്. ഈ ഒരു പശ്ചാത്തലത്തിൽ ഒരു സ്ത്രീക്ക് Burden കൂടുതലായി എടുക്കേണ്ടി വരുന്നു എന്ന കാഴ്ചയാണ്

വീഡിയോ വ്യക്തമാക്കുന്നത്. ആ അവതരണത്തിൽ നഗ്നരായ സ്ത്രീകൾ പക്ഷിയെപോലെ പറക്കാൻ ശ്രമിക്കുകയാണ്. അതിന് ശ്രമിക്കുന്തോറും അവർ വീണുപോകുന്നു. സമൂഹത്തിൽ സ്ത്രീകൾ അനുഭവിക്കുന്ന പ്രധാന പ്രശ്നത്തിന്റെ ഒരു നേർക്കാഴ്ചയാണ് ഇതിലൂടെ വെളിപ്പെടുന്നത്.

അടുത്തതായി ഇബ്ബീറ്റ്സിന്റെ കലാവതരണമായിരുന്നു. ഡാനിഷ് കലാകാരനാണ് ഇബ്ബീറ്റ്സ്. അജ്ഞാതരായി ജീവിക്കാൻ ആഗ്രഹിക്കുന്നവർ തെരുവുകൾ പൊതുസമൂഹം ഒഴിവാക്കിയ സ്ഥലങ്ങൾ എന്നിവിടങ്ങളെയാണ് കലാവതരണമായി ശ്രദ്ധ ക്ഷണിക്കുന്നത്. വീട് എന്ന കൺസെപ്ടിനെ പൊളിച്ചെഴുതുകയാണ് ഈ ഇൻസ്റ്റലേഷനിലൂടെ. മാത്രമല്ല അതിനെ അപനിർമ്മിക്കാനും ശ്രമിക്കുന്നു. വളരെ ചലനാത്മകമായി ജീവിതം ജീവിച്ചുതീർക്കുന്ന ഒരു നാടോടിയെ സംബന്ധിച്ചിടത്തോളം ഒരു ഷോപ്പിങ്ങ്മാൾ ആയിരിക്കും അയാളുടെ വീട്. അയാൾ ദിവസേനെ പുതിയ കാഴ്ചകൾ കാണുന്നു. ഇബ്ബീറ്റ്സ് നാലു വർഷത്തോളം റെയിൽവേസ്റ്റേഷന്റെ അടിത്തറയിലാണ് ജീവിച്ചിരുന്നത്. ആ ജീവിതവും വീഡിയോ ആയി ഇതിൽ കാണിക്കുന്നുണ്ട്. ട്രെയിനിന്റെ ഏറ്റവും അവസാനത്തെ ബോഗി ഒരു മുറിയായി കൊളുത്തിയിട്ടിരിക്കുകയാണ്. ആ ട്രെയിൻ അവരെക്കൊണ്ട് രാജ്യം മൊത്തം സഞ്ചരിക്കുകയാണ്. ഡൈനാമിക് ആയ ഇത്തരം ജീവിതങ്ങൾ നിത്യേനെ നമ്മുടെ മുന്നിൽ മിന്നിമായുന്നുണ്ട്. പക്ഷേ അതിനു പിന്നിലുള്ള യാഥാർത്ഥ്യം ബൗദ്ധികപരമായി ചിന്തിക്കാൻ ഇത്തരം കലാവതരണങ്ങളിലൂടെ മാത്രമേ സാധിക്കുകയുള്ളൂ എന്ന ചിന്തയാണ് അവിടെ നിന്നിറങ്ങുമ്പോൾ മനസ്സിൽ നിറഞ്ഞത്.

അതിനുശേഷം ബീഹാറിൽ നിന്നുള്ള കലാകാരൻ ശാംബവി സിങ്ങിന്റെ കലാവതരണമാണ്. പരമ്പരാഗത കാർഷികസംസ്കാരം അന്യമായതിന്റെ ദൃശ്യവും കർഷകരുടെ വേദനയുമാണ് ഇതിലെ പ്രധാന ഇതിവൃത്തം. അവിടെ ഇരുളിൽ തീർത്ത ചിലയിടങ്ങളിൽ നിറം മങ്ങിയ തുരുമ്പെടുത്ത കൂറ്റൻ കാർഷികയന്ത്രങ്ങളെ കണ്ടു. അതെല്ലാം മനുഷ്യൻ കൈകൊണ്ട് നേരിട്ട് പ്രവർത്തിപ്പിക്കുന്നതാണ്. വലിയ ഒരു ജലചക്രത്തിന്റെ വശങ്ങളിലുള്ള കോണുകളിൽ ഉപയോഗിക്കാത്തത് കാരണം മണ്ണ് നിറഞ്ഞ് അതിൽ പറ്റിപ്പിടിച്ചിരിക്കുന്ന നെൽവിത്തുകൾ മുളച്ച നിലയിൽ അവിടവിടങ്ങളിൽ കാണപ്പെട്ടു. വിത്ത് നനയുമ്പോൾ കുറച്ച് വിത്തുകൾ വരമ്പിലോ ഉപകരണങ്ങളിലോ പറ്റിപ്പിടിക്കുന്നു. ഈ യന്ത്രങ്ങൾ പ്രവർത്തിക്കാതിരിക്കുമ്പോഴാണ് വിത്തുകൾ മുളയ്ക്കുന്നത് എന്ന ആശയം ആ കലാവതരണത്തിന്റെ വൈകാരിതയ്ക്ക് ആക്കം കൂട്ടുന്നു. ആ സ്റ്റാളിന്റെ മൂലയിൽ പ്രത്യേക രീതിയിൽ കൂട്ടിയിട്ട അരിവാളുകൾ കാണുന്നുണ്ടായിരുന്നു. ബീഹാറിലെ കൃഷിക്കനുസരിച്ചാണ് അവിടുത്തെ അരിവാൾ രൂപകല്പന ചെയ്തിരിക്കുന്നത്. അതിന്റെ രണ്ട് വശങ്ങളിലും വലിയ വിശറികളും കാണപ്പെട്ടു. യഥാർത്ഥത്തിൽ

പരമ്പരാഗത കാർഷികസംസ്കാരം നിന്നുപോകുമ്പോൾ അവരുടെ പണി എളുപ്പമാക്കാനുള്ള എല്ലാ പ്രവർത്തനങ്ങളും നിന്നുപോകും. അതു കൊണ്ടുതന്നെ അതെല്ലാം ലോകമറിയാതെ പോകും എന്നുള്ള കാര്യം നമ്മൾ മനഃപൂർവ്വം വിസ്മരിക്കേണ്ടി വരുകയാണ്. പരമ്പരാഗത കാർഷിക സംസ്കാരത്തോട് മുഖം തിരിച്ച് നില്ക്കുന്ന കാലത്തെയുമാണ് ഈ കലാ വതരണത്തിലൂടെ പ്രതിനിധാനം ചെയ്യുന്നത്. വീണ്ടും ചിത്രങ്ങൾ നിരത്തി വെച്ച സ്റ്റാളിലേക്കാണ് കയറിയത്. മാധവി പരേഖ് എന്ന ഇന്ത്യൻ കലാ കാരി ഓരോ കാലങ്ങളിൽ വരച്ചുവെച്ച ചിത്രങ്ങൾ ഭിത്തിയിൻമേൽ നിരത്തിവെച്ചിരിക്കുന്നു. മാധവി പരേഖ് കലാകാരിയായി സ്വയം പഠിച്ചു വന്നതാണ്. ഒന്നും ആസൂത്രണം ചെയ്യാതെയുള്ള വരയാണ് മാധവി പരേഖിന്റെ കൃതിയുടെ പ്രത്യേകത. വർഷങ്ങൾ കഴിഞ്ഞിട്ടും ഓരോ പാറ്റേണിൽ ആണ് അവർ ചിത്രങ്ങൾ വരയ്ക്കുന്നത്. ഇത് കാണിക്കാ നായി വർഷങ്ങൾക്കു മുന്നേ അവർ വരച്ചതും അതിനുശേഷം അവർ വരച്ചതുമായ ചിത്രങ്ങൾ കൂട്ടിച്ചേർത്തുവെച്ചത് ദാസ് കാണിച്ചു തന്നു. ഒരു ചിത്രത്തിന്റെ തുടർച്ചയായിട്ടേ അതിനെ കാണാൻ കഴിയുകയുള്ളൂ. കാലം വരയിൽ ഒരു തരത്തിലുള്ള മാറ്റങ്ങൾ ഉണ്ടാക്കിയില്ല എന്ന് മാത്ര മല്ല പഴയ സൗന്ദര്യത്തെ അതുപോലെ നിലനിർത്തി അതിന്റെ തുടർച്ച സൃഷ്ടിക്കുകയാണ് മാധവി പരേഖ് ചെയ്തത്. അതിന്റെയടുത്തുതന്നെ പേപ്പർ മാർഷലിൽ തീർത്ത ചെറിയ ചെറിയ ശിൽപ്പങ്ങൾ വച്ചിട്ടുണ്ട്. ഇതിൽ ദുർഗയെയും മഹിഷാസുരനെയും കാണാം. മൊത്തത്തിൽ നോക്കിയാൽ ചെറിയ കുട്ടികൾ വരയ്ക്കുന്നതുപോലെയാണെങ്കിലും അതിന്റെ വരകളുടെ മാനങ്ങൾ സങ്കീർണ്ണതകളെ സൃഷ്ടിക്കാൻ കഴി യുന്നുണ്ട്.

ഇതിനിടയിൽ വടി കുത്തിപ്പിടിച്ച് കുറെ ആളുകൾ നടന്നുപോകുന്ന തുപോലെ തോന്നി. ആ ശബ്ദം കേട്ട ദിക്കിലേക്ക് ഞങ്ങൾ അതിവേഗം നടന്നു. അവിടെ നമ്മുടെ രാഷ്ട്രപിതാവ് ഗാന്ധിജി നടക്കുകയാണ്. അദ്ദേഹ ത്തിന്റെ പിറകെ പതിനായിരക്കണക്കിന് ആളുകൾ വടിയും കുത്തിപ്പിടിച്ച് നടക്കുന്ന ശബ്ദമാണ്. എന്നാൽ പിന്നാലെ പോകുന്നവർ അവരുടെ കായികബലമല്ല കാണിക്കുന്നത് ഞങ്ങൾ ഒരേ ആശയത്തിൽ വിശ്വസി ക്കുന്നു അതുകൊണ്ട് ആ ആശയത്തെ പിന്തുടരുകയാണ് ചെയ്യുന്നത് എന്നാണ് കാണിക്കുന്നത്. വേറൊരു അർത്ഥത്തിൽ നോക്കിയാൽ ഒരുകൂട്ടം ആളുകൾ പറയുന്നതാണ് ശരി. അവരാണ് നീതിയും ന്യായവും തീരുമാനിക്കുന്നത്. ആ സന്ദർഭത്തിൽ ലാത്തിയും ഊന്നുവടിയും ഒന്നാണ് എന്നും തോന്നും. പക്ഷേ അത് ഏത് സന്ദർഭത്തിൽ ഉപയോഗിക്കുന്നു എന്നതിനനുസരിച്ചായിരിക്കും അതിന്റെ പ്രസക്തി. ആ ഒരു ഷിഫ്റ്റിനെ കാണിക്കാനായി കുറെ വടികൾ ഭിത്തിക്ക് സമീപം വെച്ച് കെട്ടിയിട്ടുണ്ട്. അത് കറന്റിൽ പ്രവർത്തിക്കുന്നത് കൊണ്ട് തന്നെ ഇടയ്ക്കിടക്ക് തറയിൻ മേൽ കുത്തുന്നുമുണ്ട്. ഈ കലാവതരണത്തിന്റെ മധ്യഭാഗത്തായി ഒരു മയിലുണ്ട്. അത് പിച്ചിച്ചീന്തിയ അവസ്ഥയിലാണ്. അത് നമ്മുടെ

രാജ്യത്തെ പ്രതീകാത്മകമായി കാണിക്കുന്ന ജീവിയാണ്. ഇവിടെ വെള്ള ആൻബിനോ മയിലാണ്. വെള്ളരിപ്രാവുകളെ പറത്തിവിടുന്നത് സമാധാനത്തിന്റെ പ്രതീകമാണെന്ന് നമ്മൾക്കറിയാം. വശങ്ങളിലായി കറുപ്പ്, പച്ച എന്നീ നിറങ്ങൾ വ്യത്യസ്ത മതങ്ങളെ കാണിക്കുന്നു. പിന്നെ അതിന് സമീപമായി ഒരു ചൂലുമുണ്ട്. ചൂല് സ്വച്ച്ഭാരത് എന്ന സങ്കൽപ്പത്തെ പ്രതിനിധീകരിക്കുന്നു. രാജ്യത്തെ തുടച്ചുവൃത്തിയാക്കുന്ന കടമയാണ് ചൂലിന്. അതിനടുത്തായി മഞ്ഞളും ചുണ്ണാമ്പും ചേർത്ത് ശുദ്ധീകരിക്കുന്നു. ഹിന്ദുമതത്തിൽ ഗുരുതി എന്ന് അതിനെ വിശേഷിപ്പിക്കും. പക്ഷേ ഇവിടെ കുങ്കുമനിറം ഉണ്ടാകുന്നു. അതായത് കാവിവത്ക്കരണം. ഇതിനിടയിൽ മയിൽ കരയുന്നത് കാണാം. പിന്നെ 'മൻ കി ബാത്' എന്ന ശബ്ദവും പ്രതിധ്വനിയായി വന്ന് കൊണ്ടേയിരിക്കുന്നു. ഈ കലാവതരണം ഇന്നത്തെ ഇന്ത്യ നേരിടുന്ന രാഷ്ട്രീയ കാഴ്ചയാണ് വ്യക്തമാക്കുന്നത്. സംഘപരിവാർ രാഷ്ട്രീയത്തിന്റെ നിഗൂഢതകൾ മറനീക്കി കൊണ്ടുവരുന്ന കലാവതരണമാണ് ബി.വി. സുരേഷ് എന്ന ഇന്ത്യൻ കലാകാരന്റേത്. ഏറെ കാലികപ്രസക്തവും.

ഈ കാഴ്ചകൾക്കിടയിൽ ഉച്ചഭക്ഷണത്തിന്റെ കാര്യമേ മറന്ന് പോയിരുന്നു. അവസാനമായി കണ്ട സ്റ്റാളിൽനിന്നും പുറത്തേക്കിറങ്ങിയത് മാവുകൾ നിറഞ്ഞുനിൽക്കുന്ന മൈതാനത്തേക്കാണ്. ആ മൈതാനത്തിന്റെ നടുവിലുള്ള കുടിൽ കാണിച്ചുകൊണ്ട് ദാസ് പറഞ്ഞു. അത് സഹോദരൻ അയ്യപ്പന്റെ ഒരു സങ്കൽപ്പമാണ്. വിശന്ന് വരുന്ന ഏതൊരാൾക്കും സ്വയം ഭക്ഷണം ഉണ്ടാക്കാനും കഴിക്കാനുമുള്ള സൗകര്യം അവിടെ ഉണ്ട് എന്ന്. ഞങ്ങൾ എല്ലാവരും അവിടേക്ക് നടന്നു. ഞങ്ങൾക്ക് മുന്നേ അവിടം സന്ദർശിച്ചവർ ഉണ്ടാക്കിവെച്ച ഭക്ഷണം കഴിയുകയും മറ്റുള്ളവർക്കായി ഞങ്ങൾക്ക് കഴിയുന്നതുപോലെ ഭക്ഷണം ഉണ്ടാക്കിവെക്കുകയും ചെയ്തു. തികച്ചും വ്യത്യസ്തമായൊരു അനുഭവം തന്നെയായിരുന്നു അത്.

പിന്നീട് ദക്ഷിണേന്ത്യൻ കലാകാരനായ സൂ വില്യംസിന്റെ അടിമക്കച്ചവടത്തിനെ ആധാരമാക്കിയുള്ളള കലാവതരണമായിരുന്നു. ഒരു നീണ്ട അഴയിൽ ഓഫ് വൈറ്റ് നിറത്തിൽ നിറയെ ടീ ഷർട്ടുകൾ തൂക്കിയിട്ടിരിക്കുന്നു. കടലിനോട് ഓരം ചേർന്ന് നിൽക്കുന്നതിനാൽ കടലിൽ നിന്നും വരുന്ന കാറ്റിൽ ഈ ഷർട്ടുകൾ ആടിയുലയുന്നുണ്ടായിരുന്നു. 119 അടിമകളുടെ വസ്ത്രങ്ങളായിരുന്നു അത്. ഓരോന്നിലും വിറ്റ ആളുകളുടെ പേര് വാങ്ങിയ ആളുകളുടെ പേര്, കൊണ്ടുപോയ ആളുടെ പേര് തുടങ്ങി അടിമയെ സംബന്ധിച്ചിട്ടുള്ള എല്ലാ വിവരങ്ങളും രേഖപ്പെടുത്തിയിട്ടുണ്ട്. ഈ ഷർട്ടുകൾ കലാകാരൻ, ദക്ഷിണാഫ്രിക്കയിലെ കേപ്പ് ടൗണിലെ ചളിയിൽ മുക്കികൊണ്ട് വന്നിരിക്കുകയാണ്. ഡച്ചുകാരാണ് ഈ അടിമക്കച്ചവടം ചെയ്തത്. ഇന്ത്യയിൽനിന്നും ദക്ഷിണാഫ്രിക്കയിലെ കേപ്പ്ടൗണിൽ കൊണ്ടുപോയി അവിടുത്തെ അടിമച്ചന്തയിൽ റേസ്

വെച്ചിട്ടാണ് ആളുകളെ വിറ്റിരുന്നത്. ആ കാലത്തിന്റെ പ്രായശ്ചിത്തമെ ന്നോണം ചളിയിൽ മുക്കികൊണ്ട് വന്ന ഉടുപ്പുകൾ ഇവിടുത്തെ ഡച്ച് ലോണ്ടറിയിൽ വെച്ച് അലക്കി വെളുപ്പിച്ച് കൊണ്ടിരിക്കുകയാണ്. അവർ ചെയ്ത പ്രവർത്തിയെ അവർക്ക് തന്നെ ബോധ്യപ്പെടുത്തി പ്രായശ്ചിത്തം ചെയ്യുകയാണ് ഇതിന്റെ ലക്ഷ്യം. ഈ കലാവതരണം മനസ്സിൽ ആഴ്ന്നി റങ്ങിയിരുന്നു. അയലിൽ തൂക്കിയിട്ടിരിക്കുന്ന ഉടുപ്പുകളിൽനിന്ന് ഒരു തേങ്ങൽ അനുഭവപ്പെടുന്നത് പോലെ കാറ്റിൽ ഇളകിക്കൊണ്ടേയിരുന്നു.

അവിടെ നിന്നും സോങ്ങ് ഡോങ്ങ് എന്ന ചൈനീസ് കലാകാരന്റെ "Touching My Father" എന്ന വീഡിയോ ഇൻസ്റ്റാലേഷൻ കാണാനായി പുറപ്പെട്ടു. അച്ഛനും മകനും തമ്മിലുള്ള ഹൃദയബന്ധം എടുത്തുകാണി ക്കുന്ന മനോഹരമായ കലാവതരണമായിരുന്നു അത്. അവർ തമ്മിൽ തൊടുമ്പോൾ വാത്സല്യവും ബൗദ്ധികപരമായ കൊടുക്കൽ വാങ്ങലു കളൊക്കെ നടന്നിരുന്നു എന്ന് അച്ഛന്റെ ഓർമ്മകൾ പറയുന്നുണ്ട്. പിന്നീട് അച്ഛൻ മരിച്ചതിന്റെ ശേഷം അച്ഛന്റെ ഓർമ്മകൾ അടങ്ങുന്ന ഒരു വീഡിയോ ക്ലിപ്പ് മകൻ കാണുന്നു. അതിനകത്ത് പമ്പരം കറക്കാൻ തന്നെ പഠിപ്പിക്കുന്ന അച്ഛന്റെ ദൃശ്യമാണ് കണ്ടത്. വീഡിയോ പ്രൊജക്ട് ചെയ്യുന്നത് വെള്ളത്തിന് മുകളിലാണ്. അതുകൊണ്ടുതന്നെ വെള്ളം നിശ്ചലമായ അവസ്ഥയിൽ മാത്രമാണ് വീഡിയോ ദൃശ്യങ്ങൾ കാണാൻ കഴിയുന്നത്. വെള്ളത്തിൽ ഓളങ്ങൾ ഉണ്ടാകുമ്പോൾ ആ ദൃശ്യങ്ങൾ കലങ്ങിപ്പോവും. വെള്ളത്തിലുള്ള അച്ഛന്റെ പ്രതിബിംബം തൊടുമ്പോൾ ആ ദൃശ്യം കലങ്ങിപ്പോവുകയാണ്. യഥാർത്ഥത്തിൽ ഓർമ്മയിൽ നിന്നും ശേഖരിക്കാൻ കഴിയുന്നത് വളരെ വിരളമാണ്. ആ വീഡിയോയിലെ ഒരു ദൃശ്യം മനസ്സിനെ തൊട്ടു. മകൻ അച്ഛന്റെ കൈ തൊടുന്ന ഒരു രംഗം അച്ഛൻ ആണെങ്കിലോ മകന്റെ ആ സ്പർശനത്തിന് വേണ്ടി ഷർട്ട് ഊരി യിട്ട് കൈനീട്ടുന്ന ആ ദൃശ്യം. 'Touching My Father' മനസ്സിൽ ഒരു നനുത്ത സ്പർശം ഏൽപ്പിച്ച് കടന്നുപോയി.

ഇരുട്ട് നിറഞ്ഞ ഒരു മുറിയിൽ നിന്നും വീണ്ടും തുറസ്സായ ഒരു സ്റ്റാളി ലേക്ക് കയറി. അവിടെ വലിയ ഒരു കൂറ്റൻ ടയർ വലിയ ഒരു കയറിൽ കെട്ടിത്തൂക്കിയിട്ടിരിക്കുന്നു. ഇതിൽ എന്ത് രാഷ്ട്രീയമാണുള്ളത് എന്ന ചിന്തയെ ഭേദിച്ചുകൊണ്ട് ദാസ് പറഞ്ഞു. ഒരു റബർ ഇൻഡസ്ട്രിയുടെ ആത്മഹത്യാപരമായ നിലനിൽപ്പിനെക്കുറിച്ചാണ് ഈ ഇൻസ്റ്റാലേഷൻ സംസാരിക്കുന്നത് എന്ന്. ഇത്തരത്തിലുള്ള കൂറ്റൻ ടയറുകൾ ഉപയോഗി ക്കുന്ന മൈനുകളിലാണ് പ്രകൃതിയിൽനിന്നും കിട്ടുന്ന ഒരുൽപ്പന്നമായ റബർ പ്രകൃതിയെ തന്നെ നശിപ്പിക്കുന്ന പ്രവർത്തിയുടെ ഭാഗമാകുന്നു വെന്ന വളരെ അർത്ഥവത്തായ ചിന്തയാണ് കെട്ടിതൂക്കിയിട്ട റബർ പ്രസരി പ്പിക്കുന്ന ആശയം.

അത്തരം സ്ത്രീകൾക്ക് എന്തു സംഭവിച്ചു?

അവിടെ നിന്നും വീണ്ടും കുറെ സാധനങ്ങൾ അലസമായിട്ടിരിക്കുന്ന വാരിവിതറിയിട്ട അലങ്കോലപ്പെട്ട മുറിയിലേക്കാണ് കടന്നത്. ധാക്കയിൽ നിന്നുള്ള ബംഗ്ലാദേശ് കലാകാരി മാസിയ ഫർഹാനയുടെ കലാവതരണ ത്തിലേക്കാണ് ഞങ്ങളുടെ ശ്രദ്ധ തിരിഞ്ഞത്. ധാക്കയിൽ എല്ലാ വർഷവും പ്രളയം വരുമെങ്കിലും കേരളം ഈ അടുത്ത കാലത്ത് അനുഭവിച്ച ദുരിത പെയ്ത്താണ് ആ കലാവതരണം അതിശക്തമായി സംവദിച്ചത്. കേരള ത്തിലെ പ്രളയത്തിന്റെ അവശിഷ്ടങ്ങളെ ഉപയോഗിച്ചിട്ടാണ് മാസിയ ഫർഹാന ഈ കലാവതരണം ചെയ്തത്. ഇപ്പോഴും ഒരു പ്രളയഭൂമിയി ലാണ് നമ്മൾ എന്നു തോന്നും. അവിടവിടങ്ങളിൽ വെച്ചിട്ടുള്ള കണ്ണാടി യിൽ നമ്മളുടെ പ്രതിബിംബങ്ങൾ കാണുമ്പോൾ. ഫാനുകൾ കീഴ്മേൽ നിൽക്കുന്നു, പൊട്ടിപ്പൊളിഞ്ഞ മേൽക്കൂരകൾ, പകുതി വീഴാൻ നിൽ ക്കുന്ന തൂണുകൾ, ഭിത്തികൾ എന്നിവ കാണപ്പെട്ടു. ഭയപ്പാടോടെയാണ് ആ ദൃശ്യങ്ങൾ വീക്ഷിച്ചത്. പിച്ചിച്ചീന്തപ്പെട്ട പുസ്തകങ്ങൾ വെള്ളത്തിൽ അലിഞ്ഞിട്ടും അഴുക്ക് പോലും പോകാതെ അത് നിൽക്കുന്ന ബുക്ക് ഷെൽഫിനെ അള്ളിപ്പിടിച്ച് നിൽക്കുന്നതുപോലെ, മേശയും കട്ടിലും പാത്രങ്ങളും കീഴ്മേൽ മറിഞ്ഞു കിടക്കുന്നു. ഒരു നടുക്കത്തോടെ പ്രളയ കാലഘട്ടം എങ്ങനെയാണ് നമ്മൾ അതിജീവിച്ചത് എന്ന ചോദ്യം അവ ശേഷിപ്പിക്കുന്നതായിരുന്നു ധാക്കയിലെ കലാകാരിയുടെ കലാവതരണം മുന്നോട്ട് വെച്ച രാഷ്ട്രീയം. ഒരു കാലഘട്ടത്തെ അനുസ്മരിപ്പിക്കുന്ന വിധം പ്രളയത്തെ അതിജീവനത്തെ വൈകാരികമായി തന്നെ ഓർമ്മ പ്പെടുത്തിയ മാസിയാ ഫർഹാനയ്ക്ക് നന്ദി പറഞ്ഞുകൊണ്ട് അവിടെ നിന്നും ഇറങ്ങി.

അടുത്തതായി ദക്ഷിണാഫ്രിക്കൻ കലാകാരൻ വില്യം കെൻറ്റി ഡ്ജിന്റെ ചാർക്കോൾ സ്കെച്ചുകളാണ് കണ്ടത്. ഒൻപത് സ്റ്റോപ് മോഷൻ ആനിമേഷൻ ചിത്രങ്ങളാണ് ആ വീഡിയോ ഇൻസ്റ്റാലേഷനിൽ അവത രിപ്പിക്കുന്നത്. “മോർ സ്വീറ്റ്ലി പ്ളേ ദി ഡാൻസ്” എന്ന ചലച്ചിത്രത്തിൽ ചെടികളും വസ്തുക്കളും കയ്യിൽപിടിച്ച് നടന്നുനീങ്ങുന്ന നിഴൽരൂപങ്ങൾ. അന്നത്തെ കാലത്ത് ആഫ്രിക്കയിലെ എബോള ആക്രമണത്തെ അനു സ്മരിപ്പിക്കുന്ന സന്ദർഭങ്ങളും സംഭവങ്ങളും ഈ കലാവതരണത്തിലൂടെ പ്രദർശിപ്പിക്കുന്നുണ്ട്. ഒരു പ്രത്യേകതരത്തിലുള്ള ഈണത്തിലുള്ള സംഗീതവും അവരുടെ ചലനങ്ങളെ അനുഗമിച്ചിരുന്നു.

പിന്നീട് ഞങ്ങൾ ദൈവങ്ങളുടെ ഉച്ചകോടി നടക്കുന്ന സ്ഥലത്തെത്തി. അവിടെ എല്ലാ ദൈവങ്ങളും ഒരു മീറ്റിങ്ങിൽ പങ്കെടുത്തുകൊണ്ടിരിക്കുക യാണ്. ആ മീറ്റിങ്ങിന്റെ അന്ത്യത്തിൽ, അവർ ഒരു തീരുമാനത്തിൽ എത്തു കയാണ്. മനുഷ്യനാണ് ഈ ലോകത്തിനെ നശിപ്പിച്ചത് എന്ന്. ഉച്ചകോടി നടക്കുന്ന സമയത്താണ് ഞങ്ങൾ അവിടെ എത്തിയത്. ഒരു ചുവന്ന തുണികൊണ്ട് ടെന്റ് കെട്ടിയിരിക്കുന്നു. അതിനുള്ളിൽ ദൈവങ്ങൾ മീറ്റി ങ്ങിൽ പങ്കെടുക്കുകയാണ്. അതിന്റെ ചുറ്റുഭാഗമുള്ള മണ്ണ് വീണ് കിട ക്കുന്ന സ്ഥലം ഭൂമിയായിട്ടും കണക്കാക്കുന്നു. അതിന് നടുവിൽ ചുവപ്പ്

പരവതാനി വിരിച്ചിട്ടുണ്ട്. അതിൽ മനുഷ്യർക്ക് ചവിട്ടാൻ പാടില്ല. അതിലൂടെ നടക്കാൻ ദൈവത്തിന് മാത്രമാണ് അവകാശം. ആ ചുവന്ന പരവതാനി അവസാനിക്കുന്നത് കടലിലാണ്. പരവതാനിക്കിരുവശവുമുള്ള മണ്ണിൽ മൃഗങ്ങളുടെയും മനുഷ്യരുടെയും അസ്ഥികൂടങ്ങളും തലയോട്ടിയും കാണാൻ കഴിയും. മനുഷ്യന്റെ തിന്മകളാണ് ഈ ലോകത്തെ നശിപ്പിക്കുന്നത് എന്നതാണ് ദൈവത്തിനുപോലും കണ്ടെത്താൻ കഴിഞ്ഞത്. ദൈവവും സംസാരിച്ചുകൊണ്ടിരിക്കുന്നത് അതിനെപ്പറ്റിയാണ് തേംമ്സുയൻഗർ ലോംഗുമെർ ഈ കലാവതരണവും പറഞ്ഞുകൊണ്ടിരിക്കുന്നത്.

ജപ്പാൻ കലാകാരനായ യുൻ ഗുയെ ഹാറ്റ്സുസുഷിബയുടെ കലാവതരണം ഹൃദയത്തിനെ എന്നപോലെ മനസ്സിനെയും തൊട്ടു. ജലം മനുഷ്യനെ എങ്ങനെയെല്ലാം സ്വാധീനിക്കുന്നു എന്നും കലയിൽ കൂടെ വ്യക്തമാക്കുകയാണ് അദ്ദേഹം. മൂന്ന് ഭാഗവും വെള്ളത്താൽ ചുറ്റപ്പെട്ട രാജ്യത്തിലെ ജലാശയങ്ങളിൽനിന്നുള്ള കാഴ്ചകളെയാണ് അദ്ദേഹം കൂടുതൽ ദൃശ്യവത്ക്കരിക്കുന്നത് എന്ന് അവിടെ എഴുതിവെച്ചതിൽ നിന്നും മനസ്സിലാക്കി. വിയറ്റ്നാം യുദ്ധത്തിൽ കൂട്ടമായി ആളുകളെ പട്ടാളത്തിൽ ചേർത്തു. യുദ്ധം കഴിഞ്ഞപ്പോൾ അവരെയൊക്കെ പിരിച്ചുവിട്ടു. കുറെ പേർക്ക് തൊഴിൽ നഷ്ടപ്പെടുന്നു. അതിനുശേഷം അവർ മനുഷ്യറിക്ഷകളായി ഉപജീവനം കഴിക്കുന്ന ഒരു കാഴ്ചയാണ്. പക്ഷേ മനുഷ്യറിക്ഷകൾ തെരുവിന്റെ ഭംഗി ഇല്ലാതാക്കുന്നു എന്ന് അധികാരികൾ കണ്ടെത്തിയതിനുശേഷം തെരുവുറിക്ഷകൾ നിരോധിക്കുന്നു. അതിന് എതിരെ ചെയ്ത കലാവതരണം ശക്തമായ രാഷ്ട്രീയം പ്രതിഫലിപ്പിച്ചിരുന്നു. കടലിനടിയിലൂടെ മനുഷ്യൻ ആളുകളെ ഇരുത്തി റിക്ഷ വലിച്ചുകൊണ്ട് പോകുന്നു. കടലിന്റെ അടിത്തട്ടിൽ നിന്ന് അവർക്ക് ശ്വാസം മുട്ടുമ്പോൾ സമുദ്രോപരിതലത്തിൽ നിന്ന് ശ്വാസം വലിച്ചെടുത്തുകൊണ്ട് പോവുന്നു. കരയിൽനിന്നാണ് ശ്വാസം വലിച്ചെടുത്തുകൊണ്ടുപോവുന്നെങ്കിൽ പോലും അതിജീവനത്തിന്റെ അസഹനീയത കാണിക്കാനായി കടലിന്റെ അടിത്തട്ടിലാണ് അവരുടെ ജീവിതം കാഴ്ച വെക്കുന്നത്. ഈ കലാവതരണം ശരീരത്തെ സ്പർശിച്ചു എന്ന് പറയാൻ കാരണം അതിന്റെ പ്രദർശനം രൂപകൽപ്പന ചെയ്ത രീതിയാണ്. ഇരുട്ട് നിറഞ്ഞ വലിയ ഒരു തീയേറ്ററിൽ ആണ് ഈ വീഡിയോ പ്രദർശനം അവതരിപ്പിക്കുന്നത്. മുട്ടോളം വെള്ളത്തിൽ നടന്ന് അവിടങ്ങളിൽ നിരത്തിവച്ചിരിക്കുന്ന മരങ്ങൾകൊണ്ടുള്ള ബഞ്ചിൽ ഇരുന്ന് കാൽ വെള്ളത്തിൽ തൂക്കിയിട്ട് കൊണ്ടാണ് ആ പ്രദർശനം കണ്ടത്. ശരിക്കും നമ്മളും ആ മനുഷ്യരെപ്പോലെ കടലിന്റെ അടിത്തട്ടിലാണ് എന്നൊരു തോന്നൽ ഒരു നിമിഷമെങ്കിലും ഉണ്ടായി എന്നുള്ളതാണ് അതിലെ ഏറ്റവും വലിയ സത്യം. അവരുടെ ദുസ്സഹമായ ജീവിതത്തെ ഒരു നിമിഷമെങ്കിലും അനുഭവിച്ച പോലെ.

അത്തരം സ്ത്രീകൾക്ക് എന്തു സംഭവിച്ചു?

സൂ വില്യംസൺ എന്ന കനേഡിയൻ കലാകാരന്റെ അവതരണം വളരെ വ്യത്യസ്തവും വൈകാരികതയും നിറഞ്ഞതായിരുന്നു.

ചരിത്രത്തിലെ കാണാനും കേൾക്കാനും ഇഷ്ടപ്പെടാത്ത ഇരുട്ട് നിറഞ്ഞ ഒരധ്യായത്തെ പകർത്തിവെച്ച ഒരു കലാവതരണമായിരുന്നു സൂ വില്യംസണിന്റേത്. 1994ലെ അപ്പാർത്തീഡ് ഭരണത്തിന്റെ കാലഘട്ട മാണ് ഇതിൽ പരാമർശിക്കുന്നത്. ആ കാലഘട്ടത്തിൽ വ്യാപകമായു ണ്ടായ അടിമക്കച്ചവടത്തിന്റെ നേർച്ചിത്രം വരച്ചിടുകയായിരുന്നു.

“മെസ്സേജ് ഫ്രം ദി അറ്റ്ലാന്റിക് പാസേജസ്” എന്ന കലാവതരണ ത്തിൽ നീല നിറമുള്ള വലയിൽ നിറച്ചും കുപ്പികൾ പുറത്തേക്കും അകത്തേക്കുമായി തൂങ്ങിക്കിടക്കുന്നു. ആ കുപ്പിയിൽ ദക്ഷിണാഫ്രിക്ക യിൽ നിന്നും കൊണ്ടുവന്ന ചളിയാണ് നിറച്ചിരിക്കുന്നത്. ഇതിന്റെ പിന്നി ലുള്ള കഥ പത്ത് ലക്ഷം ആളുകളെ അമേരിക്കയിലേക്ക് കടത്തി ക്കൊണ്ടുപോയ അടിമക്കപ്പലിൽ രണ്ട് ലക്ഷം ആളുകളും വഴിയിൽ മരിച്ചുപോയവരാണ്. മരിച്ചുപോയ അടിമകളെയും മരിക്കാറായ അടിമ കളെയും അവരെക്കുറിച്ചുള്ള വിശദീകരണങ്ങളും കുപ്പിയിൽ എഴുതി, ആ കുപ്പി അടിമകളുടെ കഴുത്തിൽകെട്ടി കടലിലേക്ക് പെറുക്കിയെറി യുന്നു. രക്ഷപ്പെടുന്നവർ രക്ഷപ്പെടട്ടെ എന്ന് കരുതിയാവണം അത്. പിന്നീട് കപ്പൽ എവിടെയാണോ ചെന്നെത്തുന്നത് അവിടെ നിന്നും കപ്പൽ കമ്പനി ഇൻഷൂറൻസ് ക്ലെയിം ചെയ്യുന്നു. മരിച്ചുപോയവരുടെ എണ്ണം കൂടുതൽ കൊടുത്താൽ ഇൻഷൂറൻസ് തുക കൂടും എന്നുള്ളതുകൊണ്ട് ആ മരണത്തെ മൃഗീയമായി അവർ പ്രോത്സാഹിപ്പിച്ചിരുന്നു എന്ന് വേണം കരുതാൻ.

യങ്ങ് ഹേചാങ്ങ് ഹെവി ഇൻഡസ്ട്രീസിന്റെ കലാവതരണമായിരുന്നു പിന്നീട് കണ്ടത്. സൗത്ത് കൊറിയയ്ക്ക് ഇൻഡസ്ട്രീയോട് പ്രേമമാണ്. ഈ കലാവതരണത്തിന് ഹെവി ഇൻഡസ്ട്രി എന്ന് പേരിടാൻ കാരണം എന്തെന്ന് വച്ചാൽ അവരുടെ രാജ്യത്തിന്റെ മൂന്നിലൊന്ന് കൈകാര്യം ചെയ്യുന്നത് samsung ആണ്. ഇങ്ങനെ ഒരു കോർപ്പറേറ്റിന് വേണ്ടിയാണ് ഒരു രാജ്യത്തിന്റെ സാമ്പത്തിക വ്യവസ്ഥയെ മാറ്റങ്ങൾക്ക് വിധേയമാ ക്കുന്നത്. കോർപ്പറേറ്റുകൾ തീരുമാനിക്കും പൈസയുടെ മൂല്യമെന്താണ് എന്ന്. ഇതിനെ പരിഹസിക്കുന്നതാണ് ഈ കലാവതരണം. “Samsung means to come” എന്ന കലാവതരണത്തിൽ സദാസമയം അടുക്കളയിൽ ജോലിയിൽ ഏർപ്പെടുന്ന ഒരു സ്ത്രീക്ക് സാംസങ്ങിനോട് ഒരു തരം ഫെറ്റി ഷിസം ഉണ്ടാവുന്നു. അവർക്ക് സാംസങ്ങിനോട് ലൈംഗികത്വര വരെ ഉണ്ടാവുന്നു. ആ സ്ത്രീ ഭർത്താവിനെക്കാളും കാണുന്നതും തൊടുന്നതും സംസാരിക്കുന്നതും സാംസങ്ങനെയാണ്. എവിടെ നോക്കിയാലും സാംസങ്ങ് ആണ്. സാധാരണ മനുഷ്യന്റെ ജീവിതത്തിൽ ഒരു ബ്രാൻഡ് എങ്ങനെ കടന്നുകയറുന്നു അത് എത്രത്തോളം ജീവിതത്തെ ഭീകരമാ ക്കുന്നു എന്നു വെളിപ്പെടുത്തുന്നതായിരുന്നു “Samsung means to come.”

അമേരിക്കയിൽ ജനിച്ചുവളർന്ന ഇന്ത്യൻ വംശജനായ ചിത്രാഗണേഷിന്റെ കലാവതരണം കാണാനായിരുന്നു പിന്നീട് ദാസ് ക്ഷണിച്ചത്. ഇന്ത്യൻ പുരാണേതിഹാസങ്ങളിലെ സ്ത്രീയെയും അവരുടെ സ്വത്വത്തെയും ശരീരത്തെയും അവരുടെ കാമനകളെയും എത്രമാത്രം അടിച്ചമർത്തപ്പെടുന്നുവെന്ന് വ്യക്തമാക്കുന്ന കലാവതരണമായിരുന്നു ചിത്രാഗണേഷിന്റേത്. ചിത്ര നാട്ടിൽ ജീവിച്ചിരുന്ന കാലത്ത് ധാരാളം അമർചിത്രകഥകൾ അവരിൽ സ്വാധീനം ചെലുത്തിയിരുന്നു. അതിലൊക്കെ ഇല്ലാതാക്കപ്പെടുന്ന സ്ത്രീത്വം അവരെ വേദനപ്പെടുത്തിയിരുന്നു. അതിൽ നിന്നാണ് അരികുവത്കരിക്കപ്പെട്ട ജീവിതത്തെ ഡിജിറ്റൽ രൂപത്തിലുള്ള കൊളാഷുകൾ ആക്കി മാറ്റാൻ ചിത്രയെ പ്രേരിപ്പിച്ചത്. പുരാണ ഇതിഹാസങ്ങളിലും അമർചിത്രകഥകളിലും അന്യവത്ക്കരിക്കപ്പെട്ട സ്ത്രീകഥാപാത്രങ്ങൾ, ലൈംഗികത, കാമന എന്നിവയാണ് ചിത്രയുടെ കലാവതരണത്തിന്റെ കേന്ദ്രസ്ഥാനങ്ങൾ.

ഇത്രയുമായപ്പോഴേക്കും ബിനാലെയുടെ അന്നത്തെ ദിവസം അവസാനിക്കാറായിരുന്നു. ഇനിയും കാണാനുള്ള കലാവതരണങ്ങൾ എത്രയോ അവശേഷിക്കുന്നു. ഇനിയും അവിടെതന്നെ തങ്ങാൻ തോന്നുന്ന തരത്തിലായിരുന്നു എല്ലാ കലാസൃഷ്ടികളും ഞങ്ങളെ മാടി വിളിച്ചത്. തിടുക്കപ്പെട്ട് സ്റ്റാളിൽ നിന്ന് പുറത്തേക്ക് കടക്കാൻ നേരം ഒരു പ്രതിധ്വനി ആവർത്തിച്ച് ആവർത്തിച്ച് കേൾക്കുന്നപോലെ ശബ്ദം കേട്ട ദിക്കിലേക്ക് ഞങ്ങൾ തിടുക്കപ്പെട്ട് നടന്നു.

ഇന്ത്യൻ കലാകാരിയായ ശിൽപ്പ ഗുപ്തയുടെ കലാവതരണമായിരുന്നു അത്. "ഫോർ, ഇൻ യുവർ ടങ്ങ്, ഐ കാൻ നോട്ട് ഫിറ്റ് 100 ജയിൽഡ് പോയറ്റ്സ്" എന്ന കലാസൃഷ്ടി കാലിക പ്രസക്തിയുള്ള രാഷ്ട്രീയം മുന്നോട്ട് വെക്കുന്നുണ്ട്. ഇരുട്ട് നിറഞ്ഞ വലിയ ഒരു മുറിയിൽ അരണ്ട വെളിച്ചത്തിൽ ഓരോ പേപ്പറുകൾ ഓരോ കുറ്റിയിന്മേൽ തുളച്ചിട്ടിരിക്കുന്നു. ആ പേപ്പറിൽ കവിതയാണ് ആലേഖനം ചെയ്യപ്പെട്ടിട്ടുള്ളത്. അതിൻ മുകളിലേക്ക് ഓരോ സംസാരിച്ചുകൊണ്ടിരിക്കുന്ന നൂറ് മൈക്കുകൾ തൂക്കിയിട്ടിരിക്കുന്നുണ്ട്. ഓരോ മൈക്കിൽ വീണ്ടും ഓരോ കവികൾ പാടുകയാണ് എന്ന് തോന്നും. ഈ കവികളെല്ലാം തന്നെ അവരുടെ കാലത്ത് അവരുടെ കവിതയുടെ പേരിലും രാഷ്ട്രീയത്തിന്റെ പേരിലും തുറുങ്കിലടയ്ക്കപ്പെട്ടവരാണ്. ഒരു മൈക്കിൽനിന്ന് കവിത ചൊല്ലുമ്പോൾ ബാക്കി 99 മൈക്കുകളും കോറസ് പാടും. അങ്ങനെ ജീവിച്ചിരുന്നപ്പോൾ കവികൾക്ക് കിട്ടാത്ത സ്റ്റേജ് ആയിരുന്നു ആ സ്റ്റേജ്. സ്വന്തം നിഴലിൽ നമ്മൾ നോക്കുമ്പോൾ ആ മുറിയിൽ ഒരു പാട് നിഴലുണ്ടാവും. അതുകൊണ്ട് ആ മുറിയിൽ നമ്മൾ ഒറ്റപ്പെടുന്നില്ല. പക്ഷേ ആ കവികൾ ഒറ്റപ്പെട്ടവരാണെന്ന് ആ കവിതയുടെ ഭാവത്തിൽ നിന്നും ശബ്ദത്തിൽനിന്നും മനസ്സിലാക്കാൻ കഴിഞ്ഞു. ആ ഇരുട്ട് നിറഞ്ഞ മുറിയിൽ നൂറുകണക്കിന് മൈക്കുകളിൽ കൂടി വന്ന ശബ്ദത്തിന് ഏതൊരു

അത്തരം സ്ത്രീകൾക്ക് എന്തു സംഭവിച്ചു?

മനുഷ്യന്റെ ഹൃദയത്തിലും മുറിവുണ്ടാക്കാൻ കഴിഞ്ഞിരുന്നു. പറഞ്ഞ റിയിക്കാനാവാത്ത ഒരു വൈകാരികതയാണ് ആ മുറിയിൽ തങ്ങിനി ന്നിരുന്നത്. ഒരു തുള്ളി കണ്ണീരോടെയല്ലാതെ അവിടെ നിന്ന് ഇറങ്ങി പ്പോരാൻ കഴിയില്ല. അരികുവത്ക്കരിക്കപ്പെട്ട അവഹേളിക്കപ്പെട്ട, അവ ഗണിക്കപ്പെട്ട, അന്യവത്ക്കരിക്കപ്പെട്ട ജന്മങ്ങളുടെ ജീവിതകഥകൾ അവിടെ നിന്ന് ഇറങ്ങുമ്പോഴും ഞങ്ങളെ പിൻതുടർന്നുകൊണ്ടേയിരുന്നു. യഥാർത്ഥ്യത്തിൽ ബിനാലെ ഒരു കലാനുഭവം മാത്രമായിരുന്നില്ല ഒരു ജീവിതാനുഭവം കൂടിയായിരുന്നു. ∎

വിചിത്ര ഭാവനയുടെ കപ്പൽച്ചാലുകൾ

എഴുത്ത് മാതൃകകൾ നിർമ്മിച്ചുവെച്ച പുരുഷ പ്രത്യയശാസ്ത്രത്തെ കീഴ്മേൽ മറിക്കുന്ന വിപ്ലവമാണ് സ്ത്രീഎഴുത്തുകാരികളുടെ വ്യക്തിത്വത്തെ വ്യതിരിക്തമാക്കുന്നത്. ഒരേ അച്ചിൽ വാർത്തെടുത്ത കഥാപാത്രങ്ങളെയല്ല, ഒരു ചട്ടക്കൂടിലും ഒതുങ്ങാത്ത ഭാവനാ സങ്കൽപമാണ് അവരുടെ സവിശേഷത. ആധുനികാനന്തര മലയാള സാഹിത്യചരിത്രത്തിൽ സ്ത്രീകളായ എഴുത്തുകാരികളുടെ രണ്ടാം തലമുറയിൽ ഇന്ദുമേനോൻ സൃഷ്ടിച്ച നവഭാവുകത്വം ചർച്ചയാവുന്നത് ഇവിടെയാണ്. വ്യവസ്ഥകളെ അലോസരപ്പെടുത്തുന്ന പ്രമേയവും ശരീരാധിഷ്ഠിതബിംബങ്ങളിലൂടെ കാലത്തോട് കലഹിക്കുന്ന ആവിഷ്കാരരീതിയുമാണ് ഇന്ദുമേനോൻ എപ്പോഴും അവലംബിച്ചുവരുന്നത്. ലെസ്ബിയൻ പശുവും സംഘ്പരിവാറും ഹിന്ദുചരായയുള്ള മുസ്ലീം പുരുഷനും ചുംബന ശബ്ദതാരാവലിയും ഉൾപ്പെടെ അവരുടെ കഥകളിലൂടെ സഞ്ചരിച്ചാൽ ആ മുഴക്കം ഉയർന്നു കേൾക്കാം. പ്രണയവും കാമനകളും സൃഷ്ടിക്കുന്ന മർമ്മരങ്ങളും രതിസ്മൃതികളുടെ ഇടിനാദവും ഇന്ദുവിന്റെ സർഗ്ഗവൈഭവത്തെ സമ്പന്നമാക്കുന്നു.

ചെറുതും വലുതുമായ നല്ല കലയുടെ അട്ടിമറികളിലൂടെ എഴുത്തിന്റെ സർവ്വേക്കല്ലുകൾ ഇന്ദുമേനോൻ മാറ്റിക്കുത്തുന്നുവെന്ന എൻ. എസ്. മാധവന്റെ നിരീക്ഷണം ഇന്ദുവിന്റെ ആദ്യ നോവലായ കപ്പലിനെക്കുറിച്ചൊരു വിചിത്ര പുസ്തകവും ശരിവെക്കുന്നു. ഭാവനയുടെ കപ്പൽച്ചാലുകളിലൂടെ അഗാധവും നിഗൂഢവും വിസ്മയമോഹിതവുമായ കടൽക്കാഴ്ചകളിലേക്കുള്ള സഞ്ചാരമാണ് ഈ നോവൽ. അഥവാ ഒരേ സമയം പുറമെ ശാന്തവും അകമേ രൗദ്രവുമായ മനുഷ്യമനസ്സിന്റെ പ്രതീകം കൂടിയാണ് കടലെന്ന് നിരീക്ഷിക്കാം. ജനറൽ ആൽബർട്ടോ മേയർ ഒരു സാധാരണ കപ്പലോ യാത്രാ കപ്പലോ ചരക്കു കപ്പലോ ആയിരുന്നില്ല. മനുഷ്യനെപ്പോലെയോ പക്ഷിമൃഗങ്ങളെപ്പോലെയോ വൃക്ഷങ്ങൾക്ക് ആത്മാവുണ്ടെന്ന് വിശ്വസിക്കുകയാണെങ്കിൽ ഈ കപ്പലിനും ആത്മാവുണ്ടെന്ന് കരുതാം. ജീവനുള്ള മരത്തിൽ പണിത, ആത്മാവുള്ള ഒരു കപ്പൽ, മലയാള

നോവൽ സങ്കല്പലോകത്ത് വ്യത്യസ്തമായ അനുഭവതലം മുന്നോട്ട് വെക്കുന്ന ഈ നോവൽ കെട്ടുകാഴ്ചകളുടെ പൊളിച്ചടുക്കൽ കൂടിയാണ്. ഉത്തരാധുനിക സങ്കല്പം സമകാലിക മലയാള സാഹിത്യത്തെ ചടുല മായ മാറ്റങ്ങൾക്ക് വിധേയമാക്കിയപ്പോഴും പലരും പരീക്ഷിക്കാൻ ധൈര്യ പ്പെടാത്ത ആവിഷ്കരണ ശൈലിയാണ് എഴുത്തുകാരി സ്വീകരിക്കുന്നത്. ആഖ്യാനത്തിലും ആശയത്തിലും വിവിധങ്ങളായ ഇതിവൃത്തത്തിലും കഥാപാത്ര നിർമ്മിതികളിലും ആസ്വാദക മനസ്സിൽ പുതുമയാർന്ന വികാരശിൽപങ്ങൾ കൊത്തിവെക്കാൻ ഇന്ദുവിന് കഴിയുന്നു.

ഉത്തരാധുനിക എഴുത്തിൽ ചർച്ചയാവുന്ന ഭൗതിക ബോധം, രാഷ്ട്രീയ ബോധം, കല്പനിക ബോധം എന്നിവയൊക്കെ പിന്തുടരു മ്പോഴും മുൻധാരണകളെ മാറ്റിമറിക്കുന്ന അവതരണചാതുരിയാണ് ഇന്ദു വിന്റെ കരുത്തും കൈമുതലും. നിലനിൽക്കുന്ന വ്യവസ്ഥകളെ തിര സ്കരിച്ചും വർത്തമാനകാലത്തെ പരീക്ഷണാടിസ്ഥാനത്തിൽ പുനർ നിർമ്മിച്ചും പുതിയ പ്രമേയങ്ങളും പ്രവണതകളും ആവിഷ്കരിക്കുന്ന തിലും ആഘോഷിക്കുന്നതിലും ഇന്ദുവിന്റെ നോവൽ സങ്കൽപ്പം മുന്നിട്ടു നിൽക്കുന്നു. മലയാള സാഹിത്യലോകം 125 വർഷം പിന്നിടുമ്പോൾ കാല ഘട്ടം, ചരിത്രം എന്നിവയുണ്ടാക്കിയ കാലാനുഗതമായ മാറ്റം എത്ര ത്തോളം കൃതികളെ സ്വാധീനിച്ചുവെന്നത് എടുത്തുപറയേണ്ടതാണ്. പുതിയ പ്രമേയങ്ങളും പ്രവണതകളും മുൻനിർത്തി പരിശോധിച്ചാൽ പുരുഷ നോവലിസ്റ്റുകളോട് കിടപിടിക്കുന്ന സ്ത്രീകളായ എഴുത്തുകാർ മുന്നോട്ടുവെക്കുന്ന തീക്ഷ്ണമായ നിലപാടുകൾ ശ്രദ്ധേയമാണ്. സാറാ ജോസഫ്, കെ.ആർ. മീര, എസ്. സിതാര, ഇന്ദുമേനോൻ തുടങ്ങിയ എഴുത്തുകാരികളെല്ലാം സമൂഹത്തോട് കലഹിച്ച്, വിവാദങ്ങളെ അതി ജീവിച്ച് നോവൽ സംസ്കാരത്തെ തന്നെ മാറ്റിമറിച്ചവരാണ്. ഇതിൽ ഇന്ദു മേനോന് തീവ്രവും തീക്ഷണവുമായ വികാരങ്ങളെയും വിചാരങ്ങളെയും ആവിഷ്കരിക്കുന്നതിൽ അസാധാരണമായ പാടവമുണ്ട്. അതു കൊണ്ടുതന്നെയാണ് ചിന്തകൾകൊണ്ടും വൈവിധ്യ കാഴ്ചകൾ കൊണ്ടും അവതരണരീതികൊണ്ടും അവർ സർഗാത്മക ലോകത്ത് സൃഷ്ടിച്ചെടുത്ത വിസ്മയങ്ങൾ സമാനതകളില്ലാത്തതാവുന്നത്. തീർച്ച യായും മാധവിക്കുട്ടിക്ക് ശേഷം മലയാള സാഹിത്യം ഇത്രയേറെ തുറന്നു പറച്ചിലിന് സാക്ഷിയായത് ഇന്ദുമേനോന്റെ എഴുത്തിൽ കൂടിയായിരിക്കും.

കപ്പലിനെക്കുറിച്ചൊരു വിചിത്ര പുസ്തകം എഴുത്തിലെ പതിവ് രീതി കളിൽ നിന്നും വ്യതിചലിച്ച് ഭാഷകൊണ്ടും അവതരണ രീതികൊണ്ടും സഹൃദയന്റെ സൗന്ദര്യാത്മക കാല്പനിക ചിന്തയ്ക്കുമേൽ ആധിപത്യം സ്ഥാപിച്ചാണ് കടന്നുവന്നത്. നോവലിലെ രാഷ്ട്രീയബോധവും ഭൗതിക ബോധവും മനുഷ്യനെയും അവൻ രൂപപ്പെടുന്ന സമൂഹത്തിന്റെ പൊതു ബോധത്തെയും ആധാരമാക്കിയാണ് ചിട്ടപ്പെടുത്തിയത്. മനുഷ്യനെയും അവനിൽ അന്തർലീനമായ വികാരങ്ങളേയും സങ്കീർണ്ണതകളിൽനിന്ന് സങ്കീർണ്ണതകളിലേക്ക് ആനയിക്കുന്ന വിചാരങ്ങളെയും വിശാലമായ

യാഥാർത്ഥ ചുറ്റുപാടിൽ നിന്നും അയഥാർത്ഥ്യങ്ങളായ ഭാവനകളിലേക്ക് കൊണ്ടുപോയി വേറിട്ട കാഴ്ചകളാണ് വായനക്കാരന് സമ്മാനിക്കുന്നത്. നോവലിലെ സ്ഥലകാലങ്ങളൊക്കെയും ഭൂതം, വർത്തമാനം, ഭാവി എന്നീ ത്രികാലങ്ങളിൽകൂടി ഒരു ഗ്രാഫിലെ തരംഗംപോലെ കയറിയിറങ്ങി നിരന്തരം സഞ്ചരിക്കുന്നു. വായനക്കാരനോട് ആയിരം സമസ്യകൾ ഉയർത്തി സംവേദിക്കുന്നു.

നോവലിലെ ഭാഷ കാലങ്ങൾക്കും കഥാപാത്രങ്ങൾക്കും പ്രത്യേകിച്ച് ഇണങ്ങുന്നവിധം രൂപപ്പെടുത്തിയിട്ടുണ്ട്. രൂപകങ്ങൾകൊണ്ട് സമ്പന്നമായ കാവ്യഭാഷയിലൂടെയാണ് ഓരോ ഏടും കടന്നു പോകുന്നത്. ഭാഷയിലൂടെ കാഴ്ചകളെ സൗന്ദര്യാത്മകമാക്കാനും അനുഭവിക്കാനും ആസ്വാദകർക്ക് എളുപ്പം കഴിയും. മേപ്പാങ്കുന്നിലെ പ്രകൃതി രമണീയമായ കാഴ്ചകളോടൊപ്പം മാരിക്കോദ്വീപിലെ മാരിജൂനനയിലെ സൗന്ദര്യലഹരിയെയും ആഴക്കടലിന്റെ വന്യമായ സൗന്ദര്യത്തെയും കാവ്യാത്മകമായ നിരവധി രൂപകങ്ങൾകൊണ്ട് അവതരിപ്പിക്കാൻ സാധിക്കുന്നു. അതുവഴി വായനക്കാരനിൽ ഒരു പോയറ്റിക്കൽ ഫീലിംഗ് സന്നിവേശിപ്പിക്കുവാൻ കഴിഞ്ഞെന്ന സവിശേഷത എടുത്തുപറയാം. മാരിക്കോ ദ്വീപ്, മേപ്പാങ്കുന്ന്, ചെകുത്താൻ ചെങ്കുഴി, സമുദ്രഉപരിതലം, ആഴക്കടൽ, കപ്പലിനുള്ളിലെ ജീവിതം, വിവിധ ഗുഹകൾ എന്നീ വിസ്മയക്കാഴ്ചകളെ അട്ടിമറിച്ചുകൊണ്ടാണ് ഫറോക്ക്, കടലുണ്ടി, ബേപ്പൂർ, മാത്തോട്ടം എന്നീ യഥാർത്ഥ സ്ഥലങ്ങളെക്കുറിച്ചുള്ള പരാമർശം വരുന്നത്. ഇവയ്ക്കിടയിൽ ജീവിതത്തിനെയും കാഴ്ചകളെയും ഒരു നദി ഒഴുകുന്നപോലെ ആസ്വാദകമനസ്സിലേക്ക് കൊണ്ടുവരുന്ന ആഖ്യാനശൈലി ശ്രദ്ധേയമാണ്. നോവലിൽ ഒരു മാജിക്കൽ റിയലിസം അനുഭവവേദ്യമാകുന്നു. ഗബ്രിയൽ ഗാർഷ്യ മാർകേസ് തന്റെ രചനകളിൽ കൂടി ഒഴുക്കിവിട്ട കണിക (മാജിക്കൽ റിയലിസം) നോവലിന്റെ അടിസ്ഥാന പ്ലോട്ടിനെ ആവരണം ചെയ്യുന്നു. കാഴ്ചകളുടെ ലോകത്തേക്ക് വായനക്കാരനെ കൊണ്ടുപോയ ശേഷം, യാഥാർത്ഥ്യത്തിന്റെയും അയാഥാർത്ഥ്യത്തിന്റെയും നൂൽപ്പാലത്തിനിടയിൽ കുടുക്കി ശ്വാസം മുട്ടിക്കുന്ന രീതി ഈ നോവലിൽ ധാരാളം.

യഥാർത്ഥത്തിൽ കൃഷ്ണചന്ദ്രന്റെ സാഹസികയാത്രയും അനുഭവങ്ങളും 2000 കോടി പവൻ ഉൾക്കൊള്ളുന്ന സ്വർണ്ണത്തിൽ കലർന്ന് മണ്ണുമായി ചെകുത്താൻ ചെങ്കടലിൽ മുങ്ങിപ്പോയ കപ്പലിനെ ലക്ഷ്യം വെച്ചുള്ളതായിരുന്നു. ഇത്രയും അമൂല്യമായ സമ്പത്ത് കൈക്കലാക്കാൻ ശ്രമിച്ച എല്ലാവരും ദാരുണമായ അന്ത്യത്തിന് ഇരയാവുകയായിരുന്നു. അത് എന്നും എവിടെയും പ്രകൃതി നൽക്കുന്ന വിധി തന്നെയാണ്. ജനറൽ അൽബർട്ടോ മേയർ എന്ന കപ്പൽ ഉണ്ടാക്കിയത് ജുവാൻ ഡീക്കോത്ത എന്ന പോർച്ചുഗീസ് നാവികനും അറേബ്യൻ രത്നവ്യാപാരി ഷെയ്ക് ഹൈദർ ഹുസൈനും കോഴിക്കോട് വലിയപുരയ്ക്കൽ

തറവാട്ടിലെ കുഞ്ഞിത്തറുവായിക്കോയയും ചേർന്നാണ്. ജീവനുള്ള മരങ്ങൾ കൊണ്ടുണ്ടാക്കിയ കപ്പലിന് ജീവനുണ്ടായിരുന്നെന്നും അതിനാൽതന്നെ ആഴക്കടലിൽ മുങ്ങിപ്പോയ കപ്പലിന്റെ പ്രേതാത്മാവ് കടലിൽ ചുറ്റിത്തിരിയുന്നു എന്നും വിശ്വസിക്കപ്പെടുന്നു. പിന്നീട് വരുന്ന സമുദ്ര സഞ്ചാരികളും കപ്പൽ യാത്രക്കാരും ഒരേ സമയം ഈ പ്രേതക്കപ്പലിന് സാക്ഷിയായെന്ന വിശ്വാസവും നോവൽ പകർന്നു തരുന്നു. ആത്മാവും ജീവനും പ്രേതവും തമ്മിൽ കാലാകാലങ്ങളായി നടന്നുവരുന്ന സംഘട്ടനം നോവലിൽ ചിത്രീകരിക്കുക വഴി സമൂഹത്തിൽ നിലനിൽക്കുന്ന മിത്തുകളെ പുനരാവിഷ്കരിക്കാനാണ് എഴുത്തുകാരി ശ്രമിച്ചത്. അതുപോലെ നിധി കണ്ടെടുക്കാനുള്ള ശ്രമങ്ങളിൽ നിരവധി തൊഴിലാളികൾ ഖനിക്കടിയിൽനിന്നും മരിക്കുമ്പോൾ അവരെ യാതൊരു സങ്കോചവും കൂടാതെ കുഴിക്കടിയിൽ അടക്കുന്ന രംഗം. അത് മുന്നോട്ടുവെക്കുന്ന വർഗപരമായ രാഷ്ട്രീയം എന്നും പ്രസക്തമാണ്. ഇങ്ങനെ തൊഴിലാളികളെ കുഴിച്ചുമൂടുമ്പോൾ ആന്റനീറ്റ പറയുന്ന വാചകം, അന്ത്യകൂദാശ ഇല്ലാത്ത ശവങ്ങൾ അടക്കം ചെയ്താൽ പാപം ചെയ്യാത്തവൻപോലും നരകത്തിൽ പോകേണ്ടിവരും എന്ന വിശ്വാസത്തെ ഊട്ടി ഉറപ്പിക്കുന്നു. ഇത്തരത്തിൽ സാമൂഹികനിർമ്മിത സങ്കല്പങ്ങളെയും പൊതുബോധത്തെയും നോവലിൽ ധാരാളമായി കണ്ടെടുക്കാം.

മനുഷ്യജീവിതത്തിൽ വേരോടുന്ന മിത്തുകളുടെ പ്രാധാന്യം വരച്ചു കാണിക്കുന്നു. നോവലിൽ എല്ലാ കഥാപാത്രങ്ങളുടെയും ജീവിതം അടയാളപ്പെടുത്തുന്ന ഒരു റഫറൻസ് ബുക്ക് അടങ്ങിയിരിക്കുന്നു. അത് പ്ലോട്ട് സെറ്റിംഗിൽ കൊണ്ടുവന്ന അസാധാരണത്വം കൗതുകകരവും പുതുമ നിറഞ്ഞതുമാണ്. യഥാർത്ഥത്തിൽ ഈ നോവലിനെ മൂന്ന് പുസ്തകങ്ങളായി വായിക്കാം. ഒന്ന് കപ്പലിനെക്കുറിച്ചുള്ള വിചിത്ര പുസ്തകം. രണ്ട് പ്രേമത്തെക്കുറിച്ചൊരു വിചിത്ര പുസ്തകം. മൂന്ന് മരണത്തെക്കുറിച്ചൊരു വിചിത്ര പുസ്തകം. മനുഷ്യൻ തന്റെ ജീവിതത്തിൽ ഏറ്റവും കൂടുതൽ സംവദിച്ചതും സംഘട്ടനത്തിലേർപ്പെട്ടതും അവന്റെ ബോധപൂർവ്വവും അബോധപൂർവ്വവുമായ മനസ്സിനോടാണ്. തീവ്രവികാരങ്ങൾ പ്രേമം, രതി, വേർപാട് എന്നിവയിലൂടെ ഊളിയിട്ട് അവനെ ഉന്മത്തനാക്കുന്നു. ഇരുപതിലേറെ പ്രേമങ്ങൾ, അഞ്ച് രതികൾ, ഇരുപതിലേറെ മരണങ്ങൾ, നാല് ജനനങ്ങൾ എന്നിവ ഉൾപ്പെടുന്ന മനുഷ്യ അവസ്ഥകളുടെ എല്ലാ തലങ്ങളിൽ കൂടിയും വിവിധങ്ങളായ ജീവിതത്തിൽ കൂടിയും കടന്നുപോയി വായനക്കാരിൽ വൈകാരികമായ വിപ്ലവങ്ങൾ സൃഷ്ടിച്ചെടുക്കാൻ നോവലിസ്റ്റിന് കഴിഞ്ഞിട്ടുണ്ട്. പ്രേമങ്ങളെയെല്ലാം രതിയിൽകൂടി കാണുന്നുവെന്നും പ്രേമങ്ങളെല്ലാം രതിയിൽ അവസാനിക്കുന്നു എന്നും സ്ഥാപിക്കുന്ന ചില പ്രേമജീവിതങ്ങൾ നോവലിൽ ഉടനീളം അവതരിപ്പിക്കുന്നുണ്ട്. പ്രേമവും രതിയും ഇഴചേർന്ന സങ്കല്പങ്ങൾ മാംസനിബദ്ധമല്ല രാഗമെന്ന കാവ്യാത്മക സങ്കൽപത്തെ മറികടന്നാണ്. അഥവാ പൊളിച്ചടുക്കിയാണ് മുന്നോട്ടുപോകുന്നത്. കാണുന്ന

മാത്രയിൽ മൊട്ടിടുന്ന പ്രേമം അവസാനിക്കുന്നത് രതിക്കാഴ്ചയിലാണ്. രതി വർണ്ണനകൾ വിശാലമായ ക്യാൻവാസിൽ വരച്ചിടാനും ഇന്ദു മേനോൻ ധൈര്യം കാണിക്കുന്നു. അടിസ്ഥാനപരമായി പുരുഷനും സ്ത്രീയും പരസ്പരം ആകർഷിക്കപ്പെടുന്നത് പ്രണയത്തിലാണെന്ന് ആണയിട്ടു പറയുമ്പോൾതന്നെ പ്രേമത്തിൽ നിന്നുള്ള രതിയെ വന്യ മായ ഭാവത്തോടെ, അതിഭാവുകത്വം നിറഞ്ഞ വർണ്ണനകളിലൂടെയാണ് അവതരിപ്പിക്കുന്നത്. സ്വവർഗരതിയും ശിശുരതിയും മനുഷ്യന്റെ ഉള്ളിൽ ഉറങ്ങിക്കിടക്കുന്ന മൃഗസമാനമായ കാമനകളും അതിനു പിന്നിലുള്ള പശ്ചാത്തലങ്ങളും തുറന്നുകാട്ടാൻ കെട്ടഴിച്ചുവിട്ട രതിവർണ്ണനയിലൂടെ കഴിഞ്ഞു.

സ്ത്രീയെ ഒരു ഭോഗവസ്തുവായി കാണുന്ന പുരുഷകേന്ദ്രീകൃത സമൂഹത്തെ ചിത്രീകരിക്കാൻ കഴിഞ്ഞു എന്നുള്ളതാണ് രതിക്കാഴ്ച കളുടെ മറ്റൊരു പ്രത്യേകത. പുരുഷന്റെ കാമനകൾക്ക് ഇരയാവുന്ന സ്ത്രീയെയും അതിനു ശേഷമുള്ള അവളുടെ ജീവിതവും മാനസിക സംഘട്ടനങ്ങളും ഒരു തുറന്നുപറച്ചിലിലൂടെ വിവരിക്കുന്നു. ഒരു പുരു ഷന് പത്തുമിനിറ്റിൽ എട്ടു മിനിറ്റും ചിന്തിക്കുന്നത് രതിയെക്കുറിച്ചാണ് എന്ന് വിളിച്ചു പറഞ്ഞ് പുരുഷന്റെ ലൈംഗിക സങ്കൽപ്പങ്ങൾ അപ്രകാര മാണെന്ന് സമൂഹത്തോട് പറയുന്നു. സരസ്വതിയിൽ നിന്ന് തുടങ്ങി ആന്റ നീറ്റയിൽ അവസാനിക്കുന്ന എല്ലാ രതിക്കാഴ്ചകളും അടിവരയിടുന്നതും അതുതന്നെയാണ്. സരസ്വതിയുടെ അച്ഛൻ ചെറിയമ്മയുമായി രതിയി ലേർപ്പെടുകയും അതിനുശേഷം സദാചാരത്തിന്റെ ഭാഗമായി അവരെ മൃഗീയമായി കൊല്ലുകയും ചെയ്യുന്നതിലൂടെ പുരുഷപ്രേമത്തിന്റെ ലക്ഷ്യം കാമപൂർത്തീകരണമാണെന്ന് സ്ഥാപിക്കുന്നു. സ്റ്റേഷൻ മാസ്റ്റർ തന്റെ മൂത്തമകളുടെ പ്രായംമാത്രമുള്ള പെൺകുട്ടി ജയശംഖിനിയുമായി പ്രണയത്തിന്റെ മറപിടിച്ച് രതിയിലേർപ്പെടുന്നുണ്ട്. രതിയിൽ പുരുഷന്റെ പൈശാചിക പ്രവൃത്തി കാണിച്ചുകൊണ്ടാണ് ഇത്തരത്തിലുള്ള രംഗങ്ങൾ അവതരിപ്പിക്കുന്നത്. സിഗരറ്റുകൊണ്ട് പൊള്ളിച്ച് ആത്മ നിർവൃതി നേടുന്ന നിഷ്ഠുരമായ ക്രൂരത പുരുഷലൈംഗികതയുടെ ജൈവസ്വഭാവം വെളിപ്പെടുത്തുന്നു. കന്യാസ്ത്രീയുടെ കുപ്പായത്തിൽ നിന്നും പുറം ലോകത്ത് കടക്കാൻ ആഗ്രഹിച്ച ഏത്തല എത്തിപ്പെടുന്നതും സ്ത്രീയെ ലൈംഗിക വസ്തുവായി ഉപയോഗിക്കുന്ന സമൂഹത്തിലാണ്. പൂവിന്റെ മണമുള്ള സൈദാനിയത്തിന്റെ അന്ത്യത്തിനും നിദാനമായത് മനുഷ്യനെ തന്നെ മറക്കുന്ന ലൈംഗിക ആസക്തിയാണ്. മാരിക്കോദ്വീപിലെ സ്ത്രീ കഥാപാത്രങ്ങളായ സിയ്യോൻ, ആന്റലീന, ആഭിചാരക്രിയകളിലേർ പ്പെടുന്ന ദുർമന്ത്രവാദി ഇവരെല്ലാം പുരുഷകാമനകളുടെ ഇരയായി പ്രതി ഷ്ഠിക്കപ്പെട്ടു എന്നതാണ് മറ്റൊരു വസ്തുത.

മിലി എന്ന വേശ്യയെ അവതരിപ്പിക്കുക വഴി ആരും വേശ്യയായി ജനിക്കുന്നില്ലെന്നും സാഹചര്യങ്ങളാണ് ആരെയും വേശ്യയാക്കുന്നത് എന്ന യാഥാർത്ഥ്യം വരിച്ചിടുന്നു. മിലി ബാല വേശ്യയാവുന്നതും അതേ

തുടർന്ന് അവളുടെ കുടുംബം ആത്മഹത്യ ചെയ്യുന്നതും മൂന്നു മാസമായി പെണ്ണിനെ ഭോഗിക്കാത്ത പുരുഷന്മാരുടെ ലൈംഗിക ആസക്തിയുടെ ഫലമായിട്ടാണ് എന്ന് നോവലിസ്റ്റ് വ്യക്തമാക്കുന്നു. പുരുഷന്റെ ലൈംഗിക വൈകൃതങ്ങൾക്ക് ഇരയാവുന്ന സ്ത്രീകളുടെ ഒരു നിര തന്നെ നോവലിൽ പ്രത്യക്ഷപ്പെടുന്നുണ്ട്. രതിവർണ്ണനകളിൽ ചിലത് സന്ദർഭങ്ങളിൽനിന്നും അടർത്തിമാറ്റിയതുപോലെ അനുഭവപ്പെടുന്നു. ഏതിനെയും എന്തിനേയും ലൈംഗികഅവയവങ്ങളുടെ വർണ്ണനകളിലൂടെ അവതരിപ്പിച്ച് ചില ഭാഗങ്ങൾ ഒഴിവാക്കാമായിരുന്നു എന്ന് തോന്നും.

അനേകം കഥാപാത്ര നിർമ്മിതി നിരവധി പ്ലോട്ടുകൾകൊണ്ട് സമ്പന്നമാക്കിയെങ്കിലും മെയിൻ പ്ലോട്ടിന് ഒരു തരത്തിലും കോട്ടം തട്ടാതെ ഹൃദ്യമായി ആസ്വാദകമനസ്സിലെത്തിച്ചു എന്നത് എടുത്തുപറയേണ്ടതാണ്. കൂടാതെ കുടുംബബന്ധങ്ങളുടെ ഹ്യൂമൻ ട്രീ വരച്ചുകാട്ടി യാഥാർത്ഥ്യം എന്ന് തോന്നിപ്പിക്കുന്ന തരത്തിലുള്ള അവതരണവും നോവലിന്റെ പുതുമയാണ്. വൈകാരികബന്ധങ്ങളുടെ കാര്യത്തിൽ മനുഷ്യൻ അത്യാഗ്രഹിയാണ് എന്ന പൊതുസത്യത്തെ വെളിപ്പെടുത്തുന്ന മുഹൂർത്തങ്ങളും നോവലിൽ ധാരാളം. ജീവൻ നഷ്ടപ്പെടും എന്ന് ഉത്തമബോധ്യമുണ്ടായിട്ടും നിധി നേടുന്ന കൃഷ്ണചന്ദ്രൻ, യൂസഫ്, ഡിക്കോത്ത, ഷെയ്ക്ക് ഹൈദർ എന്നിവർ സമ്പത്ത് എന്ന അത്യാഗ്രഹവും പേറി ജീവൻ അവസാനിപ്പിക്കേണ്ടി വരികയാണ്. ഒമ്പതു മാസം ഗർഭമുണ്ടായിട്ടും നിധി വേട്ടയ്ക്കിറങ്ങിയ കടൽ കൊള്ളക്കാരിക്കും സമ്പത്തിനോടുള്ള അഭിനിവേശം, ആണും പെണ്ണും ഇക്കാര്യത്തിൽ സമന്മാരാണെന്നതിന്റെ സാക്ഷ്യമാകുന്നു.

മരണത്തിന്റെ ഒട്ടേറെ മുഖങ്ങൾ അവതരിപ്പിക്കുന്നതിലൂടെ ജീവിതം നൈമിഷകവും ലൗകികവുമായ ആസക്തികളെല്ലാം അനശ്വരമല്ലെന്നും മരണം ഒരു അനിവാര്യതയാണെന്നും കഥാപാത്രങ്ങൾ ഓർമ്മിപ്പിച്ചുകൊണ്ടിരിക്കുന്നു. നോവലിൽ ഏറെ ആകർഷിക്കപ്പെട്ട പ്രണയം ആന്റനീറ്റയും രവിരാമവർമ്മനും തമ്മിലുള്ളത്. നോവലിന്റെ പുറംചട്ടയിൽ (ഒരു സ്ത്രീയുടെ നട്ടെല്ലിന്റെ ഭാഗത്ത് ചുംബിക്കുന്ന ഒരു പുരുഷൻ ആണ്). തീർച്ചയായും അത് രവിവർമ്മനും ആന്റനീറ്റയുമാണെന്ന് കരുതുന്നു. യഥാർത്ഥത്തിൽ ജൂവാൻ ഡിക്കോത്തയും തന്റെ ഭാര്യയെ ഒരു ലൈംഗിക ഉപകരണമായാണ് കണ്ടുകൊണ്ടിരുന്നത്. എന്നും ഹൃദയം കൊണ്ടും ശരീരം കൊണ്ടും ആന്റലീറ്റയെ പ്രണയിച്ചത് രവിരാമവർമ്മയാണ്. ഇവരുടെ പ്രണയം ജുവാൻ ഡിക്കോത്ത കണ്ടുപിടിക്കുകയും ഒരു വാളിൽ കോർത്ത രണ്ട് ശവശരീരമായി ആ പ്രണയിനികൾ പിടഞ്ഞുതീരുകയുമാണ്. പുനർജന്മം എന്ന മിത്തിക് സങ്കല്പങ്ങൾ യാഥാർത്ഥ്യലോകത്തേക്ക് കൊണ്ടുവരികയാണ് കൃഷ്ണചന്ദ്രൻ എന്ന നായക കഥാപാത്രത്തിലൂടെ. രവിരാമവർമ്മന്റെ പുനർജന്മം ആണ് കൃഷ്ണചന്ദ്രൻ എന്ന് ആന്റനീറ്റ മനസ്സിലാക്കി കൊടുക്കുന്നതാണ് നോവലിന്റെ അന്ത്യം. അതിനായി അവൾ കൃഷ്ണചന്ദ്രനേയും കൊണ്ട്

കടലിന്റെ അഗാധഗർത്തത്തിലേക്ക് ഊളിയിടുന്നു. അവിടെ വെച്ച് ജനറൽ ആൽബർട്ടോ മേയർ എന്ന കപ്പലിനെ കാണിച്ചുകൊടുത്താണ് ആന്റ ലീറ്റ കൃഷ്ണചന്ദ്രനെ രവിവർമ്മന്റെ ഓർമ്മകളിലേക്ക് നയിക്കുന്നത്. കൃഷ്ണചന്ദ്രന്റെ നാഡിശാസ്ത്രം പരിശോധിക്കുന്ന സരസ്വതി ഭാവി ജീവിതത്തെ ആകാംക്ഷാഭരിതരായി നോക്കികാണുന്ന സ്ത്രീ മനസ്സുകളെ പ്രതിനിധാനം ചെയ്യുന്നു. അതേസമയം കൃഷ്ണചന്ദ്രന്റെ 37-ാം പിറന്നാൾ നിരർത്ഥകമാക്കി ആഘോഷിക്കുന്ന സരസ്വതിയെയും പിന്നീട് കൃഷ്ണചന്ദ്രൻ മരിച്ചുവെന്ന് മനസ്സിലാക്കി ശ്രാദ്ധപിണ്ഡം ഉണ്ണുവാൻ കാക്കകളെ കൈകൊട്ടി കാണിക്കുന്ന നിർവികാരമായ സരസ്വതിയെയും ചിത്രീകരിക്കുക വഴി വളരെ തീവ്രമായി, വൈകാരികമായ യാഥാർത്ഥ്യ ലോകത്തെയും സ്വപ്നാടത്തെയും ഒരേ സമയം ആസ്വാദകരിലേക്ക് പകരാൻ ഇന്ദുമേനോന് കഴിഞ്ഞിട്ടുണ്ട്. കൃഷ്ണചന്ദ്രൻ ഏകാന്തതയിൽ നിന്നും സരസ്വതിക്ക് അയച്ച മെയിലുകൾവരെ കാല്പനികഭംഗിയാർന്നതും സത്യസന്ധതയോടെയും ഭാര്യയോടുള്ള വിശ്വാസ്യതയിൽ നിന്നുകൊണ്ടുള്ളതുമാണെന്ന് വെളിവാക്കുന്നു. അതിലൂടെ ഉദാത്തമായ ദാമ്പത്യസങ്കൽപ്പങ്ങളും വരച്ചുകാട്ടുന്നു.

പൊതുവെ സ്ത്രീപക്ഷ രചനകളിലൂടെ വ്യവസ്ഥകളെ കുടഞ്ഞെറിഞ്ഞ്, ചുറ്റുപാടുകളുടെ സമ്മർദ്ദങ്ങളെ അതിജീവിക്കുന്ന തരത്തിലുള്ള സ്ത്രീകളെ അവതരിപ്പിക്കുന്ന ഇന്ദുമേനോൻ ഈ നോവലിൽ ഒരു സ്ത്രീയെപോലും പുരുഷാധിപത്യ സമൂഹത്തിന്റെ മേൽക്കോയ്മയിൽ നിന്നോ അല്ലെങ്കിൽ ചട്ടക്കൂട്ടിൽ നിന്നോ രക്ഷപ്പെടാൻ അനുവദിക്കുന്നില്ല. അത് നോവലിനെ ഒരു സ്ത്രീവായനയിലൂടെ നോക്കിക്കാണുമ്പോഴുള്ള പോരായ്മ തന്നെയാണ്. എങ്കിലും സമുദ്രത്തെയും അതിന്റെ വശ്യമായ സൗന്ദര്യത്തെയും വിവിധങ്ങളായ ഓർമ്മകളെയും ഭൂഖണ്ഡാന്തര പ്രണയത്തെയും കാലപ്രവാഹത്തെയും ഇത്രമേൽ വരച്ചുകാട്ടുന്ന ഒരു കാവ്യാഖ്യായിക അല്ലെങ്കിൽ ഒരു കപ്പൽ ചരിത്രം വേറെയുണ്ടാവില്ല. തീർച്ചയായും ആത്മാവുള്ള കപ്പൽപോലെ കാലത്തെ അതിജീവിക്കുന്നതാണ് ഇന്ദുമേനോന്റെ സൃഷ്ടി. ■

പ്രിയപ്പെട്ട ലിയോ...
കാലം വരച്ചിട്ട നോവിന്റെ നഖപടം

ഭൂതകാലത്തിന്റെ ഫ്രെയ്മുകളിൽ ഒതുങ്ങിനിൽക്കാത്ത ചില ചിത്രങ്ങളുണ്ട്. അനാഗതം ഒഴുകിപ്പടരുന്നവ. നീണ്ട നാല്പത്തിയെട്ടു വർഷം തനിക്കൊപ്പം ജീവിച്ച സ്വാധിയായ ഭാര്യയ്ക്ക് മരണാസന്നനായ ഭർത്താവിനെ കാണാൻ അനുവാദം നിഷേധിക്കപ്പെട്ട് ദൃശ്യവും വാർത്തയും റഷ്യയെ നടുക്കിയ ഒന്നായിരുന്നു. 1910 നവംബർ 22' എന്ന ദിവസം ചില്ലു ജനാലയ്ക്ക് അപ്പുറത്ത് മൃത്യുവും കാത്ത് കിടക്കുന്ന തന്റെ പ്രിയതമനെ ഒരു നോക്ക് കാണാനായി എതിർപ്പുകൾ വകവെക്കാതെ പ്രയാസപ്പെട്ട് ഏന്തി വലിഞ്ഞ് നോക്കുന്ന ഒരു വൃദ്ധസ്ത്രീയുടെ മുഖം അന്നത്തെ വാർത്താമാധ്യമങ്ങൾ ആഘോഷിച്ചു. സമൂഹത്തിലും മാധ്യമങ്ങളിലും എന്നും പ്രതിനായികയായി മാറ്റി നിർത്തപ്പെട്ട സോഫിയ അന്ദ്രീനയുടെ ആ രൂപം ഹൃദയഹാരിയായിരുന്നു. വിശ്വസാഹിത്യത്തിൽ ചിന്തയുടെ ഇന്ദുകിരണങ്ങൾ ചാർത്തിയ ലിയോ ടോൾസ്റ്റോയിയെ ഒടുവിൽ ഒന്നു കാണാനുള്ള ഭാര്യ സോഫിയ അന്ദ്രീനയുടെ ആത്മവ്യഥകൾ കാലത്തിന് മായ്ക്കുവാൻ കഴിയാത്ത പാടായി ബാക്കി നിന്നു. ചരിത്രത്തിലും സാഹിത്യത്തിലും സ്ത്രീയുടെ അടക്കിപ്പിടിച്ച തേങ്ങലുകളും ആർത്തനാദവും ഏറെയും ബധിരകരണങ്ങളിലാണല്ലോ പതിക്കാറുള്ളത്. സോഫിയയുടെ വികാരവായ്പകളെ അക്ഷരങ്ങളിലൂടെ അനുഭവവേദ്യമാക്കുന്നു. വേണു വി. ദേശത്തിന്റെ പ്രിയപ്പെട്ട ലിയോ എന്ന നോവൽ.

നമ്മുടെ വികാരങ്ങൾ മറ്റൊരാൾക്ക് പറഞ്ഞ് മനസ്സിലാക്കി കൊടുക്കുകയെന്നത് സാധ്യമാണോ...? എന്ന് ലിയോ ടോൾസ്റ്റോയ് ഒരിക്കൽ ചോദിച്ചിട്ടുണ്ട്. അവ അനുഭവങ്ങളിൽകൂടി മനസ്സിലാക്കേണ്ടതാണെന്ന് പറയുമ്പോഴും വാക്കുകളിലൂടെയും അക്ഷരങ്ങളിലൂടെയും വൈകാരിക തീവ്രത വായനക്കാരിലേക്ക് പകർന്നു നൽകാനും അതിലൂടെ അവനെ അനുഭവിച്ചറിയിക്കുവാനും ടോൾസ്റ്റോയിക്ക് കഴിഞ്ഞു. തനിക്ക് ചുറ്റുമുള്ള അനുഭവങ്ങളെ യാഥാർത്ഥ്യവത്കരിച്ച് കഥകളിലൂടെയും നോവലിലൂടെയും ഹൃദയഹാരിയായ ഭാവത്തിൽ കോറിയിട്ട ലിയോ എന്ന ലോക സാഹിത്യത്തിലെ ഇതിഹാസമാണ് ഇവിടെ കഥാപാത്രമായി കടന്നു വരുന്നത്.

ചരിത്രസംഭവങ്ങളെയും കൽപ്പിതകഥയേയും കോർത്തെടുക്കുന്ന സാഹിത്യരൂപമാണല്ലോ ചരിത്രാഖ്യായികകൾ. ചരിത്രത്തിലും സാഹിത്യത്തിലും രേഖപ്പെടുത്തിയ ടോൾസ്റ്റോയിയുടെ മുഖമല്ല വേണു. വിദേശം പ്രിയപ്പെട്ട ലിയോയിൽ അടയാളപ്പെടുത്തിയത്. തികച്ചും വ്യത്യസ്തമായ ടോൾസ്റ്റോയിയെ, അദ്ദേഹത്തിന്റെ ആത്മസംഘർഷങ്ങളെ ദാമ്പത്യ ജീവിതത്തിലെ അന്ത്യനിമിഷങ്ങളെ വൈകാരികതയോടെയും തന്മയത്വത്തോടെയും പക്വതയോടെയും അവതരിപ്പിച്ചതിലൂടെ വേറിട്ട വായനാനുഭവമാണ് വേണു. വി. ദേശം പകർന്നു നൽകുന്നത്. ഒരുപക്ഷേ ചരിത്രത്തിന്റെ കാണാക്കയത്തിൽ അകപ്പെട്ടുപോയ വേറിട്ടൊരു ജീവിതാനുഭവത്തെ നോവൽ രൂപത്തിൽ ചിത്രീകരിക്കുക വഴി ഇതുവരെ വായനക്കാരിൽ ഉണ്ടായിരുന്ന തെറ്റിദ്ധാരണ തുടച്ചുമാറ്റുക എന്ന ഒരു ചരിത്ര ധർമ്മം നിർവ്വഹിക്കാൻ പ്രിയപ്പെട്ട ലിയോ വഴിവെക്കുമെന്ന് തീർച്ച.

All happy families resemble one another, each unhealthy family is unhappy in its own way ടോൾസ്റ്റോയിയുടെ വിഖ്യാത നോവൽ അന്നാ കരേനീനയുടെ പ്രാരംഭവാചകം. സ്വന്തം ജീവിതാനുഭവത്തിന്റെ കയ്പുനീരിൽ നിന്നാണോ പകർത്തിവെച്ചതെന്ന് ചിന്തിക്കേണ്ടിയിരിക്കുന്നു. അദ്ദേഹത്തിന്റെ നീറിപ്പിടഞ്ഞ ജീവിതാനുഭവത്തിലും ആത്മ സംഘർഷങ്ങളിലും ലോകം കുറ്റവാളിയായി കണ്ടത് പത്നി സോഫിയ ആന്ദ്രിയയെയാണ്, ഒരുപക്ഷേ ലോകസാഹിത്യത്തിൽ ഏറ്റവും അധികം തെറ്റിദ്ധരിക്കപ്പെട്ട എഴുത്തുകാരന്റെ ഭാര്യ സോഫിയ ആയിരിക്കും. ഇതായിരിക്കും യഥാർത്ഥത്തിൽ സോഫിയയുടെ പക്ഷത്ത് നിന്ന് എഴുതാൻ നോവലിസ്റ്റിനെ പ്രേരിപ്പിച്ച ഘടകം.

ടോൾസ്റ്റോയിയുടെ പതിമൂന്ന് കുട്ടികളെ പ്രസവിക്കുകയും യുദ്ധവും സമാധാനവും എന്ന ബൃഹദ് നോവൽ പന്ത്രണ്ട് തവണ പകർത്തിയെഴുതുകയും ചെയ്ത അദ്ദേഹത്തിന്റെ നിഴലിൽനിന്നും ഒരിക്കലും നീങ്ങി നിന്നിട്ടില്ലാത്ത ഭാര്യ സമൂഹത്തിന്റെ കണ്ണിൽ അപരാധിയായി മുദ്ര കുത്തപ്പെടുന്നത് ആശ്ചര്യജനകമായ കാര്യമാണ്. അദ്ദേഹത്തിന്റെ ദാമ്പത്യ നദിക്ക് വിഘ്നം വരുത്തിയതെന്താവുമെന്ന ചോദ്യം സ്വാഭാവികം. ചെർത്കോവ് എന്ന ശിഷ്യന്റെ രംഗപ്രവേശനത്തോടെയാണ് അദ്ദേഹത്തിന്റെ ജീവിതത്തെ പൊള്ളലേൽപ്പിച്ച രാസപരിണാമങ്ങൾ ഉണ്ടായത്. സോഫിയ നിഗൂഢമായ പല ഉദ്ദേശ്യങ്ങളുടെയും അത്യാഗ്രഹങ്ങളുടെയും ഒരു ഇരയായി പ്രതിപാദിക്കപ്പെടാൻ കാരണമായത് ശിഷ്യന്റെ കടന്നുവരവോടെയാണെന്ന് നോവൽ വിവരിക്കുന്നു. ടോൾസ്റ്റോയിയുടെ മറ്റു ശിഷ്യന്മാരിൽനിന്നും തികച്ചും ധ്രുവാന്തരമുള്ള വ്യക്തിത്വമായിരുന്നു ചെർത്കോവിന്റേത്. സോഫിയയുടെയും ടോൾസ്റ്റോയിയുടെയും ദാമ്പത്യ ജീവിതത്തിലെ വിള്ളൽ ആരംഭിക്കുന്നതിനു കാരണമായ ചെർത്കോവ്. ഭാര്യയുടെ എല്ലാ അവകാശങ്ങളും തട്ടിയെടുക്കുക വഴി ഒരു നിഗൂഢ ആനന്ദം അനുഭവിച്ചിരുന്നതായി നോവലിസ്റ്റ് സമർത്ഥിക്കുന്നു. ഒരിക്കൽ സോഫിയ ഇങ്ങനെ ചോദിച്ചു. “ഞാനറിയാതെ തനിക്കനുകൂലമായി ഒരു

മരണ പത്രം ചെർത്കോവ് ലിയോയെ കൊണ്ട് എഴുതിപ്പിച്ച കാര്യം, ഒരു വലിയ കൂട്ടുകുടുംബം പോറ്റികൊണ്ട് പോകുന്ന ഞാനെങ്ങനെ സഹിക്കുമെന്ന് പറയൂ."

സോഫിയയുടെ കാഴ്ചപ്പാടിൽ നിന്നും ചിന്തകളിൽ നിന്നും കഥ പറയുന്ന നോവലിസ്റ്റ് ചെർത്കോവിന്റെ കാഴ്ച്ചപ്പാടുകളും ചിന്തകളും ഇടകലർത്തി പരീക്ഷണാത്മക അവതരണശൈലി പിന്തുടരുന്നു. ഏറെ നിഗൂഢത കലർത്തിയാണ് ചരിത്രം വായിച്ചെടുത്ത ചെർത്കോവിന്റെ ഒരു വാചകം കഥയുടെ അടിയൊഴുക്കാണ്. ആദ്യകാഴ്ചയിൽതന്നെ ഞങ്ങൾ അനുരക്തരായി! ശിഷ്യനെന്ന നിലയ്ക്ക് ഈ വാചകത്തിന്റെ ഉദ്ദേശ്യശുദ്ധി വായനക്കാരിൽ സംശയത്തിന്റെ നിഴൽ വീഴ്ത്തുന്നു. ലിയോ ടോൾസ്റ്റോയിയും ചെർത്കോവും തമ്മിൽ സ്വവർഗാനുരാഗം ഉണ്ടായിരുന്നു എന്ന് സംശയിക്കുന്നവർക്ക് ബലമേകാൻ ഈ വാചകം ധാരാളം മതിയായിരുന്നു. അതിനെ നിഷേധിക്കത്തക്ക മറുപടികളൊന്നും തന്നെ ചെർത്കോവിൽ നിന്നും ലഭിച്ചതുമില്ല. അത് എക്കാലത്തേയും വിവാദ വിഷയമായിരിക്കാൻ ചെർത്കോവ് ആഗ്രഹിച്ചിരുന്നു എന്നും നോവലിലൂടെ തെളിയുന്നുണ്ട്.

വ്യവസ്ഥാപിതമായതിനെ തനത് രീതിയിൽ ചെറുക്കാൻ ടോൾ സ്റ്റോയിക്ക് കഴിഞ്ഞിരുന്നു. ആ അർത്ഥത്തിൽ റഷ്യൻ ഓർത്തഡോക്സ് സഭയെയും വിശ്വാസസംഹിതയെയും ജീവിതവീക്ഷണത്തേയും ടോൾ സ്റ്റോയി തള്ളിപറഞ്ഞിട്ടുണ്ട്. തന്റേതായ അഞ്ച് കൽപനകൾ റഷ്യൻ സമൂഹത്തിലേക്ക് പ്രചരിപ്പിക്കാൻ സന്നദ്ധനായി ലൗകികജീവിതം വെടിഞ്ഞ് ഒരു സന്ന്യാസി ആകുക എന്നതായിരുന്നു അദ്ദേഹത്തിന്റെ ജീവിതലക്ഷ്യം. പക്ഷേ ആദർശങ്ങൾക്ക് അനുസരിച്ച് തന്റെ ജീവിതത്തെ മെരുക്കിയെടുക്കുന്നതിൽ ടോൾസ്റ്റോയ് ഒരു പരാജയമായിരുന്നു എന്ന് നോവലിലെ പല സംഭവവികാസങ്ങളും ചൂണ്ടിക്കാട്ടുന്നു.

വിശ്വപ്രശസ്തമായ അന്നാ കരീനീനയ്ക്കു ശേഷമാണ് ടോൾസ്റ്റോയിയിൽ പ്രകടമായ മാറ്റം കണ്ടതെന്ന് ചെർത്കോവും സോഫിയയും ഒരേ സമയം പറയുന്നു. എങ്കിലും ഗുരുവിന്റെ കൃതികളുടെ പകർപ്പവകാശം സൗജന്യമായി നേടി ചെർത്കോവും കീശ വീർപ്പിച്ചുവെന്നത് എന്ന സത്യം കാണാതിരുന്നുകൂടാ.

ടോൾസ്റ്റോയിയെ പോലെ ഒരാളെ അത്ര വേഗം വിധേയനാക്കാൻ കഴിഞ്ഞതിൽ ഞാൻ എന്നെത്തന്നെ അഭിനന്ദിച്ചു. അത്രയ്ക്ക് നയതന്ത്രജ്ഞതയും സാമർത്ഥ്യവും എനിക്കുണ്ടായിരുന്നു. ഇന്നും അതിന്റെ ബലത്തിലാണ് ഞാൻ ജീവിക്കുന്നത്. എനിക്ക് ചുറ്റും വരുന്ന എന്തിനെയും എന്റെ കീഴിലാക്കാനറിയാം. ശക്തനായ ഒരു അനുയായിക്കുവേണ്ടി ദാഹിച്ചിരിക്കുകയായിരുന്ന ആ ആത്മജ്ഞാനി ആ ഒഴിവിലേക്ക് എന്നെ പ്രതിഷ്ഠിക്കുകയായിരുന്നു. വീണു കിട്ടിയ അവസരം ബുദ്ധിയും യുക്തിയും ഉപയോഗിച്ച് ആവോളം ഊറ്റി വറ്റിച്ചു. പൂർണ്ണവിജയത്തിലേക്കെത്താൻ കഴിയും മുമ്പ് അതിശക്തമായ ഒരു ശത്രു എന്റെ മുന്നിൽ

തടഞ്ഞു. സോഫിയ അഡ്രീന (പേജ് 22) ചെർത്കോവിന്റെ കാപട്യവും നാട്യവും ലക്ഷ്യവും അടിവരയിടുന്ന ആത്മലിഖിതമാണ് ഇത്.

രാജരക്തം സിരകളിലൊഴിക്കുന്ന ഒരു സർവ്വനിഷേധവാദി എന്ന ആത്മഗതത്തിലൂടെ സവർണ്ണതയുടെയും അഹങ്കാരത്തിന്റെയും സാമ്രാജ്യത്വത്തിന്റെയും ധാർഷ്ഠ്യത്തിന്റെയും ആകത്തുകയാണ് ചെർത്കോവ് എന്ന് ഒരിക്കൽകൂടി എടുത്തുകാണിക്കുന്ന നോവലാണിത്.

ആദർശം നടിച്ചിരുന്ന ചെർത്കോവ് ഗുരുവിനെ അനുസരിച്ച് തന്റെ അടിമകളെ സ്വതന്ത്രരാക്കാൻ ഒരുക്കമല്ലായിരുന്നു. ടോൾസ്റ്റോയിയുടെ മഹാമനസ്കത വെളിപ്പെടുത്തുന്നതാണ് ചെർത്കോവിന്റെ ഈ വാക്കുകൾ എന്റെ ഇരുണ്ട വശങ്ങൾ കണ്ടിട്ട് മൗനം പാലിച്ചതായിരുന്നോ ആവോ, ഞാൻ വഞ്ചിക്കുകയാണെന്ന് തിരിച്ചറിഞ്ഞിട്ടും എന്നെ തള്ളി പറയാനോ സൗഹൃദം അവസാനിപ്പിക്കാനോ അദ്ദേഹം മുതിർന്നില്ലല്ലോ. അവകാശത്തിനും സ്നേഹത്തിനും സ്വത്തിനുംവേണ്ടി സോഫിയയും ചെർത്കോവും തമ്മിൽ സംഘട്ടനങ്ങൾ വർദ്ധിക്കുമ്പോഴും സ്ത്രീ എന്ന നിലയ്ക്ക് നോക്കുമ്പോൾ കുലീനമായ ഹൃദയമാണ് അവർക്കുള്ളതെന്നും താൻ അവരുടെ വാത്സല്യം അനുഭവിച്ചിട്ടുണ്ടെന്നും ചെർത്കോവ് തന്നെ അവരെ പ്രശംസിച്ചു പറയുന്നു. ദുഷ്ടതകൾ നിറഞ്ഞ ചെർത്കോവിന് പോലും സോഫിയയുടെ നല്ലവശം ഉൾക്കൊള്ളാൻ കഴിഞ്ഞിട്ടുണ്ട് എന്നത് നോവൽ വായനയിൽ നാം തിരിച്ചറിയുന്നു.

അതേസമയം സോഫിയ ഏതൊരു ഭാര്യയെയും പോലെ ഭർത്താവിൽ സ്വാർത്ഥമതിയായിരുന്നു. അതിരറ്റ സ്നേഹം തന്നെയാണ് ഈ സ്വാർത്ഥതയുടെ ഉള്ളടക്കം. സോഫിയയുമായുള്ള വിവാഹജീവിതം ആരംഭിച്ചതിന് ശേഷമാണ് ടോൾസ്റ്റോയ് അദ്ദേഹത്തിന്റെ മഹത്തായ കൃതികളെഴുതിയത്. ഇതിനായി സോഫിയ വളരെയധികം പ്രോത്സാഹിപ്പിച്ചിരുന്നു എന്നതിന്റെ തെളിവ് ഇതാ. "സാഹിത്യരചനയ്ക്കായി ലിയോയൊടൊപ്പം കൂടുക എന്നതാണ് ജീവിതത്തിൽ എനിക്ക് ഏറ്റവും അനുഭൂതി പകർന്നിരുന്നത്. എന്നാൽ ടോൾസ്റ്റോയ് സാഹിത്യകൃതികൾ എഴുതുന്നതിനോട് ചേർത്കോവിന് നീരസം ഉണ്ടായിരുന്നു. ആത്മീയ രചനകൾക്കാണ് ചെർത്കോവ് പ്രാധാന്യം നൽകിയിരുന്നത്." സോഫിയയും ചെർത്കോവും ടോൾസ്റ്റോയിയോട് പുലർത്തുന്ന സ്നേഹത്തിന്റെയും ആത്മാർത്ഥതയുടെയും ഭിന്നതലങ്ങളാണ് ഇവിടെ അനാവൃതമാകുന്നത്. ലൈംഗികതയെക്കുറിച്ചുള്ള ടോൾസ്റ്റോയിയുടെ കാഴ്ചപ്പാടുകൾ നോവൽ വ്യക്തമാക്കുന്നുണ്ട്. ആദ്യകാലങ്ങളിൽ ടോൾസ്റ്റോയി ലൈംഗിക കാര്യങ്ങളിൽ വലിയ താത്പര്യവാനായിരുന്നു എന്നതും അടിമപ്പെണ്ണിൽ ടോൾസ്റ്റോയിക്ക് മകനുണ്ടായി എന്ന കാര്യവും നോവലിലുണ്ട്. സോഫിയയുടെ മിതത്വം നിറഞ്ഞ വാക്കിൽപോലും ടോൾസ്റ്റോയിയുടെ അമിത ലൈംഗികതയെ പരാമർശിക്കുന്നുണ്ട്. അവസാന കാലങ്ങളിൽ മാത്രമാണ് ലിയോ ലൈംഗികാസക്തിയുടെ പിടിയിൽനിന്ന്

മുക്തനായതെന്നും ലൈംഗികതയ്ക്കും ആത്മീയതയ്ക്കും ഇടയിൽ മാനസിക സംഘട്ടനത്തിൽ അലഞ്ഞുതിരിഞ്ഞതായും പിന്നീട് ലൈംഗികത പാപവും നീചവുമാണെന്ന് വിശ്വസിച്ച് ആത്മസംസ്കരണത്തിന് ആജീവനാന്തം പരിശ്രമിച്ച ഈ നോവലിലുണ്ട്. ടോൾസ്റ്റോയിയുടെ ദാനധർമ്മങ്ങൾക്കിടയിലും ഒരു കുടുംബം നോക്കുന്നതിന്റെ ഉത്തരവാദിത്വം സോഫിയ ചുമലിലേറ്റിയിരുന്നു. അതിനു വേണ്ട പണം കണ്ടെത്താനായിരുന്നു സോഫിയ പ്രസാധനം ആരംഭിച്ചത്. ആ സമയത്ത് തന്റെ ആദർശങ്ങൾക്ക് വിരുദ്ധമായി പ്രവർത്തിക്കരുതെന്ന് പറഞ്ഞ് ടോൾസ്റ്റോയ് സോഫിയയെ വിലക്കി. അനുസരണയുള്ള ഭാര്യയായി നിൽക്കാനായിരുന്നു അവൾ എന്നും ശ്രമിച്ചത്.

ക്രൂറ്റ്സർ സൊണാറ്റ എന്ന കൃതി തന്റെ വ്യക്തിത്വത്തിന് എതിരാണെന്ന് അറിഞ്ഞിട്ടും സോഫിയ അതിനുള്ള വിലക്ക് നീക്കം ചെയ്യാൻ സർക്കാറിനോട് അഭ്യർത്ഥിച്ചത് കുടുംബം പുലർത്തി പോകേണ്ടതിനെക്കുറിച്ചും ഭാവിയെക്കുറിച്ചും അമിത ഉത്കണ്ഠ വെച്ചുപുലർത്തിയതുകൊണ്ടാണ്.

സോഫിയയുടെയും നനകേവ് എന്ന സംഗീതജ്ഞന്റെയും ബന്ധത്തെക്കുറിച്ച് പരോക്ഷപരാമർശമായിരുന്നു ക്രൂറ്റ്സർ സൊണാറ്റ എന്ന കൃതി. എന്തിനെന്നില്ലാതെ ഒരാളെ സ്നേഹിക്കുമ്പോൾ അതിലെന്തിനു കാമചാരിത്വം ആരോപിക്കുന്നു. എന്ന സോഫിയയുടെ വാചകം തന്നെ അവരുടെ മനസ്സിന്റെ നിഷ്കളങ്കതയെ കാണിക്കുന്നു.

ടോൾസ്റ്റോയ് സോഫിയയെ അതിരറ്റ് സ്നേഹിച്ചിരുന്നു. പ്രായത്തിന്റെ വലിയ അന്തരം അവരുടെ രാഗപൂർണ്ണതയെ ബാധിച്ചില്ല. ആദ്യമായി സോഫിയയെ കണ്ടത് മുതൽ അവർക്കിടയിൽ അനുരാഗം വളർന്നതും അത് ദാമ്പത്യജീവിതത്തിൽ എത്തിയതും നോവലിൽ ദൃശ്യമാണ്. അവർ തമ്മിലുള്ള അനൈക്യം ചെർത്കോവ് വന്ന ശേഷമാണ് രൂക്ഷമായത്. ചെർത്കോവിന്റെ ഇടപെടലിന്റെ സമയത്തും ഒരിക്കൽ ശിഷ്യന് സോഫിയയെ ഒഴിവാക്കുന്ന കാര്യം ഉപദേശരൂപേണ അവതരിപ്പിച്ചപ്പോൾ അരിവാളുമായി ടോൾസ്റ്റോയ് അവന്റെ നേരം കുതിച്ചു ചാടിയിരുന്നു. പിന്നീട് അരിവാൾ വലിച്ചെറിഞ്ഞ് നിലത്ത് വീണുരുണ്ട് മുഖം പൂഴിയിൽ വീഴ്ത്തി കരഞ്ഞ സംഭവം ഹൃദയസ്പർശിയായി നോവലിൽ അവതരിപ്പിച്ചിട്ടുണ്ട്.

ടോൾസ്റ്റോയിക്ക് തന്റെ ഭാര്യയോടുള്ള നിസ്സീമമായ പ്രണയത്തെ ദൃശ്യവത്കരിക്കാൻ ഈ ഒരു സന്ദർഭം ധാരാളം. യൗവനത്തിൽ താൻ യുവതികളോടല്ല യുവാക്കളോടാണ് പ്രണയത്തിലായിട്ടുള്ളതെന്ന് മുമ്പ് ലിയോയുടെ ഡയറിക്കുറിപ്പിൽ ഞാൻ വായിച്ചിരുന്നു. പക്ഷേ ചെർത്കോവുമായി സ്വവർഗാനുരാഗം പുലർത്തിയിരുന്നോ എന്ന് ഞാൻ ചോദിച്ചപ്പോൾ ലിയോ മൗനം പാലിച്ചതേയുള്ളൂ സോഫിയയുടെ ഈ ഉദ്ധരിണിയിൽ ഭർത്താവിന്റെ മഹിമയെ നെഞ്ചേറ്റിയ ഒരു ഭാര്യയുടെ ആകുലത

നിറഞ്ഞു നിൽക്കുന്നു. സ്വന്തം ആദർശങ്ങൾക്കനുസരിച്ച് ജീവിക്കാൻ ടോൾസ്റ്റോയിക്ക് കഴിഞ്ഞില്ല. ആദർശങ്ങൾ തമ്മിൽ അന്യോന്യം പൊരുത്തക്കേടുകളുണ്ടായിരുന്നു. അഭിപ്രായങ്ങൾ ഇടയ്ക്കിടെ അദ്ദേഹം മാറ്റി കൊണ്ടിരുന്നു. ഒരേ സ്വരം പുറപ്പെടുവിക്കാൻ താനൊരു മരം കൊത്തിയൊന്നുമല്ല എന്നും പറഞ്ഞിരുന്നു. ഇവിടെയാണ് ഒരു യഥാർത്ഥ ചിന്തകന് ഒന്നിൽതന്നെ ഉറച്ചുനിൽക്കാൻ കഴിയില്ല എന്ന വേണു വി. ദേശത്തിന്റെ വാദം അർത്ഥപൂർണ്ണമാകുന്നത്.

ടോൾസ്റ്റോയിയെ അന്ധമായി അനുകരിക്കുകയും പിന്തുടരുകയും ചെയ്ത ശിഷ്യന്മാർക്കുണ്ടായ ജീവിത ദുരിതം നോവലിൽ പ്രതിപാദിക്കുന്നുണ്ട്.

ടോൾസ്റ്റോയിയുടെ മക്കളെക്കുറിച്ച് ചിന്തിച്ചാൽ സാഷയും മാഷയും അല്ലാതെ ആരും ടോൾസ്റ്റോയിയെ മനസ്സിലാക്കിയിരുന്നില്ല. മകൻ എന്ന നിലയ്ക്ക് ആന്ദ്രേയ് തികച്ചും പരാജയമായിരുന്നു. ടോൾസ്റ്റോയിയെ കിഴവൻ എന്ന് പരാമർശിക്കുന്നതിലൂടെ അച്ഛനും മകനും തമ്മിലുള്ള നിർവ്വികാരമായ ബന്ധത്തിന്റെ തീവ്രത മനസ്സിലാക്കാനാവും. ഒരുപക്ഷേ സ്നേഹമയിയായ, കാര്യശേഷിയുള്ള ഒരു മകന്റെ അസാന്നിധ്യമാവും ടോൾസ്റ്റോയിയുടെയും സോഫിയയുടെയും ജീവിതം ഇത്രമേൽ ദുരന്തപൂർണ്ണമാക്കിയത്. ചെർത്കോവിന്റെ അഭിനയ മികവിൽ ഒരു പുത്രന്റെ സ്നേഹവും കരുണയും ടോൾസ്റ്റോയ് കണ്ടെത്തിയോ എന്ന ചോദ്യവും പ്രസക്തമാണ്.

ഒടുവിൽ വീട് വിട്ടിറങ്ങുവാൻ ടോൾസ്റ്റോയിയെ സഹായിച്ചത് സാഷയായിരുന്നു. ടോൾസ്റ്റോയിയും സോഫിയയും തമ്മിലുള്ള കലഹം മൂർച്ഛിച്ചതിനെ തുടർന്നായിരുന്നു ടോൾസ്റ്റോയിയുടെ വീടുവിട്ടിറങ്ങൽ. ഡോക്ടർ മക്കോവിറ്റ്സ്കിയയും കൂട്ടിയായിരുന്നു അദ്ദേഹത്തിന്റെ യാത്ര തുടങ്ങിയത്. രോഗം മൂർച്ഛിച്ചതിനെ തുടർന്ന് അസ്തപ്പോവ് എന്ന റെയിൽവേ സ്റ്റേഷനിൽ യാത്ര അവസാനിക്കുകയും ചെയ്തു.

ടോൾസ്റ്റോയ് വീടു വിട്ടിറങ്ങിയതിന് ശേഷം സോഫിയ പലതവണ ആത്മഹത്യയ്ക്ക് ശ്രമിച്ചിരുന്നു എന്നത് ടോൾസ്റ്റോയ് ഇല്ലാത്ത ജീവിതത്തെക്കുറിച്ച് സോഫിയയ്ക്ക് ചിന്തിക്കാൻ പോലും കഴിയില്ല എന്നതിന്റ ദൃഷ്ടാന്തമാണ്. ഭർത്താവിനെ അവസാന നിമിഷങ്ങളിൽ ഒരു നോക്ക് കാണാൻപോലുമനുവദിക്കാതെ സോഫിയയെ തുരത്തുക എന്നതായിരുന്നു ചെർത്കോവിന്റെ ഉന്നം. അതിൽ അയാൾ പൂർണ്ണമായും വിജയിക്കുകയും ചെയ്തു. സോഫിയ ടോൾസ്റ്റോയിയെ അവസാനമായി കാണാൻ വന്നപ്പോഴും ചെര്ത്കോവ് അവർക്ക് വിലക്ക് ഏർപ്പെടുത്തി. ഡോക്ടർ മാർക്കോവിറ്റ്സ്കി ഇപ്രകാരം പറയുന്നു. "ദയനീയമായി അവർ എന്നെ നോക്കി, ഞാൻ തലകുനിച്ചു കളഞ്ഞു. അവരുടെ കണ്ണുകളിൽ നോക്കാനെനിക്ക് കഴിയുമായിരുന്നില്ല. എനിക്ക് സമയാസമയങ്ങളിൽ ആഹാരം തന്ന മാതൃസദൃശയാണവർ." എത്രത്തോളം ഹൃദയഭേദകമായ കാഴ്ചയായിരുന്നു അതെന്ന് നോവൽ സാക്ഷ്യപ്പെടുത്തുന്നു.

ടോൾസ്റ്റോയിയുടെ മരണശേഷം ഭൗതിക പിണ്ഡത്തിനെന്ത് സംഭവിക്കുമെന്ന ഉത്കണ്ഠയില്ലാതെ ചെർത്കോവ് യാസ്നിയ പൊലിയാനയിലേക്ക് തിരിച്ചത് ടോൾസ്റ്റോയിയുടെ അതവരെ കടത്തിക്കൊണ്ടുപോകാൻ കഴിയാത്ത ഡയറികളും കൈയെഴുത്ത് പത്രികകളും നോവലുകളും അപഹരിക്കാനാണെന്ന സത്യം സോഫിയയിൽ കൂടി നോവലിസ്റ്റ് കണ്ടെത്തുന്നുണ്ട്.

ചെർത്കോവ് ടോൾസ്റ്റോയിയുടെ സ്നേഹം മുതലെടുത്ത് മരണപത്രം ഒപ്പിടുവിച്ചത് വിദഗ്ധമായാണ്. സ്വന്തം ഭാര്യയോട് പോലും ചോദിക്കാതെ മരണപത്രത്തിൽ ഒപ്പിട്ടതിൽ അദ്ദേഹത്തിന് കുറ്റബോധം ഉണ്ടായിരുന്നതായി നോവൽ വെളിപ്പെടുത്തുന്നു. ഇതിൽനിന്നും തന്നെ ചെർത്കോവിന്റെ നിഗൂഢലക്ഷ്യവും വ്യക്തമാണ്. എത്ര നികൃഷ്ടമായ ജന്മമാണ് ചെർത്കോവ് എന്നും ടോൾസ്റ്റോയ് – സോഫിയ ബന്ധത്തിന്റെ തകർച്ചയ്ക്ക് കാരണക്കാരൻ ചെർത്കോവ് ആണെന്നും നോവലിസ്റ്റ് ആണയിട്ടു പറയുന്നു.

"ചിത്രകാരന്മാർ വരയ്ക്കുമ്പോഴൊക്കെ ലിയോ എന്നെയും വരപ്പിച്ചിരുന്നു. രേഖാ ചിത്രങ്ങളായിരിക്കുമ്പോൾ അവയിൽ ഞാൻ എന്നെ കണ്ടുവെങ്കിലും ചായമിടുന്നതോടെ അവയിൽ ഞാനില്ലാതാകും." സോഫിയയുടേത് എത്ര സ്പഷ്ടമായ, അർത്ഥസമ്പന്നമായ വാക്കുകളാണെന്ന് നോവൽ വായന പൂർണ്ണമാവുന്നതോടെ മനസ്സിലാവും.

സോഫിയയുടെ ദുഃഖം അസ്തപ്പോവയിൽ വെച്ച് ചായചിത്ര ചായാഗ്രാഹകന് പകർത്തി ലോകത്തെ കാണിച്ചു. പക്ഷേ ആ ദുഃഖം ലോകം ഉൾക്കൊണ്ടില്ല. സാഷ പറയുന്നു. "പലപ്പോഴും പപ്പയുടെ ശ്രദ്ധ പിടിച്ചുപറ്റാൻ വ്യാജ ആത്മഹത്യകൾ മമ്മ നടത്തിയിട്ടുണ്ടാവും. പക്ഷേ അവസാന ശ്രമം അങ്ങിനെയായിരുന്നില്ല. ലോകം ടോൾസ്റ്റോയിയെ വാഴ്ത്തി. സോഫിയയെ ഇപ്പോഴും പഴിക്കുന്നു." സർഗ്ഗജീവിതത്തിൽ സ്ത്രീകഥാപാത്രങ്ങളോടൊന്നും ടോൾസ്റ്റോയ് നീതി പുലർത്തിയിരുന്നില്ലെന്ന് വിമർശനമുണ്ട്. കുടുംബത്തിന്റെ ചട്ടക്കൂടിനുള്ളിൽ നിന്നുകൊണ്ട് മാത്രമേ ഒരു സ്ത്രീ സ്വാതന്ത്ര്യവും സന്തോഷവും അനുഭവിക്കുകയുള്ളൂവെന്ന വാദത്തെ സാധൂകരിക്കുന്നതാണ് അദ്ദേഹത്തിന്റെ വാദം. പെൺകുട്ടികൾക്ക് സോഫിയ അമിതസ്വാതന്ത്ര്യം നൽകിയതിനോട് അദ്ദേഹം നിരന്തരമായി പ്രതികരിക്കുന്നു. അദ്ദേഹത്തിന്റെ മിക്ക നോവലുകളുടെയും അന്ത്യം അങ്ങനെയായിരുന്നു. കുടുംബം എന്ന ചട്ടക്കൂടിനുള്ളിൽ നിന്നുകൊണ്ട് സന്തോഷവും സ്വാതന്ത്ര്യവും അനുഭവിക്കുന്ന സ്ത്രീബിംബങ്ങളെ പ്രതിഷ്ഠിക്കാനേ ടോൾസ്റ്റോയിക്ക് കഴിഞ്ഞുള്ളൂ. ഒരു Mesogenic കാഴ്ചപ്പാടാണ് ടോൾസ്റ്റോയ് രൂപപ്പെടുത്തിയത് എന്നും ഇതിൽനിന്ന് വ്യക്തമാണ്.

സ്വജീവിതാനുഭവങ്ങളുടെ പശ്ചാത്തലത്തിൽ ടോൾസ്റ്റോയ് ഭാര്യയോട് നീതി പുലർത്തിയിരുന്നോ എന്ന ചോദ്യം വായനക്കാരിലേക്ക് എറിഞ്ഞുകൊടുക്കുകയാണ് പ്രിയപ്പെട്ട ലിയോ എന്ന ആഖ്യാനിക.

ഭാര്യയ്ക്കും തനിക്കും ഇടയിലെ ചെർത്കോവ് എന്ന ശിഷ്യന്റെ ഇടപെടൽ ടോൾസ്റ്റോയിക്ക് ശിഷ്യനോടുള്ള അമിതവിധേയത്വം തുടങ്ങി ദാമ്പത്യ തകർച്ചയ്ക്ക്വരെ കാരണമായേക്കാവുന്ന നിഗൂഢ ബന്ധത്തിന്റെ ഉദ്ദേശ്യശുദ്ധിയും അദ്ദേഹം അനുഭവിച്ച ആത്മവഞ്ചനയും സവിസ്തരം വരച്ചിടാൻ നോവലിസ്റ്റിന് സാധിച്ചിട്ടുണ്ട്. യഥാർത്ഥ ജീവിതത്തിലെ അഭിനേതാക്കളെ നോവലിലെ കഥാപാത്രങ്ങളാക്കി അവരുടെ ചിന്തകളിൽ കൂടി കഥ പറയുന്ന രീതിയാണ് (ബോധധാര) നോവലിസ്റ്റ് അവലംബിച്ചിട്ടുള്ളത്. അതുകൊണ്ടുതന്നെ നോവലിൽ ആധുനികതകളുടെ തിളക്കം നിഴലിക്കുന്നു.

ലളിത സുഭഗമായി ഒഴുകുന്ന ഭാഷയിലൂടെ ടോൾസ്റ്റോയിയുടെയും സോഫിയകളുടെയും പൊള്ളുന്ന ജീവിതാനുഭവങ്ങളെ തീക്ഷണമായി അടയാളപ്പെടുത്താൻ വേണു വി. ദേശത്തിന് സാധിച്ചു. തീവ്രമായ വൈകാരികതയോടെ ചരിത്രത്തിന്റെ കാണാക്കയത്തിൽ അകപ്പെട്ടു പോയേക്കാവുന്ന ജീവിതഗതിയെ വരച്ചിട്ട നോവലിസ്റ്റ് അഭിനന്ദനം അർഹിക്കുന്നു.

ഒരു വേള ഓരോ വായനക്കാരനും ടോൾസ്റ്റോയിയുടെ ജീവിത സംഘർഷങ്ങളിൽ ജീവിക്കുന്നതായി അനുഭവപ്പടുത്താനും വായനയ്ക്കുശേഷം നെടുവീർപ്പുകൾ അവശേഷിപ്പിക്കുവാനും നോവലിന് കഴിഞ്ഞിട്ടുണ്ട്.

ടോൾസ്റ്റോയ്-സോഫിയ ജീവിതത്തിലെ പ്രണയവും ഭ്രാന്തും അവസാന നിമിഷങ്ങളിലെ അപൂർവ്വതയും ഇത്രമേൽ ഭാവുകത്വപരമായി മലയാളി വായനക്കാരന് മുമ്പിൽ വെളിപ്പെടുത്തിയ മറ്റൊരു കൃതിയാണിത്. ടോൾസ്റ്റോയിയുടെ ഭാര്യയെക്കുറിച്ച് കേട്ടറിഞ്ഞ് മനസ്സിൽ ഘനീഭവിച്ച തെറ്റിദ്ധാരണകളുടെ കരിമേഘക്കൂട്ടങ്ങൾ പെയ്തു തോരാൻ അവളെ ഉള്ളറിഞ്ഞ് സ്നേഹിക്കാൻ കാരണമാകുന്ന പ്രിയപ്പെട്ട ലിയോ വായനാസുഖത്തിന്റെ സൗരഭ്യം പരത്തുന്നു. ■

വാഴ്ത്തപ്പെട്ട ജീവിതങ്ങൾക്കിടയിൽ വീണുപോയ സോഫിയ

1910-ലെ നവംബർ 22 ആയിരുന്നു ആ ദിവസം. അന്നത്തെ പ്രഭാതം തണുപ്പിനാൽ കോച്ചിവിറച്ചതായിരുന്നു. ഓക്ക് മരങ്ങളൊക്കെത്തന്നെയും ഒരു പുകമറയ്ക്കപ്പുറം നേർത്ത വെള്ളപുതച്ചതുപോലെ. ഒരു കനത്ത നിശ്ശബ്ദതയായിരുന്നു എങ്ങും. അന്നത്തെ പ്രഭാതം ഉണർന്നത് വിശ്വ പ്രസിദ്ധനായ എഴുത്തുകാരൻ ടോൾസ്റ്റോയിയുടെ മരണവാർത്ത കേട്ടാ യിരുന്നു. എല്ലാ പത്രങ്ങളുടെയും തലക്കെട്ടിനു താഴെ വിളറിവെളുത്ത ഒരു വൃദ്ധ സ്ത്രീയുടെ മുഖചിത്രം. വെള്ളിനാരുപോലുള്ള നരച്ചമുടി മുഖത്തേക്ക് തൂങ്ങിക്കിടക്കുന്നു. ദൈന്യതയാർന്ന കണ്ണുകളിൽനിന്നും ഇറ്റിറ്റു വീഴുന്ന കണ്ണീർത്തുള്ളികൾ ചുക്കിച്ചുളിഞ്ഞ ആ മുഖത്തിലൂടെ ഉതിർന്നിറങ്ങുന്നു. അവസാനമായി തന്റെ പ്രാണേശ്വരനെ ഒരു നോക്ക് കാണാൻ വേണ്ടി അസ്റ്റപ്പോവാ റെയിൽവേസ്റ്റേഷനിലെ സ്റ്റേഷൻ മാസ്റ്ററുടെ വസതിയിലെ ചില്ലുജാലകത്തിലൂടെ ഏന്തി വലിഞ്ഞു നോക്കുന്ന ഒരു വൃദ്ധസ്ത്രീയുടെ ചിത്രം. ആരെയും കരളലയിപ്പിക്കുന്ന തായിരുന്നു ആ കാഴ്ച. പക്ഷേ സോഫിയയ്ക്ക് അവസാനമായി ആ മുഖമൊന്നു കാണാൻ കഴിഞ്ഞില്ല. അതിന് കാരണക്കാരായവരെയും അവരെ പഴി പറഞ്ഞ ആ പാപക്കറ പുരണ്ടവരെയും സോഫിയയുടെ ഹൃദയത്തെ നോക്കിക്കാണുന്നവർ ഇന്നും മാപ്പ് നൽകില്ല. കാരണം അത്രമാത്രം പ്രാണനായിരുന്നു സോഫിയയ്ക്ക് ടോൾസ്റ്റോയി. ഇടനില ക്കാരാൽ വികൃതമാക്കപ്പെട്ട പ്രണയജീവിതത്തിന്റെ ഇരയായിരുന്നു അവർ. ടോൾസ്റ്റോയിയോടു സോഫിയയ്ക്കുണ്ടായിരുന്ന സമർപ്പണം തിരിച്ചറിയാൻ കഴിയാതെ പോയ സമൂഹത്തിന് ലോകമനസ്സാക്ഷിയുടെ മുന്നിൽ സോഫിയ ഇന്നും ഭർത്താവിന് സ്വൈര്യം കൊടുക്കാത്ത സ്ത്രീയാണ്, ഭാര്യയാണ്. വിവർത്തകനും സാഹിത്യകാരനുമായ വേണു വി. ദേശത്തിന്റെ 'പ്രിയപ്പെട്ട ലിയോ' എന്ന ആഖ്യായികയ്ക്ക് ടോൾ സ്റ്റോയിയെ എന്ന പോലെ സോഫിയയുടെ ആത്മാവിനെ തൊട്ടറിയാനും സോഫിയയെ സത്യസന്ധമായി അവതരിപ്പിക്കാനും കഴിഞ്ഞിട്ടുണ്ട്.

ലോക സാഹിത്യ ചരിത്രത്തിൽ ഇത്രയും പഴി കേൾക്കാനിട യായിട്ടുള്ള ഒരു എഴുത്തുകാരന്റെ ഭാര്യ ഉണ്ടായിട്ടില്ല. അത്രയുമധികം

കുത്തുവാക്കുകളുടെ നീറ്റലിൽ നീറിപ്പിടഞ്ഞ ഒരു ജീവിതമായിരുന്നു സോഫിയയുടേത്. സ്വാർത്ഥമായ പ്രണയത്തിന്റെ ഇരയായിരുന്നു അവർ. പക്ഷേ ആ പ്രണയം അന്നും ഇന്നും ലോകം അംഗീകരിക്കുന്നില്ല. മാത്ര മല്ല നിരന്തരമായി അവഗണിക്കപ്പെടുന്നു.

അതേസമയം ആ കാലഘട്ടത്തിൽത്തന്നെ റഷ്യ ആഘോഷിച്ച പ്രണയമായിരുന്നു മനുഷ്യമനസ്സിന്റെ സങ്കീർണ്ണതകളിലൂടെ സഞ്ചരിച്ച മഹാനായ ദസ്തയെവ്സ്കിയുടേത്. ലോകം അംഗീകരിച്ച ഒരു പ്രണയ മായിരുന്നു അത്. ദസ്തയെവ്സ്കിയുടെ പത്നി അന്നയുടെ ഓർമ്മക്കുറി പ്പുകൾ 'അപൂർവ്വാനുരാഗത്തിന്റെ 26 ദിവസങ്ങൾ' എന്ന പേരിൽ വേണു വി. ദേശം ഭാഷാന്തരം ചെയ്തിട്ടുമുണ്ട്. പ്രണയത്തിന്റെ തീവ്രമായ പ്രകമ്പനങ്ങൾ അന്നയുടെ വാക്കുകളിലൂടെ, ജീവിതത്തിലൂടെ നമ്മെ ആഴത്തിൽ സ്പർശിക്കുന്നത് കാണാൻ കഴിയും.

ദസ്തയെവ്സ്കിയുടെ ജീവിതത്തിലെ മൂന്നാമത്തെ സ്ത്രീയാണ് അന്ന. ആദ്യഭാര്യ ക്ഷയരോഗം വന്ന് മരിച്ചതിനുശേഷം പോളിനസു സ്ലോവ എന്ന ഒരു കാമുകി അദ്ദേഹത്തിനുണ്ടായി. പക്ഷേ അവർ ക്കൊന്നും ദസ്തയെവ്സ്കിയുടെ ജീവിതത്തിൽ ഏറെക്കാലം പിടിച്ചു നിൽക്കാൻ കഴിഞ്ഞില്ല. അവർ മറ്റൊരു കാമുകനൊപ്പം ഓടിപ്പോവുക യാണുണ്ടായത്. അതിനുശേഷം സ്റ്റെനോഗ്രാഫറായി 26 ദിവസത്തേക്ക് മാത്രം നിയോഗിക്കപ്പെട്ട അന്നയിലാണ് യഥാർത്ഥപ്രണയത്തിന്റെ ആഴം ദസ്തയെവ്സ്കിക്ക് കാണാൻ കഴിഞ്ഞത്. ചൂതാട്ടക്കാരൻ പുസ്തക ത്തിന്റെ ചുരുക്കെഴുത്തിന് 26 ദിവസത്തേക്ക് മാത്രമായിരുന്നു അന്ന നിയോഗിക്കപ്പെട്ടത്. അതിനു മുൻപ് വായനയിലൂടെ മാത്രം ആരാധിച്ചു പോന്ന ദസ്തയെവ്സ്കിയുടെ ചുരുക്കെഴുത്തുകാരിയായതിൽ അന്ന അഭിമാനപുളകിതയായിരുന്നു. ആ ഇരുപത്താറ് ദിവസങ്ങൾക്കുള്ളിൽ പ്രണയത്തിന്റെ അഗാധമായ സമുദ്രത്തിലേക്ക് അവർ രണ്ടുപേരും എടുത്തെറിയപ്പെട്ടിരുന്നു. ആ ഇരുപത്താറു ദിവസങ്ങൾക്കു ശേഷം പിരിയേണ്ടി വരുമ്പോഴുണ്ടാകുന്ന പ്രണയവേദന സഹിക്കാൻ കഴിയാതെ ഒരു അന്യാപദേശത്തിലൂടെ അന്നയുടെ മനസ്സ് അറിയാൻ ശ്രമിച്ച ദസ്തയെവ്സ്കിക്ക് അവളുടെ പ്രണയം നേടിയെടുക്കുവാനും വിവാഹം കഴിക്കുവാനും സാധിച്ചു.

ദസ്തയെവ്സ്കിക്കുവേണ്ടി സർവ്വവും സമർപ്പിച്ച ജീവിതമായിരുന്നു അന്നയുടേത്. വളരെയധികം പക്വമതിയായ ഒരു സ്ത്രീയായിരുന്നു അന്ന. അവൾ ഒരു കുഞ്ഞിനെയെന്നവണ്ണം ദസ്തയെവ്സ്കിയെ ലാളിച്ചു, സ്നേഹിച്ചു, ശുശ്രൂഷിച്ചു. എഴുത്തിൽ ഗൗരവതരമായി ഇടപെട്ടു. അതി സൂക്ഷ്മമായ കഥാപാത്ര നിർണ്ണയത്തിൽ ദസ്തയെവ്സ്കിയെ സഹായിച്ചു. ജീവിതത്തിലെ പ്രതിസന്ധികളിൽ നിന്നും പ്രശ്നങ്ങളിൽ നിന്നും അദ്ദേഹത്തെ ആവുന്നത്ര രക്ഷിക്കാൻ കഠിനമായി പരിശ്രമിച്ചു. ഒരു ഘട്ടത്തിൽ ദാരിദ്ര്യത്തിന്റെ കരകാണാക്കയത്തിൽ നിന്നും ഉപദ്രവ കാരിയായ ബന്ധുക്കളിൽനിന്നും രക്ഷിച്ചെടുത്തു വിദേശത്തേക്ക്

കൊണ്ടുപോയി. കടുത്ത ദാരിദ്ര്യത്തിൽ മൂന്നു മാസം പ്രായമുള്ള അവരുടെ കുഞ്ഞ് കാലാവസ്ഥയെ അതിജീവിക്കാനാവാതെ പിടഞ്ഞു മരിച്ചപ്പോഴും അന്ന ദസ്തയെവ്സ്കിയെ കുറ്റപ്പെടുത്തിയിരുന്നില്ല. കാരണം അന്നയ്ക്ക് എല്ലാറ്റിനേക്കാളും വലുത് ദസ്തയെവ്സ്കിയായിരുന്നു. ചൂതാട്ട കേന്ദ്രങ്ങളിലേക്ക് തിടുക്കപ്പെട്ട് പോകുമ്പോൾ അന്ന ദസ്തയെവ്സ്കിയെ തടഞ്ഞിരുന്നു. അവളെ അവഗണിച്ചുകൊണ്ട് പുറത്തിറങ്ങിയ ദസ്തയെവ്സ്കിക്ക് ഒടുവിൽ കുറ്റബോധം കൊണ്ട് ചൂതാട്ടം അവസാനിപ്പിക്കേണ്ടിയും വന്നു. അത്ര മാത്രം തീവ്രമായ വൈകാരികതയിലൂന്നിയ പ്രണയമായിരുന്നു അവർക്കിടയിൽ ഉണ്ടായിരുന്നത്. തന്റെ രക്ഷാദേവതയായാണ് അന്നയെ ദസ്തയെവ്സ്കി പരിഗണിച്ചിരുന്നത്. തകർന്നു ചിതറിപ്പോകുമായിരുന്ന ഒരു ജീവിതത്തെ സഹനംകൊണ്ടും സ്നേഹംകൊണ്ടും വിളക്കിയെടുത്തവളാണ് അന്ന. പക്ഷേ അന്ന സമൂഹത്തിന്റെ കുടുംബ സങ്കല്പത്തിനുള്ളിൽ മാന്യയാക്കപ്പെട്ടിരുന്നു. കാരണം സമൂഹം സ്ത്രീക്ക് കൽപ്പിച്ചു കൊടുത്ത സ്നേഹത്തിന്റെയും ത്യാഗത്തിന്റെയും സഹനത്തിന്റെയും മൂർത്തീഭാവമായിരുന്നു അന്ന. അന്നയുടെ പക്വതയും വ്യക്തിത്വവും പ്രണയാതുരമായ മനസ്സും അതിനോടൊപ്പം ചേർന്നുവെന്നത് വിസ്മരിക്കാൻ കഴിയാത്തതാണ്.

ടോൾസ്റ്റോയിയുടെ ഭാര്യ സോഫിയ മാതൃകയാക്കപ്പെടേണ്ട ഭാര്യയായിരുന്നില്ല. അവൾ സമൂഹം വരച്ച വരയിൽ തന്റെ വികാരങ്ങളെ തളച്ചിട്ടിരുന്നില്ല. അവൾ വളരെ നിഷ്കളങ്കമായിത്തന്നെ പ്രതികരിച്ചു. അതിനാൽ അവൾ സമൂഹത്തിന്റെ കണ്ണിലെ കരടായി മാറുകയാണുണ്ടായത്. 'പ്രിയപ്പെട്ട ലിയോ' എന്ന നോവലിൽ ടോൾസ്റ്റോയിയുടെ ഭാര്യയുടെ മനസ്സ് എന്തായിരുന്നുവെന്ന് വായനക്കാരനെ തുറന്നു കാണിക്കാൻ തക്ക വിധത്തിൽ സോഫിയയോടൊപ്പം നിൽക്കാനും അവരുടെ ഭാഗത്തു നിന്നും ചിന്തിക്കാൻ കഥാകാരനെ പ്രാപ്തനാക്കുവാനും വേണു വി. ദേശത്തിന് കഴിഞ്ഞിരിക്കുന്നു.

അന്നയ്ക്ക് ദസ്തയെവ്സ്കിയോടു തോന്നിയതുപോലെ സോഫിയ ടോൾസ്റ്റോയിയെ വളരെ ചെറുപ്പത്തിലേ ആരാധിച്ചിരുന്നു. ഒരുപക്ഷേ ടോൾസ്റ്റോയിയുടെ ഉള്ളിലുള്ള എഴുത്തുകാരനെയായിരുന്നു സോഫിയ പ്രണയിച്ചിരുന്നതെന്ന് ആ ജീവിതം പരിശോധിച്ചാൽ മനസ്സിലാകും. ദസ്തയെവ്സ്കിയും അന്നയും തമ്മിൽ ഇരുപത്തിയഞ്ച് വയസ്സ് പ്രായവ്യത്യാസം ഉള്ളപ്പോൾ. സോഫിയയും ടോൾസ്റ്റോയിയും തമ്മിൽ ഇരുപത് വയസ്സ് പ്രായവ്യത്യാസം നില നിന്നിരുന്നു. സോഫിയ ഒരു വലിയ പ്രഭുകുടുംബം ഒറ്റയ്ക്ക് കൊണ്ടുപോവുകയും ടോൾസ്റ്റോയിയുടെ പന്ത്രണ്ട് കുട്ടികളെ പ്രസവിക്കുകയും യുദ്ധവും സമാധാനവും പോലെ ബൃഹത്തായ ഒരു കൃതി ടൈപ്പ്റൈറ്റിംഗ് മെഷീൻ പോലുമില്ലാതിരുന്ന കാലത്ത് കൈകൊണ്ട് ആറ് പ്രവശ്യം പകർത്തി എഴുതുകയും ചെയ്തിരുന്നു. ടോൾസ്റ്റോയിയുടെ സർഗ്ഗാത്മകതയെ സോഫിയ

എല്ലാറ്റിനും ഉപരിയായി ആരാധിച്ചിരുന്നു. സോഫിയയുടെ ചില മാനസികനിലയുമായി ടോൾസ്റ്റോയി പൊരുത്തപ്പെട്ടില്ലെങ്കിലും ടോൾസ്റ്റോയിയും സോഫിയയെ അളവറ്റ് സ്നേഹിച്ചിരുന്നു. ഒരിക്കൽ ടോൾസ്റ്റോയിയുടെ ഒരു ശിഷ്യൻ സോഫിയയെക്കുറിച്ച് അപവാദം പറഞ്ഞപ്പോൾ അവനെ അരിവാൾകൊണ്ട് അക്രമിക്കുകയും അതിനുശേഷം നിലത്തുരുണ്ടുകിടന്നു കരഞ്ഞതും ടോൾസ്റ്റോയിക്ക് സോഫിയയോടുള്ള ആഴത്തിലുള്ള പ്രണയം വ്യക്തമാക്കുന്നു.

ഭാര്യയും ഭർത്താവുമൊത്തുള്ള ദാമ്പത്യജീവിതത്തിൽ ഭാര്യയുടെ സ്ഥാനം മറ്റൊരാൾ അപഹരിക്കുമ്പോൾ ഏതൊരു ഭാര്യയ്ക്കും മാനസികവിഭ്രാന്തിയുണ്ടാവും. അതേ സോഫിയയ്ക്കും സംഭവിച്ചുള്ളൂ. സ്നേഹത്തിന്റെ പ്രതിഫലനമായിരുന്നുതാനുമത്. അത് സോഫിയയുടെ വാക്കുകളിൽ ഇപ്രകാരമായിരുന്നു. “ചെർത്ക്കോവുമായി അദ്ദേഹം അടുത്തപ്പോൾ എന്നിൽനിന്നും അകലാൻ തുടങ്ങി” പക്വതയോടെ കാര്യങ്ങളെ സമീപിക്കാൻ ആ നിഷ്കളങ്ക മനസ്സിന് കഴിയാതെ പോയതിനാലാണ് അവൾ എല്ലാവരാലും തെറ്റിദ്ധരിക്കപ്പെട്ടത്. ടോൾസ്റ്റോയിയുടെ ശിഷ്യൻ ചെർത്ക്കോവിന്റെ കടന്നുവരവാണ് ആ ദാമ്പത്യ ജീവിതത്തെ അപഹരിച്ചത്. ടോൾസ്റ്റോയ് സ്ഥാപിച്ച മതത്തിന്റെ യുവനേതാവായിരുന്നു പ്രഭുകുമാരനായ ചെർത്ക്കോവ്

ലൈംഗികതയുടെ കാര്യത്തിൽ ടോൾസ്റ്റോയിക്ക് വ്യതിരിക്തമായ നിലപാടാണുണ്ടായിരുന്നത്. അമിതമായ ലൈംഗികാസക്തി ടോൾസ്റ്റോയിയെ കീഴടക്കിയിരുന്നു. അത് സോഫിയയുടെ ജീവിതത്തിലെ പെറുക്കിപ്പറയലിൽ നിന്നും ഇടക്കുള്ള നെടുവീർപ്പിൽ നിന്നും മനസ്സിലാക്കാൻ കഴിയുന്നതാണ്. അക്സീനിയ എന്ന അടിമപ്പെണ്ണുമായുള്ള രഹസ്യബന്ധത്തിൽ വളരെ മുൻപ് ടോൾസ്റ്റോയിക്ക് ഒരു ആൺകുട്ടി പിറന്നിരുന്നു. ആ ആൺകുട്ടിയാണ് ടോൾസ്റ്റോയിയുടെ മക്കളെ കുതിരവണ്ടിയിൽ സ്ക്കൂളിൽ കൊണ്ടുപോയിരുന്നത്. ആ അടിമപ്പെണ്ണ് അധികാരത്തിനായി കയറിവരുമോ എന്ന ആശങ്ക സോഫിയയ്ക്കുണ്ടായിരുന്നു. വേഷപ്രച്ഛന്നയായി സോഫിയ ആദ്യകാലത്ത് ടോൾസ്റ്റോയിയെ പിൻതുടർന്നിട്ടുമുണ്ട്.

‘ഉയർത്തെഴുന്നേൽപ്പ്’ എന്ന നോവലിൽ ടോൾസ്റ്റോയി നായകനൊപ്പം തന്നെയാണ് നിലനിന്നിരുന്നത്. പ്രണയത്തിന്റെ പേരും പറഞ്ഞ് ഒരു സുന്ദരിയായ പെൺകുട്ടിയെ ലൈംഗികമായി ആസ്വദിക്കുകയും അതിനുശേഷം അവളെ യാതനാപൂർണ്ണമായ വേശ്യാവൃത്തിയിലേക്ക് തള്ളിയിട്ട് ആഡംബരജീവിതത്തിലേക്ക് പോകുന്ന നായകനെ ചെയ്ത് പോയ പാപത്തിൽ നിന്നും രക്ഷിച്ചെടുക്കാൻ ടോൾസ്റ്റോയി ആവുന്നത്ര ശ്രമിക്കുന്നുണ്ട്. അത് സ്വന്തം ജീവിതത്തിൽ ചെറുപ്പകാലത്ത് ടോൾസ്റ്റോയിക്ക് ഇത്തരമൊരു അനുഭവം ഉണ്ടായിരുന്നതുകൊണ്ടാണ്.

അതിന്റെ കുറ്റബോധത്തിൽ നിന്നാണ് 'ഉയിർത്തെഴുന്നേൽപ്പ്' എന്ന നോവൽ ഉണ്ടാകുന്നത്.

ടോൾസ്റ്റോയി ഒരു സ്വവർഗ്ഗാനുരാഗിയായിരുന്നു എന്ന് ചരിത്രത്തിൽ എവിടെയും പറയുന്നില്ലെങ്കിലും സോഫിയ ഇക്കാര്യത്തിൽ നിശ്ശബ്ദത പാലിക്കുന്നില്ല. അവിടം ദുരൂഹമാണ്. ചെർത്ക്കോവിന്റെ വാക്കുകൾ പറയാതെ പറയുന്നത് ഇങ്ങനെയാണ്.

"ആദ്യ കാഴ്ചയിൽത്തന്നെ ഞങ്ങൾ അനുരക്തരായി. എന്താണ് എന്നെ മോഹിപ്പിച്ചതെന്ന് വ്യവച്ഛേദിച്ചെടുക്കുവാൻ ഞാനാളല്ല. അന്നു തുടങ്ങിയ ആത്മബന്ധം ഇന്നും മുറിവില്ലാതെ കുതിച്ചൊഴുകുന്നു." എന്നാൽ ടോൾസ്റ്റോയിക്ക് അവസാനമായി ശിശു പിറക്കുന്നത് ചെർത് കോവിൽ നിന്നും മറച്ചുവെക്കാൻ ടോൾസ്റ്റോയ് നന്നെ ബുദ്ധിമുട്ടി എന്ന് പറയപ്പെടുന്നു.

ചെർത്കോവിനെ കാണാതിരിക്കുമ്പോൾ ടോൾസ്റ്റോയിക്ക് അസ്വാസ്ഥ്യം അനുഭവപ്പെടുമായിരുന്നു. ചെർത്ക്കോവിനെ പരിചയപ്പെട്ടതു മുതൽ ടോൾസ്റ്റോയിയുടെ വ്യക്തിജീവിതത്തിലും ദാമ്പത്യജീവിതത്തിലും ചെർത്കോവിന്റെ നിയന്ത്രണത്തിലായി. ടോൾസ്റ്റോയും ചെർത്കോവും തമ്മിൽ സ്വവർഗ്ഗ ലൈംഗികത നിലനിന്നിരുന്നുവെന്നതിന് എത്രയോ ദൃഷ്ടാന്തങ്ങൾ ചെർത്കോവിന്റെയും ടോൾസ്റ്റോയിയുടെയും വാക്കുകളിൽ നിന്നും ജീവിതസന്ദർഭങ്ങളിൽ നിന്നും വായിച്ചെടുക്കാൻ കഴിയും. അവർക്കിടയിൽ സ്വന്ത മായി ഒരിടം നഷ്ടപ്പെട്ട ഭാര്യയെക്കാണാൻ അവർ രണ്ടുപേരും ശ്രമിച്ചിട്ടില്ല. പ്രണയത്തിലെ സ്വാർത്ഥതയായിരുന്നു പിന്നീട് സോഫിയയെ കീഴ്പ്പെടുത്തിയത്. അത് മനസ്സിലാക്കിയെടുക്കുന്നതിൽ ടോൾസ്റ്റോയി തികഞ്ഞ പരാജയമായിരുന്നു. പക്ഷേ സോഫിയയുടെ മാനസിക വിഭ്രാന്തി ക്രൂരമായി ചെർത്കോവ് ആസ്വദിക്കുന്നുണ്ടായിരുന്നു.

ടോൾസ്റ്റോയി മരിച്ചുകിടക്കുമ്പോഴും ചെർത്കോവ് ടോൾസ്റ്റോയിയുടെ വസതിയിലേക്ക് തിടുക്കപ്പെട്ട് പോയത് രേഖകളെല്ലാം കൈക്കലാക്കാനായിരുന്നു. അത്തരമൊരു വില്ലനാണ് ടോൾസ്റ്റോയി- സോഫിയ ബന്ധത്തിൽ വിള്ളൽ വീഴ്ത്തിയത്. സർവ്വകുറ്റവും സോഫിയയിൽ ചാർത്തി ലോകത്തെ തെറ്റിദ്ധരിപ്പിച്ചത്. എന്നാൽ സോഫിയ എത്രമാത്രം ടോൾസ്റ്റോയിയെ സ്നേഹിച്ചിരുന്നുവെന്നതിന്റെ തെളിവാണ് ടോൾസ്റ്റോയി വീടു വിട്ടിറങ്ങിയപ്പോൾ സോഫിയ കുളത്തിൽ ചാടി ആത്മഹത്യ ചെയ്യാൻ ശ്രമിച്ചത്. പിന്നീട് ടോൾസ്റ്റോയി തിരിച്ചുവരുന്നതിനുവേണ്ടി അവർ എഴുതിയ വരികളിൽ ആ സങ്കടത്തിന്റെ ആഴക്കടൽ നമുക്ക് ദർശിക്കാൻ കഴിയുന്നതാണ്.

"പ്രിയപ്പെട്ട ലിയോ... വീട്ടിലേക്ക് തിരിച്ചു വരൂ. ഇനിയുമൊരു ആത്മഹത്യശ്രമത്തിൽനിന്നും എന്നെ രക്ഷിക്കൂ. എന്റെ ജീവിതത്തിന്റെ പൊരുളേ, തിരിച്ചുവരൂ. അങ്ങാഗ്രഹിക്കുന്നപോലെ ഞാൻ ജീവിക്കാം

എല്ലാത്തരം ആർഭാടങ്ങളും ഉപേക്ഷിക്കാം. അങ്ങയുടെ സുഹൃത്തുക്കളുമായി ഞാനും ചങ്ങാത്തത്തിലാവാം. ഞാൻ സ്വയം ഭേദപ്പെടുത്തിക്കൊള്ളാം. ദയയുള്ളവളായിരിക്കാം. തിരിച്ചുവരൂ എന്നെ അങ്ങ് രക്ഷിച്ചേ തീരൂ."

ഇത്രയും പ്രണയാതുരവും വേദന നിറഞ്ഞതുമായ വാക്കുകൾക്ക് നേരെ ഏത് വായനക്കാരനാണ് മുഖം തിരിക്കാൻ കഴിയുക. ടോൾസ്റ്റോയിയുടെ മരണശേഷം സോഫിയ അനുഭവിച്ച പ്രാണവേദനയെക്കുറിച്ച് മകൾ പറയുന്നതിങ്ങനെ.

"പപ്പയുടെ മരണത്തിന്റെ പിറ്റേന്നുതന്നെ മമ്മ കിടപ്പിലായി. വ്യാധി കടുത്തതായിരുന്നു. ഡോക്ടർമാർ വിശ്രമം വിധിച്ചു. രണ്ടാഴ്ചയ്ക്കു ശേഷം താനെ എഴുന്നേറ്റു നിൽക്കാമെന്നായപ്പോൾ പ്രാഞ്ചി പ്രാഞ്ചി ഭർത്താവിന്റെ കുഴിമാടത്തിലേക്ക് നടന്നു. പൊടുന്നനെ വന്നുചേർന്ന ഭർതൃവിയോഗത്തിന് താനാണ് മൂലകാരണമെന്ന വേദനയും നൈരാശ്യവും ആ വൃദ്ധയെ തകർത്തെറിഞ്ഞു. അവസാനകാലത്ത് ലിയോ അനുഭവിച്ച ദുരിതങ്ങളും വേദനയുമോർത്ത് മമ്മാ അനുതപിച്ചു. തനിക്കിനി മുന്നോട്ടു പോവാൻ കഴിയില്ലെന്ന് മമ്മയ്ക്ക് തോന്നി. അവർക്ക് രാത്രികളിൽ വീണ്ടും ഉറക്കം നഷ്ടപ്പെട്ടു. കരച്ചിൽ വെളുക്കുംവരെ നീണ്ടു. ഇരുട്ടിലേക്ക് നോക്കും തോറും മനഃസാക്ഷിയുടെ കുറ്റപ്പെടുത്തൽ മമ്മായെ നീറ്റി."

സോഫിയയുടെ സ്വാർത്ഥതയിൽ അധിഷ്ഠിതമായ പ്രണയമായിരുന്നു ടോൾസ്റ്റോയിയെ ബുദ്ധിമുട്ടിച്ചത്. പക്ഷേ ആ മനസ്സിനെ മനസ്സിലാക്കാൻ ടോൾസ്റ്റോയിക്കുപോലും കഴിയാതെ പോയി. ചെർത്ക്കോവ് ഇത് മനസ്സിലാക്കി തന്റെ നിഗൂഢലക്ഷ്യങ്ങൾക്ക് വേണ്ടി ടോൾസ്റ്റോയിയിൽ നിന്നും സോഫിയയെ മനഃപൂർവ്വം അകറ്റി.

ചെർത്കോവിന്റെ ഗൂഢപ്രവർത്തനങ്ങൾക്ക് ഇരയായ സോഫിയ ജനങ്ങളാലും വായനക്കാരാലും ക്രൂശിക്കപ്പെടുകയായിരുന്നു. "ഭർത്താവിന് സ്വൈര്യം കൊടുക്കാത്തവൾ" എന്ന ചീത്തപ്പേരിന് ലോകം അവളെ വിധിച്ചു. യാഥാർത്ഥ്യമെന്തെന്ന് മനസ്സിലാക്കാതെ ചരിത്രത്തിലെ കറുത്ത അധ്യായത്തിൽ സോഫിയയെ തളച്ചിട്ടു. അതിൽ നിന്നും സോഫിയയെ മോചിപ്പിക്കാൻ വേണു വി. ദേശത്തിന്റെ 'പ്രിയപ്പെട്ട ലിയോയ്ക്ക്' കഴിഞ്ഞിരിക്കുന്നു. ടോൾസ്റ്റോയി അദ്ദേഹത്തിന്റെ സ്ത്രീ കഥാപാത്രങ്ങളോടെന്നും നീതി പുലർത്തിയിരുന്നില്ല. കുടുംബത്തിന്റെ ചട്ടക്കൂടിനുള്ളിൽ നിന്നുകൊണ്ടു മാത്രമേ ഒരു സ്ത്രീ സ്വാതന്ത്ര്യവും സന്തോഷവും അനുഭവിക്കുകയുള്ളൂവെന്ന വാദത്തോടെയാണ് അദ്ദേഹത്തിന്റെ മിക്ക നോവലുകളും അവസാനിക്കുന്നത്. ടോൾസ്റ്റോയ് സ്വന്തം ജീവിതാനുഭവങ്ങളുടെ പശ്ചാത്തലത്തിൽ സ്വന്തം ഭാര്യയോട് അദ്ദേഹം നീതി പുലർത്തിയിരുന്നോ എന്ന ചോദ്യം വായനക്കാരിലേക്ക് ഇറ്റിച്ചു കൊടുക്കുകയാണ് 'പ്രിയപ്പെട്ട ലിയോ.' ഒരിക്കൽ സോഫിയ ഇങ്ങനെ പറഞ്ഞിട്ടുണ്ട്.

അത്തരം സ്ത്രീകൾക്ക് എന്തു സംഭവിച്ചു?

"ചിത്രകാരന്മാർ വരുമ്പോഴൊക്കെ ലിയോ എന്നെ വരപ്പിച്ചിരുന്നു. രേഖാ ചിത്രങ്ങളായിരിക്കുമ്പോൾ അവയിൽ ഞാൻ എന്നെ കണ്ടുവെങ്കിലും ചായമിടുന്നതോടെ അവയിൽ ഞാനില്ലാതാവും."

സോഫിയയുടെ ജീവിതം ഒരു മഹത്തായ എഴുത്തുകാരന് വേണ്ടി സമർപ്പിച്ചതായിരുന്നു. എന്നിട്ടും തെറ്റിദ്ധരിക്കപ്പെട്ട വ്യക്തിയായി ചരിത്ര ത്തിന്റെ ഏടുകളിൽ ഇന്നും ഒളിഞ്ഞുകിടക്കുന്നു സോഫിയ.

എന്നാൽ ദസ്തയെവ്സ്കിയുടെ പ്രാണേശ്വരിയായ അന്നയുടെ ആത്മഗതം ഇങ്ങനെയായിരുന്നു.

"എന്റെ സ്നേഹം തികച്ചും ബൗദ്ധികമായിരുന്നു. അത് മിക്കവാറും ആരാധന തന്നെയായിരുന്നു. മഹാപ്രതിഭയായ ഒരു മനുഷ്യനോടുള്ള ആദരം. കുലീനനായ ഒരാത്മാവിനോടുള്ള സമർപ്പണം. ആ മനുഷ്യന്റെ ജീവിതസഖിയാകാൻ ഞാൻ മോഹിച്ചു. അദ്ദേഹത്തിന്റെ വേദനയും ഭാരവും പങ്കുവെക്കാൻ ഞാനാഗ്രഹിച്ചു. സന്തോഷം പകരുവാനും ദാഹിച്ചു. ഇതാണെന്റെ ഭാവനയെ ഉദ്ദീപിപ്പിച്ചത്. ദസ്തയെവ്സ്കി എന്റെ ദൈവമായിതീർന്നു എന്റെ ആദർശവും." ദസ്തയെവ്സ്കിയെ വിവാഹം കഴിച്ചതിന് ശേഷം അന്നയുടെ ജീവിതത്തിൽ ദാരിദ്ര്യവും പ്രതിസന്ധി കളും ധാരാളമായിരുന്നു.

അന്ന പറയുന്നു. "ആ മനുഷ്യനു വേണ്ടി ഞാൻ സർവ്വവും സമർപ്പിച്ചു. ഞാൻ എനിക്കു വേണ്ടി ജീവിച്ചതേയില്ല. ബന്ധുക്കളുടെയും വളർത്തു പുത്രന്റെയും ശല്യം സഹിക്കാനാവാതെ അദ്ദേഹത്തെയുംകൊണ്ട് ഞാൻ നാടുവിട്ടു. നിങ്ങൾക്കറിയാമോ? ആ നാടുവിടൽ കാരണമാണ് മൂന്നു മാസം പ്രായമുള്ള എന്റെ കുഞ്ഞു മരിച്ചത്." പിന്നീട് ജനിച്ച മകൻ മൂന്നാമത്തെ വയസ്സിൽ മരിച്ചു. എന്നിട്ടും സഹനത്തിന്റെ സമുദ്രങ്ങൾ താണ്ടി ആ മനുഷ്യനിൽ അന്ന ചാരിനിന്നു. അന്നയുടെ അവസാന നാളുകൾ ദാരുണമായിരുന്നു. ദസ്തയെവ്സ്കിയുടെ മരണശേഷം അന്ന ഒറ്റപ്പെട്ടു. അപ്പോഴേക്കും ലെനിൻ ദസ്തയെവ്സ്കിയുടെ കൃതികൾ നിരോധിച്ചിരുന്നു. ദരിദ്രമായ ഒരു ജീവിതമായിരുന്നു അന്ന നയിച്ചത്. രോഗിയായി പട്ടിണിയിലും ദുരിതങ്ങളിലും കാലം കഴിച്ചുകൂട്ടിയ അന്ന അവസാനം വിലകുറഞ്ഞ റൊട്ടി ചൂടോടെ കഴിച്ചു ചെറുകുടൽ പൊള്ളി പ്പോയിരുന്നു. രണ്ട് ദിവസത്തിനു ശേഷം അവരുടെ അന്ത്യം സംഭവിച്ചു.

ഇത്രയൊക്കെ ദുരന്തസമാനമായ ജീവിതം നയിച്ചപ്പോഴും അന്നയുടെ ആത്മവിശ്വാസം കലർന്ന വരികൾ ഇതു മാത്രമായിരുന്നു. "പുരുഷാന്തര ങ്ങൾ നമിച്ചു പിന്മാറുന്ന ആ മഹാപ്രതിഭയുടെ ബൃഹത്കൃതികൾ എന്റെ വിരലുകളിലൂടെയാണ് വിടർന്നുവെന്നതാണ് എന്റെ ഏറ്റവും വലിയ ആനന്ദം. ദസ്തയെവ്സ്കിയുടെ ഭാര്യയായതിന് ഞാൻ ദൈവത്തോട് നന്ദി പറയുന്നു."

ഹൃദയത്തിനു മീതെ ദൈവത്തിന്റെ കൈയ്യൊപ്പുള്ള വ്യക്തിയുടെ ജീവിതം ഇത്രമേൽ ദുരന്തങ്ങളും യാതനകളും നിറഞ്ഞതായിരുന്നിട്ടും

അതിൽനിന്നും മുന്നോട്ട് പോവാൻ ദസ്തേയെവ്സ്കിയെ പ്രാപ്ത നാക്കിയത് തന്റെ സ്റ്റെനോഗ്രാഫറും പിന്നീട് ഭാര്യയുമായിത്തീർന്ന പ്രാണേശ്വരി അന്നയാണ്. അത് ഒരു തുറന്നപുസ്തകമായി ലോകത്തിനു മുന്നിൽ കാണിച്ചു കൊടുക്കാനും അവൾക്കു കഴിഞ്ഞു. അന്നയുടെ ഓർമ്മക്കുറിപ്പായ "അപൂർവ്വ അനുരാഗത്തിന്റെ 26 ദിവസങ്ങൾക്ക് അവരുടെ ജീവിതത്തിന്റെ കയ്പും മധുരവും പകർത്തിക്കാണിക്കുവാൻ കഴിഞ്ഞിട്ടുണ്ട്"

സോഫിയയുടെ ജീവിതത്തിലെ പ്രണയവും ഭ്രാന്തും യാതനകളും ആകുലതകളും അവസാന നിമിഷങ്ങളിലെ അപൂർവ്വതകളും ഇത്രമേൽ ഭാവുകത്വപരമായും വൈകാരികതകളോടുംകൂടി വായനക്കാരന് മുന്നിൽ വെളിപ്പെടുത്തിയിരിക്കുന്നു. ടോൾസ്റ്റോയിയുടെ ഭാര്യ സോഫിയയെ ക്കുറിച്ച് കേട്ടറിഞ്ഞ് മനസ്സിൽ ഘനീഭവിച്ച തെറ്റിദ്ധാരണകളുടെ കരിമേഘ ക്കൂട്ടങ്ങൾ പെയ്തു തോരാൻ സോഫിയയെ ഉള്ളറിഞ്ഞ് വീണ്ടും വീണ്ടും സ്നേഹിക്കാൻ 'പ്രിയപ്പെട്ട ലിയോ' എന്ന ആഖ്യായിക വഴിവെക്കുന്നു. 'അപൂർവ്വ അനുരാഗത്തിന്റെ 26 ദിവസങ്ങൾ' എന്ന ഓർമ്മ ക്കുറിപ്പാകട്ടെ അന്നയുടെയും ദസ്തയെവ്സ്കിയുടെയും ജീവിതം തുറന്നു കാട്ടുന്നു.

മഹാത്മാക്കളായ തന്റെ പുത്രന്മാരുടെ ജീവിതരഹസ്യങ്ങൾ പുറത്തു വിടുന്നതിൽ എന്നും റഷ്യ വിമുഖയായിരുന്നുവല്ലോ. അനേകം റഷ്യൻ കൃതികൾ മലയാളത്തിന് പരിചയപ്പെടുത്തിയ വേണു വി. ദേശം ടോൾ സ്റ്റോയിയുടെയും ജീവിത രഹസ്യങ്ങൾ സമഗ്രമായി പഠിച്ചതിന് ശേഷ മാണ് 'പ്രിയപ്പെട്ട ലിയോ' എഴുതിയിരിക്കുന്നതെന്ന് വ്യക്തം. അന്ന യേയും സോഫിയയേയും സത്യസന്ധമായി പരിചയപ്പെടുത്തിയതിന് മലയാളി വായനക്കാരൻ വേണു വി. ദേശത്തോട് കടപ്പെട്ടിരിക്കുന്നു. ∎

അമ്മയും കഥയും തേനീച്ചറാണിയും

മനുഷ്യചരിത്രത്തെ ഏറ്റവും അധികം സ്വാധീനിച്ച അമ്മ ബിംബങ്ങളിലൊന്ന് കന്യാമറിയം ആണ്. രണ്ടായിരം വർഷത്തെ വലിയ ചരിത്രത്തിൽ പല ഘട്ടങ്ങളിലും ആ മിത്ത് പല തരം ഘടനാപരമായ പരിണാമങ്ങൾക്ക് വിധേയമായിട്ടുണ്ട്. കത്തോലിക്കസഭ യുറോപ്പിനെ രാഷ്ട്രീയ ഭീകരത കൊണ്ട് വിറപ്പിച്ചിരുന്ന കാലത്തുള്ള കന്യാമറിയമല്ല കുരിശുയുദ്ധത്തിന്റെ കാലത്തുള്ള കന്യാമറിയം. യൂറോപ്യന്മാർ അമേരിക്കൻ ആദിഗോത്രജന്മാരെ അതിക്രമിച്ചു കീഴ്പ്പെടുത്തുമ്പോൾ അവർക്ക് മുന്നിൽ ഉയർത്തിക്കാട്ടിയ കന്യാമറിയവും യൂറോപ്പ് ഫാസിസത്തിന്റെ പിടിയിൽ അമർന്നിരുന്ന കാലത്ത് ഉയർത്തെഴുന്നേറ്റ കന്യാമറിയവും തികച്ചും വ്യത്യസ്ത വ്യക്തിത്വങ്ങളായിരുന്നു.

2001ലെ വേൾഡ് ട്രേഡ് സെന്റർ ആക്രമണത്തിനു ശേഷം രൂപപ്പെട്ട മതരാഷ്ട്രീയ സാഹചര്യങ്ങളും അതിനുശേഷം അമേരിക്കയിലും മറ്റും സംഭവിച്ച സാമ്പത്തിക തകർച്ചയും അതിലൂടെ രൂപപ്പെട്ട ഒക്കുപ്പൈ മൂവ്മെന്റും എല്ലാം രൂപപ്പെടുത്തിയ കന്യാമറിയം അതിലും വ്യത്യസ്തമായ മറ്റൊരു വ്യക്തിത്വമാണ്. ആധുനിക കന്യാമറിയത്തിന്റെ ഏറ്റവും പ്രധാനപ്പെട്ട സവിശേഷതകളിൽ ഒന്ന് കന്യാമറിയത്തിന്റെ കൈയിലുള്ള ഉണ്ണിയേശു ബിംബം പതിയെ ഒഴിവാകുന്നതാണെന്ന് പ്രമുഖ മിത്തോളജിസ്റ്റ് മരീന വെർണർ തന്റെ ‘Alone of all her sex: The myth and cult of Virgin Mary’ എന്ന പേരിലുള്ള കന്യാമറിയം മിത്തിനെ വിശദമായി പഠന വിധേയമാക്കുന്ന പുസ്തകത്തിന്റെ പുതിയ പതിപ്പിനെഴുതിയ ആമുഖത്തിൽ നിരീക്ഷിക്കുന്നുണ്ട്.

യൂറോപ്യൻ - ക്രൈസ്തവ സ്വാധീനമുള്ള ബോധങ്ങളിൽ കന്യാമറിയത്തിന്റെ ബിംബം പരിണാമ വിധേയമായി ഭവിച്ചതിനെ ഇന്ത്യൻ ബോധത്തിൽ കാളിയുടെ മിത്തിന്റെ രൂപപരിണാമങ്ങളോട് താരതമ്യം ചെയ്യാവുന്നതാണ്. നൂറ്റാണ്ടുകളിലൂടെ പടർന്നുകിടക്കുന്ന ഇന്ത്യൻ

ബോധത്തിന്റെ വൈവിധ്യത്തിനകത്ത് വ്യത്യസ്ത ദേശങ്ങളിൽ വ്യത്യസ്ത കാലങ്ങളിൽ നിലനിന്നിരുന്ന കാളി രാഷ്ട്രീയമായും സാമൂഹികമായും അനേകം വ്യക്തി സത്തകളെ പ്രതിനിധാനം ചെയ്യുന്നത് കാണാം. ബംഗാളിലും കേരളത്തിലും തമിഴ്നാട്ടിലും ഗുജറാത്തിലും ഹരിയാനയിലും എല്ലാം വേറെ വേറെ കാളികൾ വ്യത്യസ്തഭാവങ്ങളിൽ രാഷ്ട്രീയ ശരീരങ്ങളെയും വ്യക്തി ബോധങ്ങളെയും സ്വാധീനിക്കുന്നുണ്ട്.

അമ്മ എല്ലാ കാലത്തും ഒന്നല്ല. പലതാണ്. പലവിധ കഥകളിലൂടെയാണ് അത് മനുഷ്യനെ വന്ന് തൊടുന്നത്. കന്യാമറിയവും കാളിയും മാത്രമല്ല, എല്ലാ അമ്മ മിത്തുകൾക്കും അത് സംഭവിക്കുന്നുണ്ട്. അമ്മ എന്ന ആശയത്തിനും അത് സംഭവിക്കുന്നുണ്ട്. തൊഴിൽ സാഹചര്യങ്ങളുടെ പരിണാമങ്ങളും ലിംഗപദവിയുടെ തുലാസിലുണ്ടാകുന്ന ചാഞ്ചാട്ടങ്ങളും പാട്രിയാർക്കിയുടെ സ്വഭാവത്തിലുണ്ടാകുന്ന മാറ്റങ്ങളും എല്ലാം ഇരുപതാം നൂറ്റാണ്ടിലെ അമ്മ ദൈവത്തെ മാത്രമല്ല അമ്മ എന്ന വ്യക്തിബോധത്തെ തന്നെ കീഴ്മേൽമറിച്ചിരിക്കുന്നത് കാണാനാകും.

കഥയും അമ്മയും നമ്മുടെ ബോധത്തിന്റെ ഏറ്റവും പ്രാക്തനമായ തലങ്ങളാണ്. രണ്ടും ഒരേ മട്ടിൽ മുളച്ചു പൊന്തുന്നതാണ്. ബോധത്തിന്റെ ആദിമരൂപമായി തലച്ചോറിൽ അടയാളപ്പെടുത്തപ്പെടുന്നതാണ്. മുന്നിൽ നിന്ന് ലോകമായി മാറുന്ന അമ്മയുടെ തിരിച്ചറിവിലൂടെയാണ് നമ്മൾ ആദ്യമായി അന്യത്തെയും സ്വത്വത്തെയും കണ്ടെത്തുന്നത്. ആ തിരിച്ച റിവിന്റെ ഉപബോധ ആഖ്യാനമാണ് പിന്നീട് കഥയായി പരിണമിക്കുന്നത്. മനുഷ്യചരിത്രത്തിലെ ആദി ദൈവങ്ങളെല്ലാം അമ്മ ദൈവങ്ങളാണ്. ആ ദൈവങ്ങളെയെല്ലാം നിർമ്മിക്കുന്ന കഥകളുടെ വേരുകൾ നമ്മുടെ ബോധത്തിന്റെ ആദിമ പ്രരൂപങ്ങളിൽ ഒളിച്ചിരിക്കുന്നതാണ്. അമ്മയും കഥയും ഇഴപിരിയാത്ത സംവർഗങ്ങളായി മനുഷ്യചരിത്രത്തിലെമ്പാടും നില നിൽക്കുന്നത് അതുകൊണ്ടാണ്.

ലോകമെമ്പാടും ഉള്ള അമ്മ മിത്തുകളുടെ ഒരു പ്രത്യേകത അത് സമൂഹത്തിന്റെ ഏറ്റവും പ്രബലമായ ചില ഭയങ്ങളോടോ അഭിനിവേശങ്ങളോടോ അതിസൂക്ഷ്മമായി സംവദിക്കുന്നു എന്നതാണ്. സമൂഹത്തിന്റെ സ്ത്രീയെ സംബന്ധിക്കുന്ന ആഗ്രഹങ്ങളുടെയും പ്രതീക്ഷകളുടെയും ഭാരവും സമൂഹത്തെ തന്നെ വളർത്തി വലുതാക്കുന്ന അതിതീവ്ര ശേഷിയുള്ള അമ്മ എന്ന വ്യക്തിത്വവും തമ്മിലുള്ള ഒരു സംഘർഷം അമ്മ ദൈവത്തിന്റെ പ്രതീതിയെ നിർമ്മിക്കുന്നതിൽ വലിയ പങ്കുവഹിക്കുന്നുണ്ടെന്ന് മരീന വെർണർ പറയുന്നുണ്ട്. ഈ സംഘർഷം തന്നെ യാണ് നല്ല അമ്മ/ചീത്ത അമ്മ എന്ന ദ്വന്ദത്തെയും നിർമ്മിക്കുന്നത്.

അത്തരം സ്ത്രീകൾക്ക് എന്തു സംഭവിച്ചു?

സ്ത്രീയുടെ സ്വതന്ത്ര വ്യക്തിത്വത്തിന്റെ വിളിയും സമൂഹത്തിന്റെ പ്രതീക്ഷ കളോടുള്ള അവളുടെ പ്രതികരണവും തമ്മിലുള്ള നിരന്തരമായ സമ്മർദ്ദ ത്തിലൂടെ രൂപപ്പെടുന്നതാണ് ഏത് അമ്മ ബിംബങ്ങളും. ആ ബിംബ ങ്ങളെ നിർമ്മിക്കുന്ന കഥകൾ തലമുറകളിലൂടെ മിത്തുകളായി സഞ്ചരി ക്കുന്നവയാണ്.

സമൂഹത്തിൽ കാലങ്ങളായി നിലനിൽക്കുന്ന മിത്തുകൾ മനുഷ്യ ജീവിതത്തിന്റെ ഉപബോധവുമായി നിരന്തരം നടത്തിക്കൊണ്ടിരിക്കുന്ന ഇടപെടലുകളെ സൂക്ഷ്മവിശകലനത്തിന് വിധേയമാക്കുന്നുണ്ട് ജീവൻ ജോബ് തോമസിന്റെ തേനീച്ചറാണി എന്ന നോവൽ. വിവിധകാലങ്ങളിലെ സ്ത്രീ സത്തയെ നിർണ്ണയിക്കുന്നതിൽ അതാത് കാലത്തെ പ്രതി നിധാനം ചെയ്യുന്ന മിത്തുകൾ വഹിക്കുന്ന പങ്കിനെ ഈ നോവലിൽ ദൃശ്യമാണ്.

തികച്ചും വ്യത്യസ്തങ്ങൾ എന്ന് തോന്നാവുന്ന മൂന്നു സ്ത്രീ ജീവിത ങ്ങളാണ് തേനീച്ചറാണിയുടെ കാതൽ. സ്കാർലറ്റിന്റെയും കാളിന്ദി യുടെയും മാളവികയുടെയും ജീവിതത്തിൽ നിരന്തരം അലയടിച്ചു കൊണ്ടിരിക്കുന്ന ഭ്രമാത്മകതയുടെ പിടച്ചിലുകളാണ് അവരുടെ കഥകളെ തമ്മിൽ ഇഴപിരിക്കുന്നത്. റാബിയ അൽ അഡവിയ എന്ന പേർഷ്യൻ കവയിത്രിയുടെ ജീവിതത്തെ വിട്ട് മലബാറിലേക്ക് കുടിയേറിയ വെള്ളായി ജിന്നെന്ന മായാരൂപമാണ് സ്കാർലറ്റിന്റെ ജീവിതത്തെ വിടാതെ പിന്തു ടരുന്നത്. എഴുത്തുകാരനാകാൻ കഴിയാതെ പരാജിതന്റെ ഭാവത്തോടെ ജീവിതം മുഴുവനും വിഷാദവാനായി കഴിഞ്ഞ പക്കീരൻ എന്ന അച്ഛന്റെ ഇഷ്ടദേവതയായ കാളരാത്രിയാണ് കാളിന്ദിയെ ജീവിപ്പിച്ചു നിർത്തു ന്നതും നയിക്കുന്നതും. അറിവിന്റെയും സാമൂഹികാധികാരക്രമങ്ങളു ടെയും പിടിവലികൾക്കിടയിൽപെട്ട് രക്തസാക്ഷിയാകേണ്ടിവന്ന മുച്ചി ലോട്ട് ഭഗവതിയാണ് മാളവികയെ വഴി നടത്തുന്നത്. തേനീച്ചറാണിയിലെ മറ്റ് പ്രധാന കഥാപാത്രങ്ങളായ കാളിന്ദിയുടെ അമ്മ മാണിക്യവും അല്ലോ ഹലൻ എന്ന നാട്ടുരാജാവും മാളവികയുടെ മകൾ സ്വാതിയും എല്ലാം ഇത്തരത്തിലുള്ള വ്യത്യസ്ത കഥാവിവക്ഷകളെ സ്വന്തം സ്വരൂപത്തി ലേക്ക് ആവാഹിക്കാൻ ശ്രമിച്ചുകൊണ്ടിരിക്കുന്നത് നോവൽ അടയാള പ്പെടുത്തുന്നു. സമൂഹം തലമുറകളിലൂടെ ആവാഹിച്ചെടുത്ത കഥ എന്ന ഭാവം എങ്ങനെയാണ് വ്യക്തികളെ സ്വയം നിർമ്മിക്കുന്നതിന് സഹായി ക്കുന്നത് എന്ന സൂക്ഷ്മദർശനമാണ് എഴുത്തുകാരൻ ഈ നോവലിലൂടെ പങ്കുവെയ്ക്കുന്നത്.

മനുഷ്യന്റെ ദാർശനിക അനുഭൂതി നിലനിൽക്കുന്നത് ആദിപ്രരൂപ മായ ചോദനകളുടെ സകാരവും നിരാകാരവുമായ സ്വപ്നാത്മക സത്ത കളായിട്ടാണ് എന്ന് വ്യത്യസ്ത മനഃശാസ്ത്രജ്ഞരെ പരാമർശിച്ചുകൊണ്ട്

ഡോ. എം. ലീലാവതി നിരീക്ഷിക്കുന്നുണ്ട്. ഏതു മനുഷ്യന്റെയും സ്വപ്ന ജീവിതം അവൻ പറഞ്ഞുകൊണ്ടിരിക്കുന്ന കഥകളിൽ രൂഢമൂലമായി നിലനിൽക്കുന്നുണ്ട്. എന്റെ ജീവിതം ഇങ്ങനെയായിരിക്കണം എന്ന സ്വപ്നത്തെ അത് പങ്കുവെക്കുന്നു. ആ സ്വപ്നങ്ങളൊക്കെയും ഭാവിയിലുള്ള അവന്റെ ജീവിതത്തിന്റെ ആഖ്യാനമാണ്. കഥ പറയുന്നയാളുടെ ഭാവനയിൽ വിരിയുന്ന കഥാപാത്രത്തിൽ പോലും എഴുത്തുകാരന്റെ ജീവിതത്തിന്റെ ആഴവും പരപ്പും വായനക്കാരൻ തിരഞ്ഞുകൊണ്ടിരിക്കും.

ഈ അവസ്ഥയെക്കുറിച്ച് ഓർഹാൻ പാമുക്ക് തന്റെ "The naive and Sentimental novelist" എന്ന വിഖ്യാത ഗ്രന്ഥത്തിൽ വിശദമായി ചർച്ച ചെയ്യുന്നുണ്ട്. നോവൽ എന്ന കല അതിന്റെ ശക്തി ആർജ്ജിക്കുന്നത് തന്നെ വായനക്കാരനും എഴുത്തുകാരനും തമ്മിലുള്ള ഒരു താദാത്മ്യപ്പെടലിലാണ്. എഴുത്തുകാരൻ എത്രമാത്രം ഭാവനാത്മകമായിട്ടാണ് ഇതൊക്കെ കുറിക്കുന്നത് എന്ന ചിന്തയും ഈ ഭാവനകളൊക്കെ അയാളുടെ ഉള്ളിലെ ഏതേത് അവസ്ഥകളെയൊക്കെയാണ് പ്രതിനിധാനം ചെയ്യുന്നത് എന്ന ആകാംക്ഷയും അയാളുടെ ജീവിതം എങ്ങനെയാണ് എന്നറിയാനുള്ള ത്വരയും എല്ലാം ചേർന്ന ഒരു വൈകാരിക അവസ്ഥയാണ് നോവൽ വായനയെ ഒരു സർഗാത്മക പ്രക്രിയയാക്കുന്നത്.

പാമുക്കിന്റെ ഈ നിരീക്ഷണങ്ങൾ വെച്ച് തേനീച്ചറാണി വായിക്കുമ്പോൾ പക്ഷേ മറ്റൊരു തലം കൂടി അധികമായി ഇവിടെ ഉത്പാദിപ്പിക്കപ്പെടുന്ന സാഹചര്യം രൂപപ്പെടുന്നുണ്ട്. തേനീച്ചറാണിയിൽ നമ്മൾ ജീവൻ ജോബ് തോമസിനെ അന്വേഷിക്കുന്നു. എങ്കിൽ, ഇതിൽ പറഞ്ഞിരിക്കുന്ന മാളവികയുടെയും അവളുടെ മകൾ സ്വാതിയുടെയും കഥയിൽ നമ്മൾ അന്വേഷിക്കുന്നത് കാളിന്ദിയുടെയും അവളുടെ അമ്മ മാണിക്യത്തിന്റെയും ജീവിതമാണ്. പക്കീരന്റെ ഭാവനാവ്യവഹാരത്തിൽ നിർമ്മിക്കപ്പെട്ട മാളവികയും സ്വാതിയും മറ്റും സ്വന്തം ഭാര്യയുടെയും മകളുടെയും പ്രതിരൂപങ്ങളായി നിർമ്മിക്കപ്പെടുന്നത് തിരിച്ചറിയാനുള്ള സൂക്ഷ്മവായന ഈ നോവൽ ആവശ്യപ്പെടുന്നു.

മാളവികയുടെയും കാളിന്ദിയുടെയും ജീവിതത്തെ സ്കാർലറ്റ് പുനരാഖ്യാനം ചെയ്യുന്ന മറ്റൊരു തലം കൂടി നോവലിൽ നിലനിൽക്കുന്നത് ഇഴപിരിഞ്ഞു വരുമ്പോൾ കേവല കഥാപരിസരത്തിനപ്പുറം മനുഷ്യന്റെ ആഖ്യാനബോധത്തിന്റെ ആഴങ്ങളിലേക്കുള്ള ഒരു യാത്രയായി മാറുന്നു തേനീച്ചറാണി എന്ന നോവൽ. സ്കാർലറ്റിന്റെയും പക്കീരന്റെയും ആഖ്യാനങ്ങൾക്കിടയിലൂടെ തന്റെ സ്വന്തം ജീവിതാദർശങ്ങളുടെ സൂക്ഷ്മ തലങ്ങളെ സന്നിവേശിപ്പിച്ച് സ്വയം വായനക്കാരനാൽ പിടിക്കപ്പെടാതെ

രക്ഷപ്പെട്ട് പോകുന്ന എഴുത്തുകാരനെ നമുക്കിതിൽക്കാണാം. ഇതിൽ എവിടാണ് ജീവൻ ജോബിന്റെ ജീവിതത്തിലെ പ്രതിരൂപങ്ങൾ എന്ന സങ്കീർണ്ണത വായനയുടെ നിറഞ്ഞ രുചിയായി നമുക്ക് ബാക്കിയാവുന്നു. സ്കാർലറ്റിന്റെയും കാളിന്ദിയുടെയും മാളവികയുടെയും പരസ്പര ബന്ധം ആദ്യനോട്ടത്തിൽ തോന്നാത്ത കഥകളെ ഇടവിട്ടുള്ള അദ്ധ്യായങ്ങളിൽ അവതരിപ്പിക്കുന്നതിലൂടെയാണ് തേനീച്ചറാണിയുടെ കഥാകാരൻ തന്റെ തന്ത്രം പ്രയോഗവൽക്കരിക്കുന്നത്.

മനുഷ്യമനസ്സിലെ പ്രാഗ്‌രൂപങ്ങൾക്ക് പുരാവൃത്തങ്ങളോടും യക്ഷിക്കഥകളോടും മിത്തുകളോടും ആഴത്തിലുള്ള ബന്ധമുണ്ടെന്ന് സമർത്ഥിച്ചത് വിഖ്യാത മനഃശാസ്ത്രജ്ഞനായിരുന്ന കാൾ ഗുസ്താവ് യുങ്ങാണ്. ഫ്രോയ്ഡിയൻ ചിന്തയുടെ സ്വാഭാവിക വളർച്ച എന്ന നിലയിലാണ് യുങ്ങ് ആദിപ്രരൂപങ്ങളെ (ആർക്കിടൈപ്പ്)ക്കുറിച്ചുള്ള ഈ ആശയങ്ങൾ അവതരിപ്പിച്ചത്. ഓരോ വ്യക്തിയുടെയും ഉപബോധ മനസ്സിന്റെ സൂക്ഷ്മതലങ്ങളും സമൂഹത്തിലെ മറ്റുള്ളവരുടെ മുഴുവനും ഉപബോധങ്ങളിലെ സൂക്ഷ്മതലങ്ങളും തമ്മിലുള്ള സമാനതകളെ മിത്തുകളിലൂടെ കണ്ടെത്തിക്കൊണ്ടാണ് യുങ്ങ് തന്റെ ആശയം വികസിപ്പിച്ചത്. ലോകമെമ്പാടുമുള്ള സമൂഹങ്ങളിൽ നിലനിൽക്കുന്ന മിത്തുകളിലെ ഏക രൂപങ്ങളെ കണ്ടെത്തുകയാണ് യുങ്ങ് ചെയ്തത്. അത് മനുഷ്യമനസ്സിന്റെ ഏറ്റവും സൂക്ഷ്മമായ ഭാവങ്ങളാണെന്നും യുങ്ങ് വാദിച്ചിരുന്നു.

എന്നാൽ ഇരുപതാംനൂറ്റാണ്ടിന്റെ അവസാനമാകുമ്പോഴേക്കും മിത്തുകളുടെ ഫെമിനിസ്റ്റ് വായനയിൽ വലിയ സംഭാവനകൾ നൽകിയ മരീന വെർണറേപ്പോലുള്ളവർ ആ ആശയത്തെ നിരാകരിക്കുന്നുണ്ട്. ലോകമെമ്പാടുമുള്ള മിത്തുകളിലും ഫെയറിടേയ്‌ലുകളിലും നിരന്തരം ആവർത്തിച്ചുവരുന്ന ഒരു ബിംബമാണ് ദുഷ്ടയായ രണ്ടാനമ്മയുടേത്. ഇത് ഒരു ആദിപ്രരൂപമാണ് എന്നും മനുഷ്യമനസ്സിന്റെ തന്നെ ഒരു ഭാവത്തിന്റെ പ്രതിനിധാനമാണെന്നും യുങ്ങിയൻ ചിന്താപദ്ധതിയിലൂടെ നമുക്ക് കണ്ടെത്താനാകും. സിൻഡ്രല്ലയുടെയും സ്നോവൈറ്റിന്റെയും കഥകളിലുള്ള രണ്ടാനമ്മമാർ അവരെ ക്രൂരമായി പീഡിപ്പിച്ചതിന്റെ കഥകൾ ഓർക്കുക.

എന്നാൽ മരീന വെർണർ ആ ആശയത്തെ നിരാകരിക്കുന്നു. ദുഷ്ടയായ രണ്ടാനമ്മ മനുഷ്യമനസ്സിന്റെ തനതു ഭാവമാണെന്ന ആശയം തന്നെ തെറ്റായ നീരീക്ഷണമാണ്. സ്ത്രീയെ സംബന്ധിക്കുന്ന സാമൂഹിക ധാരണകളുടെ ഉത്പന്നമായി രൂപം കൊണ്ട വിശ്വാസങ്ങളെ തനത് സ്വഭാവമായി ആരോപിക്കുന്നതാണത്. ദുഷ്ടയായ രണ്ടാനമ്മ സ്വാഭാവികമല്ല. അത് രൂപപ്പെടുന്നതാണ്. സിൻഡ്രല്ല കഥകൾ പോലുള്ള കഥകൾ രൂപം കൊള്ളുന്ന പതിനേഴും പതിനെട്ടും നൂറ്റാണ്ടുകളിലെ യൂറോപ്യൻ

സാഹചര്യങ്ങളിൽ വിധവകളുടെ പുനർവിവാഹം വളരെ സാധാരണമായിരുന്നു. പുതിയ ഭർത്താവിന്റെ പഴയ വിവാഹത്തിലുള്ള കുട്ടികളുമായി തന്റെ കുട്ടികൾക്ക് പൊരുതി നിന്ന് ഭക്ഷണം സമ്പാദിക്കേണ്ട സാഹചര്യം അമ്മമാരെ വളരെ ക്രൂരമായി പ്രവർത്തിക്കുന്നതിന് ഇടയാക്കുമായിരുന്നു. ആത്യന്തികമായി അതിജീവിക്കുക എന്ന പ്രതിസന്ധി വരുമ്പോൾ സ്വന്തം കുട്ടികളെ പലപ്പോഴും അമ്മമാർ സംരക്ഷിക്കുക എന്നത് സ്വാഭാവികമാണ്. പട്ടിണിയും വിഭവ ദാരിദ്ര്യവും രാഷ്ട്രീയ അസ്ഥിരതകളും നിറഞ്ഞു നിൽക്കുന്ന ആ കാലത്ത് രണ്ടാനമ്മമാർ അങ്ങനെ പ്രവർത്തിച്ചു എന്ന് വായിച്ച്, അത് മനുഷ്യന്റെ സ്ഥായിഭാവമാണ് എന്ന് വിശദീകരിക്കുന്നത് തെറ്റാണെന്ന് മരീനാ വെർണർ തന്റെ "Once upon a time : A short history of Fairy tale" എന്ന അവരുടെ 2014ൽ പ്രസിദ്ധീകൃതമായ പുസ്തകത്തിൽ വിശദീകരിക്കുന്നുണ്ട്.

തേനീച്ചറാണിയിലെ ഏറ്റവും മിഴിവുറ്റ കഥാപാത്രങ്ങളിൽ ഒന്ന് കാളിന്ദിയുടെ അമ്മ മാണിക്യമാണ്. കാളിന്ദിയും മാണിക്യവും തമ്മിലുള്ള ബന്ധം സദാ പ്രശ്നസങ്കീർണ്ണമാണ്. പലപ്പോഴും സിൻട്രല്ലയോട് അവളുടെ രണ്ടാനമ്മ പെരുമാറിയത് പോലെയല്ലേ കാളിന്ദിയോട് സ്വന്തം അമ്മ പെരുമാറിയത് എന്ന് നമുക്ക് സംശയം തോന്നാം. താൻ മാണിക്യത്തിന്റെ മകൾ തന്നെയാണോ എന്ന് കാളിന്ദി തന്നെ ഇടയ്ക്ക് അച്ഛനോട് സംശയം ചോദിക്കുന്നുണ്ട്. തന്റെ അമ്മ എന്തായിരുന്നു എന്ന് പടിപടിയായി കാളിന്ദി കണ്ടെത്തുമ്പോൾ പക്ഷേ മാണിക്യം എന്ന സ്ത്രീ എങ്ങനെ രൂപപ്പെട്ടു എന്നും ദുഷ്ടയായ അമ്മ എന്ന ബിംബം എങ്ങനെയാണ് നിർമ്മിക്കപ്പെടുന്നത് എന്നും നമ്മൾ തിരിച്ചറിയുന്നു. സ്വന്തം ജീവിതത്തിൽ പലപ്പോഴും സ്വന്തം അമ്മയെപ്പോലെ തന്നെ ദുഷ്ടയായ അമ്മയായി അവർ തങ്ങളുടെ മക്കൾക്ക് മുന്നിൽ അവതരിക്കുന്നുണ്ട്. ഭർത്താവുമായും കുടുംബവുമായും സമൂഹവുമായും ഉള്ള നിരന്തര ഇടപെടലിൽ സ്ത്രീ എങ്ങനെയാണ് ദുഷ്ടബിംബത്തോട് ഇഴചേരുന്നത് എന്ന് തേനീച്ചറാണിയിലെ സ്ത്രീ കഥാപാത്രങ്ങൾ സൂക്ഷ്മമായി നമുക്ക് പറഞ്ഞു തരുന്നു. മാളവികയുടെയും സ്കാർലറ്റിന്റെയും മാനസിക പരിണാമങ്ങളുടെ ചരിത്രം ആദിപ്രരൂപങ്ങളുടെ അടിസ്ഥാന വായനയ്ക്കപ്പുറം പൂർണ്ണമായും ഉത്തരാധുനികവും സ്ത്രീപക്ഷപരവുമായ ഒരു പുതുവായനയുടെ സാധ്യതകളാണ് നമുക്ക് മുന്നിൽ അനാവരണം ചെയ്യുന്നത്.

കഥകൾ നൂറ്റാണ്ടുകളിലൂടെ സഞ്ചരിച്ചാണ് നമ്മിലേയ്ക്കെത്തുന്നത്. ഓരോ കാലത്തും ആ കഥ ആഖ്യാനം ചെയ്തയാളുടെ ഉപബോധത്തിന്റെ സൂക്ഷ്മതലങ്ങൾ കഥയുടെ സത്തയെ നിർണ്ണയിക്കും. ഓരോ കാലത്തും അമ്മയെ ലോകം അങ്ങനെ മാറ്റി മാറ്റി നിർമ്മിക്കുന്നുണ്ട് എന്ന് കഥപറച്ചിലിന്റെ ചരിത്രത്തിലൂടെയുള്ള യാത്ര നമുക്ക് പറഞ്ഞു

അത്തരം സ്ത്രീകൾക്ക് എന്തു സംഭവിച്ചു?

തരും. തേനീച്ചറാണി നമുക്ക് മുന്നിലേക്ക് അനേകം മിത്തുകളെയും മനുഷ്യരെയും അവരുടെ ജീവിതങ്ങളെയും കൊണ്ടുവന്നു നിർത്തി ആഖ്യാനത്തിന്റെ സവിശേഷമായ പരീക്ഷണത്തിലൂടെ ഏറ്റവും സൂക്ഷ്മമായ മനുഷ്യ സ്വഭാവത്തെ കണ്ടെത്താൻ സഹായിക്കുന്നു. നിരന്തരം മാറിക്കൊണ്ടിരിക്കുന്ന രാഷ്ട്രീയ സാമൂഹിക സാഹചര്യങ്ങൾക്കനുസരിച്ച് പരിണാമങ്ങളിലൂടെ രൂപം കൊള്ളുന്ന ആ സ്വഭാവവിശേഷങ്ങളെ നമുക്കുള്ളിൽ തന്നെ കണ്ടെത്താൻ ഈ കഥകൾ നമ്മെ സഹായിക്കുന്നു. ∎

സഹായകഗ്രന്ഥങ്ങൾ

തേനീച്ചറാണി - ജീവൻ ജോബ് തോമസ് (നോവൽ)

The Naive and sentimental novelist - orhan Pamuk

www.ingramcontent.com/pod-product-compliance
Lightning Source LLC
LaVergne TN
LVHW041847070526
838199LV00045BA/1477
* 9 7 8 9 3 8 8 8 3 0 8 8 1 *